ஆன்டன் செகாவ் குறுநாவல்கள்

ரா. கிருஷ்ணய்யா

ரிதம் வெளியீடு

ஆன்டன் செகாவ் குறுநாவல்கள்
ரா. கிருஷ்ணய்யா ©

Anton Chekhov Kuru Novelgal
Ra. Krishnaiya ©

1st Edition: Jan 2024
Pages: 200   Price: Rs. 200
ISBN: 978-93-93724-93-9

Published by:
Rhythm Veliyeedu
New No.58, Old No.26/1, 1st Floor,
Alandur Road, Saidapet,
Chennai - 600 015, Tamil Nadu, INDIA
Ph : (044) 2381 0888, 2381 1808, 4208 9258
E-mail : senthil@rhythmbooks.in
Web : www.rhythmbooksonline.com

Book Layout & Cover Design
Visual Vinodh - 9500149822

முன்னுரை

கடைசியாகச் செகாவ் எழுதிய சிறுகதையின் பெயர் மணமகள் (1903). இதில் நாதியா என்றொரு நங்கையின் கதையைக் கூறுகிறார் செகாவ். கதையின் ஆரம்பத்தில் பொழுது புலருவதற்குச் சிறிது நேரம் முன்னதாய் நாதியா விழித்தெழுந்து தோட்டத்தினுள் உற்று நோக்குகிறாள். "அடர்த்தியான வெண்ணிற மூடுபனி செந்நீல மலர்களை முக்காடிட்டு மூட விரும்புவது போல் அவற்றை நோக்கிப் படர்ந்து வந்தது." கொள்கை குறிக்கோளற்ற தனது அமைந்த வாழ்க்கை மாறவோ முடிவுறவோ போவதில்லையென நினைக்கிறாள் அவள், அப்போது அடர்த்தியான அதே வெண்ணிற மூடுபனி நாதியாவின் ஆன்மாவை முக்காடிட்டு மூடுவது போல் தோன்றுகிறது நமக்கு. ஆனால் பிற்பாடு பொழுது புலருகிறது. "சன்னலுக்கு அடியிலும் தோட்டத்திலும் புள்ளினங்கள் கூச்சலிட்டன, தோட்டத்திலிருந்து மூடுபனி அகன்றுவிட்டது, வசந்த சூரியனது ஒளி யாவற்றைச் சுற்றிலும் பிரகாசித்தது, யாவும் புன்னகை புரிந்தன." இயற்கைக் காட்சியில் ஏற்படும் ஒரு மாற்றம் மட்டுமல்ல இது, நாதியாவினது ஆன்மாவிலேயே ஏற்படும் ஒரு பெரிய மாற்றமாகவும் விளங்குகிறது. குறிக்கோளற்ற அற்பத்தனமான ஒரு வாழ்க்கையுடன் தனக்குள்ள பிணைப்புக்களை முற்றாகவும் முடிவாகவும் துண்டித்துக் கொள்வதென்று ஏற்கெனவே அவள் தீர்மானத்துக்கு வந்துவிடுகிறாள். செகாவின் இந்தக் கடைசிக் கதையின் தலைவியினது ஆன்மாவில் ஏற்படும் இம்மாற்றம் செகாவின் இலக்கியப் பணி அனைத்தையும் ஓரளவுக்குத் தீர்மானிப்பதாய்ச் சொல்லலாம்.

ஆன்டன் செகாவ் சிறிய தென்திசை நகரான தகன்ரோகில் 1860ல் பிறந்தார். இருபதாவது வயதில் மாஸ்கோ பல்கலைக் கழகத்தில் மருத்துவத் துறையில் சேர்ந்தார். அதேபோனது நையாண்டி நகைச்சுவை ஏடுகளிலும், செய்தியேடுகளிலும், சிறுகதைகளும் விகடத் துணுக்குகளும், ஓரங்க நாடகங்களும் வசைச் சித்திரங்களும் எழுத ஆரம்பித்தார்.

1880-ஆம் ஆண்டுகள் ருஷ்யாவில் மெத்தக் கடினமான காலமாகும். பிற்போக்கு தலைவிரித்தாடிற்று, சுதந்திர சிந்தனையின் சிறு வெளிப்பாடுகளும் இம்மியளவேயான அறிகுறிகளுங்கூட

நசுக்கப்பட்டன. பிற்போக்கானது அடர்த்தியான வெண்ணிற மூடுபனி போல் நாடு அனைத்தையும் முக்காடிட்டு மூடியிருந்தது. இளைஞராயிருந்த செகாவ் இவ்வாண்டுகளில் எழுதிய கதைகளில் பணத்தையும் பட்டம் பதவியையும் நாடிய சிறு மதியினரைச் சித்தரித்தார், நாட்டாண்மை புரியும் "தடித்தோரின்" படாடோபத்தையும் குட்டை மனத்தையும், "மெலிந்தோரது" அசட்டுப் பணிவையும் அடிமைப்புத்தியையும் எள்ளி நகையாடினார். இவ்வுலகில் ஒவ்வோர் ஆளுக்கும் அளிக்க வேண்டிய கௌரவம் அவரது பணத்தையும் அந்தஸ்தையும் கொண்டுதான் நிர்ணயிக்கப்படுகிறது.

இயோனிச் (1898) - இளம் வயதில் எஸ். நகருக்கு வந்து வேலை ஏற்கும் ஒரு டாக்டரின் கதை இது. இந்நகரில் கல்வி கேள்வியில் சிறந்தோராகவும் கலைகளில் தேர்ந்தோராகவும் கூறப்படும் தூர்க்கின் குடும்பத்தாருடன் அவருக்குப் பரிச்சயம் ஏற்படுகிறது. இவர்களது வீட்டில் வளரும் நங்கை காத்யாவின் மீது அவர் காதல் கொள்கிறார். ஆனால் காதலின் உணர்ச்சித் துடிப்பும் ஊக்கமும் மிக்க மணிக் குரலுடன் கூடவே டாக்டரது மனத்துள் வேறொரு குரலும் ஒலித்துக் கொண்டிருக்கிறது. நகர மத்தியதர வகுப்பாரது வாழ்க்கையின் சிடுசிடுப்பான குரல் அது. இந்த இரண்டாவது குரல் நாளடைவில் பலத்துப் பெருத்து, முதலாவது குரலை மூழ்கடிக்கிறது. அற்பமும் புன்மையும் பகட்டும் மடமையும் நிறைந்த கொச்சையான சுற்றுப்புற வாழ்க்கையின் வெள்ளம் இந்த இளம் டாக்டரையும் தன்னுள் இழுத்துக்கொண்டு விடுகிறது. அவரது ஆன்மா ஒளியிழந்து மங்குகிறது, பணம் பண்ணுவதைத் தவிர வேறு எதிலும் நாட்டமில்லாதவராகிறார், ஊதிப் பருத்துப்போய் சலிப்புற்றுச் சிடுசிடுக்கிறார். இயோனிச்சின் கதை மனித ஆன்மா சிறுகச் சிறுக நலமிழந்து மரத்துப் போவதைக் காட்டுகிறது, அடர்த்தியான மூடுபனி ஆன்மாவின் எழில் மலரை முக்காடிட்டு மூடுவதைக் காட்டுகிறது.

செகாவ் எதையும் பலத்த குரலில் பிரகடனம் செய்வதில்லை, வாசகருக்கு நேரடியாய் அறிவுறுத்த முற்படுவதில்லை. ஆயினும் அவரது கதைகளைப் படிக்கும் வாசகர் தம் காதுக்குள் ஒரு குரல் ஒலிக்கக் கேட்கிறார்: "மனிதனாய் வாழ அச்சப்படுகிறீர்களே, ஏன் இது ? மேல்நிலையில் இருப்பவர் என்றதும் போற்றுகிறீர்கள், கீழ் நிலையில் இருப்பவர் என்றதும் அப்படி அலட்சியப்படுத்துகிறீர்களே, அழகா இது? மெய்யான இன்பம் பணத்திலும் பட்டம் பதவியிலும்

அடங்கியிருப்பதாகவா நினைக்கிறீர்கள்? ஏன்தான் பதவி ஏணியிலே உயர ஏறிக் கொண்டே இருக்க வேண்டுமெனத் துடிக்கிறீர்களோ?"

செகாவின் கதைகள் படிப்போரைக் கலங்கச் செய்கிறவை, துயரம் தோய்ந்த புன்னகை புரிகிறவை, மென்மையானவை. அவரது கதைகளும், கடற் பறவை, வான்யா மாமா, மூன்று சகோதரிகள், செர்ரித் தோட்டம் முதலான நாடகங்களும் வாசகர்களையும் பார்வையாளர்களையும் அக்காலத்திய ருஷ்ய வாழ்க்கையின் புன்மை குறித்தும் கொச்சைத்தனம் குறித்தும் சிந்திக்க வைத்தன; மனித மாண்புக்குரிய வாழ்வை மலரச் செய்ய வேண்டுமென்ற ஊக்கத்தை அவர்களுக்கு ஊட்டின.

செகாவ் சித்திரித்த பழைய ருஷ்யா மறைந்து புதிய ருஷ்யா உதித்தெழுந்துவிட்டது. இந்த அருணோதயத்தைச் செகாவ் கண்டுகளிக்க முடியவில்லை, 1904-ல் அவர் இறந்து விட்டார். செகாவின் கதைகளிலும் நாடகங்களிலும் கூறப்படும். ஆலை அதிபர்களும் வர்த்தகர்களும் இன்று ருஷ்ய நாட்டில் இல்லை; "கடித்தோர்", "மெலிந்தோர்" என்ற பிரிவினை ஒழிந்து புதிய சமுதாயம் இங்கு மலர்ந்துவிட்டது. செகாவின் கதைத் தலைவர்கள் பழைய வரலாற்றுக்கு உரியோராகிவிட்டனர். ஆயினும், இன்றைய ருஷ்யாவின் வாசகர்கள் செகாவைத்தம் உயிரனையராய் நேகிக்கிறார்கள், லட்சக்கணக்கான பிரதிகளில் இன்று அவரது புத்தகங்கள் மீண்டும் மீண்டும் வெளியிடப்படுகின்றன, வெளிவந்ததுமே விற்றுப்போகின்றன. காரணம் என்ன?

ருஷ்யாவிலும் அனைத்து உலகிலும் செகாவ் போற்றப்படுகிறார், கோடானு கோடி வாசகர்கள் அவரது புத்தகங்களை ஆவலுடன் படிக்கிறார்கள். காரணம் என்னவெனில் செகாவ் யாவற்றுக்கும் முதலாய் உண்மையை எடுத்துரைக்கிறார், உள்ளதை உள்ளபடிக் கூறி உள்ளத்தை ஒளிபெறச் செய்கிறார். செகாவின் உண்மையானது மனச்சான்றைத் துயிலெழச் செய்யும் உண்மையாகும்: ஊட்டும் உண்மையாகும். மனிதனின் நிலையை மனிதனுக்குத் தெரியப்படுத்தும்போது மனிதன் மேம்படுவான் என்று செகாவ் கூறி வந்தார்.

செகாவின் வாழ்க்கையும் செகாவின் கதைத் தலைவர்களது வாழ்க்கையும் இன்னல்மிக்கதாகவே இருந்தன; ஆயினும் அவர் இந்த உடனடி நிலைமையை மட்டுமின்றி, ஓசையின்றி அடியெடுத்து வைத்து நெருங்கி வரும் வருங்காலத்தையும் கணக்கில் எடுத்துக் கொண்டார்.

செகாவ் மகத்தான எழுத்தாளராவார், அதோடு அவர் மகத்தான வாசகர்களை மனதிற்கொண்டு எழுதியவருமாவார். வாசகர்களின் உயர் பண்புகளில், அவர்களது கூர்மதியிலும் நல்லுணர்விலும் உள்ளன்பிலும் முழு நம்பிக்கை கொண்ட எழுத்தாளர் செகாவ். வாசகர்களை அவர் ஒன்றும் தெரியாத சிறு பிள்ளைகளாகவோ, சிந்தனையற்றவர்களாகவோ கருதி, ஒவ்வொன்றுக்கும் தாமே தீர்வைத் தயாரித்தளிக்க முயலவில்லை, அவர்களுக்கு உபதேசிக்க முற்படவில்லை. தாம் எழுதுவதை வாசகர்கள் கூர்ந்து நோக்குவர், சிந்தனை செய்வர், பிழையின்றிப் புரிந்துகொள்வர் என்று அவர் திட நம்பிக்கை கொண்டிருந்தார்.

உள்ளே...

1. ம.கோர்க்கி 9
2. தத்துக்கிளி 41
3. மாடவீடு - ஓவியரின் கதை 83
4. இயோனிச் 113
5. நாய்க்காரச் சீமாட்டி 144
6. மணமகள் 170

ம.கோர்க்கி

முன்பு ஒரு நாள் என்னை அவர் குச்சூக் - கோய் கிராமத்துக்கு வருமாறு அழைத்திருந்தார்; அங்கே அவருக்கு ஒரு சிறு கொல்லையும் அதில் இரண்டடுக்குகளில் வெண்ணிற வீடு ஒன்றும் இருந்தன. தம்முடைய இந்தப் "பண்ணையை" [அவரது இறுதி ஆண்டுகளில் செகாவ் காச நோய்வாய்ப்பட்டு, மருத்துவர்களின் ஆலோசனைக்கு ஏற்ப, கிரீமியாவில் கருங்கடற்கரையின் கண் யால்தா என்னும் இடத்தில் தங்கியிருந்தார். யால்தாவில் அவர் கட்டிக் கொண்ட இந்த வீட்டில் 1899-லிருந்து 1904 வரை வசித்து வந்தார். இப்போது இந்த வீடு செகாவ் நினைவுக் காட்சியகமாய் இருந்து வருகிறது.] எனக்குக் காட்டிச் சென்றபோது, உற்சாகமும் விறுவிறுப்பும் மிக்கவராய் அவர் சொன்னார்:

"என்னிடம் பணம் நிறைய இருக்குமானால், நோயால் நலிவுற்ற கிராமப் பள்ளி ஆசிரியர்களுக்காக இங்கே உடல் நல விடுதி ஒன்று கட்டுவேன். வெளிச்சமாய் இருக்கும் தெரியுமா? பெரிய பெரிய சன்னல்களும் நல்ல உயரமான மச்சுத் தளங்களும் கொண்டு ஒரே வெளிச்சமாய் இருக்கும்படிக் கட்டுவேன். அதில் அருமையான நூலகமும் பலவிதமான இசைக் கருவிகளும் இருக்கும், தேனீ வளர்ப்பிடமும் காய்கறித் தோட்டமும் கனிச் சோலையும் அமைத்திடுவேன். வேளாண்மை விஞ்ஞானம், வானிலை ஆய்வு - இப்படிப் பலவும் குறித்து விளக்க உரைகளுக்கு ஏற்பாடு செய்வேன்.

பள்ளிக்கூட ஆசிரியர்களாய் இருப்போர் எல்லாம் தெரிந்தவர்களாய் இருக்க வேண்டும். ஆமாம், எல்லாம் அவர்களுக்குத் தெரிந்திருக்க வேண்டும்!"

திடுமெனப் பேச்சை நிறுத்திவிட்டு இருமினார், பிறகு கடைக்கண்ணால் என்னை நோட்டமிட்டார், அவருக்குரிய அந்த மென்மை வாய்ந்த இனிய புன்னகை அவரது முகத்தில் தவழ்ந்தது - எதிர்த்து நிற்க முடியாதபடி எவரையும் அவர்பால் கவர்ந்து இழுத்து, அவர் சொல்வதைக் கூர்ந்து கேட்கச் செய்யும்படியான புன்னகை அது.

"உங்களுக்கு எனது ஆசைக் கனவுகளைக் கேட்க அலுப்பாகவா இருக்கிறது? ஆனால் நான் இதைப்பற்றிப் பேசப் பிரியப்படுகிறவன். கூர்மதியும் கல்விஞானமும் உடைய நல்ல ஆசிரியர்கள் ருஷ்யக் கிராமங்களுக்கு எவ்வளவு இன்றியமையாதவர்கள், தெரியுமா? விரிவான கல்வி மக்களுக்குக் கிடைத்தாக வேண்டும், இல்லையேல் அரசானது அரைவேக்காட்டுக் கற்களைக் கொண்டு கட்டிய வீட்டைப்போல் இடிந்து விழவே செய்யும்! இதைப் புரிந்துகொள்வோமானால், ருஷ்யாவில் பள்ளி ஆசிரியர்களுக்கு எப்படியாவது தனிச் சிறப்பான நிலைமைகள் கிடைக்கச் செய்தாக வேண்டும், அதுவும் உடனே அவசரமாய்ச் செய்தாக வேண்டும் என்பது விளங்கும். ஆசிரியராய் இருப்பவர் கலைவாணராய், இலக்கிய விற்பன்னராய் இருத்தல் வேண்டும்; தமது பணியில் அடங்காத ஆர்வம் கொண்டவராய் இருத்தல் வேண்டும். ஆனால் நம்மிடம் இருப்பவர் தேர்ச்சித் திறனில்லாத மூட்டைத் தூக்கியாய், அறைகுறைக் கல்வி கற்றவராய் இருக்கிறார். குழந்தைகளுக்குக் கல்வி புகட்டுவதற்காகக் கிராமத்துக்குப் போகும் இவர், கடத்தல் தண்டனை பெற்றுக் கடின உழைப்புக்காகத் தொலைவிடத்துக்குச் செல்லும் கைதிக்கு இருக்கக் கூடிய அதே அளவு உற்சாகத்துடன்தான் புறப்பட்டுப் போகிறார். கிராமத்திலே பட்டினி கிடக்கிறார், அடக்கி ஒடுக்கப்படுகிறார், பிழைக்க வழி இல்லாமற் போய்விடும் அபாயம் அவரை அச்சுறுத்துகிறது. ஆசிரியராய் இருப்பவர் கிராமத்திலே முதலாமவராய் இருத்தல் வேண்டும்; விவசாயிகள் அவரிடம் கேட்கும்படியான எல்லாக் கேள்விகளுக்கும் பதிலளிக்க வல்லவராகவும், சக்தி வாய்ந்தவர் என்றும் எல்லோரது கவனத்துக்கும் மதிப்புக்கும் உரியவர் என்றும் விவசாயிகளால் போற்றப்படுகிறவராகவும் இருத்தல் வேண்டும். அவரைப் பார்த்துக் கத்துவதற்கு... அவரை அவமானப்படுத்துவதற்கு எவரும் துணிய

முடியாதபடி அல்லவா இருக்க வேண்டும். ஆனால், நம் நாட்டில் துணிச்சலுடன் அல்லவா இதைச் செய்கிறார்கள்.எல்லோரும் - கிராமப் போலீஸ்காரர், பணக்காரக் கடைக்காரர், பாதிரியார், காவல்துறை அதிகாரி, பள்ளிக்கூடத் தர்மகர்த்தா, கிராம மூதாளர், பிறகு பள்ளிக்கூட இன்ஸ்பெக்டர் என்பதாகச் சொல்லிக் கொண்டு கல்வி நிலைய மேம்படுத்துவதில் கவலைகொள்ளாமல் மாவட்டச் சுற்றறிக்கைகளை அப்படியே எழுத்துக்கு எழுத்து செயற்படுத்துவதில் முனைந்துவிடும் அந்த அதிகாரி ஆகிய எல்லாரும் இதைத்தானே செய்கிறார்கள். ஆசிரியரானவர் மக்களுக்குக் கல்வியறிவு ஊட்டுகிறவர் - புரிகிறதா உங்களுக்கு? - மக்களுக்குக் கல்வியறிவு ஊட்டுகிறவர்! இவருக்கு இப்படிக் கஞ்சத்தனமாய் அற்ப ஊதியம் அளிப்பது எப்படிப்பட்ட மடமை! இம்மாதிரியான மனிதர் கந்தல் அணிந்து செல்கிறார்; இடிந்துபோய் வெதுவெதுப்பின்றி ஈரமாய் இருக்கும் பள்ளிக்கூடங்களில் குளிர் தாங்காமல் நடுங்குகிறார்; சரிவர அமையாத கணப்படுப்பின் புகையிலே திணறுகிறார்; எந்நேரமும் அவருக்கு நீர்க்கோவை, முப்பது வயதுக்கெல்லாம் குரல்வளை அழற்சி, கீல்வாதம், காசம்... சகிக்கவொண்ணாத நிலைமை! நமக்கு வெட்கக்கேடு! ஆண்டில் எட்டு, ஒன்பது மாதங்களுக்கு நமது ஆசிரியர் குகையிலே உறையும் துறவியைப்போல் வாழ்கிறார் - பேசுவதற்கு ஆள் யாரும் இல்லை, புத்தகங்கள் இல்லை, பொழுதுபோக்குகள் இல்லை, தனித்திருந்து அசடர் ஆகின்றார்!... தம்மிடம் வருமாறு நண்பர்களை அழைத்து உறவாடத் துணிவாராயின், சந்தேகத்துக்குரிய பேர்வழியாகக் கருதப்படுகிறார். ஆம், சந்தேகத்துக்குரியவர் - மூடர்களை மிரட்டுவதற்காகத் தந்திரக்காரக் கயவர்கள் கையாளும் அபத்தச் சொல்!... வயிற்றைப் புரட்டுகிறது... ஒருவகை அபசாரமே அன்றி வேறல்ல, மாபெரும் முக்கியத்துவம் வாய்ந்த மகோன்னதப் பணியாற்றும் மனிதருக்குப் புரியப்படும் அபசாரம். ஆசிரியரை நேருக்கு நேர் சந்திக்கையில் எனக்கு எப்படி இருக்கிறது தெரியுமா? நெஞ்சு குறுகுறுக்கிறது, அவரது பயந்த சுபாவத்துக்காகவும் அவந்தரையான கோலத்துக்காகவும் உள்ளுக்குள் எனக்குச் சங்கடமாய் இருக்கிறது, ஆசிரியரது இந்த அவல நிலைக்கு எப்படியோ நான்தான் காரணம் என்பது போன்ற குற்றஉணர்ச்சி என் மனத்தை உறுத்துகிறது... வேடிக்கையல்ல, உண்மையைச் சொல்கிறேன்!"

ஆலோசித்தவாறு கணப்பொழுது மௌனமாய் இருந்தபின் கையை வீசிக் காட்டி மெல்லிய குரலில் கூறினார்:

"எவ்வளவு அபத்தமான, அலங்கோலமான நாடு - நமது இந்த ருஷ்யா!" [அக்காலத்திய ஜாரிஸ்டு ருஷ்யாவைப்பற்றி இவ்வாறு கூறினார் செகாவ்.]

அவரது அன்பு கெழுமிய கண்களின் மீது ஆழ்ந்த சோகம் கரு நிழலெனப் படர்ந்தது. மெல்லிய பின்னல்களாய் அந்தக் கண்களைச் சுற்றிலும் சுருக்கங்கள் தோன்றி, அவருடைய பார்வையை ஆழமாக்கின. சுற்றுமுற்றும் பார்த்துவிட்டு அவர் தம்மைத்தாமே கிண்டல் செய்து கொண்டார்:

"பாருங்களேன், மிதவாதச் செய்தியேட்டிலிருந்து தலையங்கக் கட்டுரையை அப்படியே முழுமையாய் உங்களிடம் சொல்லித் தீர்த்து விட்டேன். போகலாம் வாங்க, பொறுமையாகக் கேட்டதற்காக உங்களுக்குத் தேநீர் தருகிறேன்..."

அடிக்கடி அவர் இப்படிச் செய்வது வழக்கம்: ஆர்வமும் உருக்கமும் உளமார்ந்த முனைப்பும் மிக்கவராகப் பேசிக் கொண்டிருப்பார், பிறகு திடுமெனத் தம்மையும் தாம் பேசிய பேச்சையும் கேலி செய்து நகை புரிந்துகொள்வார். அவரது இந்த மென்மைவாய்ந்த, துயரம்தோய்ந்த நகைப்பானது, சொற்களின் மதிப்பை, கனவுகளின் மதிப்பை அறிந்த ஒருவருக்கு உரித்தான நுட்பம் மிகுந்த அந்த ஐயப்பாட்டினை நமக்கு உணர்த்தும். அதோடு உள்ளங் கவரும்படியான தன்னடக்கமும் அரிய உணர்ச்சி நயமும் இந்த நகைப்பில் கலந்திருப்பதைக் காண முடியும்...

பேசாமல் மௌனமாய் நாங்கள் வீட்டுக்குத் திரும்பி நடந்தோம். பிரகாசமான, வெதுவெதுப்பான நாள் அது. கதிரவது ஒளியில் அலைகள் பளிச்சிட்டு விளையாடி இரைந்தன. குன்றின் அடிவாரத்தில் நாய் ஒன்று எதைப்பற்றியோ மகிழ்ச்சி கொண்டு கீச்சுக் குரல் எழுப்பிக் கொஞ்சிற்று.

செகாவ் என் கரத்தைப் பற்றிக்கொண்டு இருமலுக்கு இடையே மெல்லக் கூறினார்:

"வெட்ககரமானது, சோகம் வாய்ந்தது, ஆயினும் இதுதான் உண்மை: நாயைப் பார்த்துப் பொறாமைப்பட வேண்டிய நிலையில் இருக்கிறார்கள் மிகப் பலரும்..."

உடனே புன்சிரிப்பு சிரித்தபடி மேலும் சொன்னார்:

"இன்று நான் பேசுகிற பேச்சு எல்லாம் கிழடு தட்டிய பேச்சாய் இருக்கிறது... கிழவனாகி வருகிறேன்!"

அடிக்கடி அவர் என்னிடம் கேட்பார்:

"இதைக் கேளுங்கள், ஆசிரியர் ஒருவர் வந்திருக்கிறார்... நோய்வாய்ப்பட்டவர், மணமானவர் - அவருக்கு உதவ வழி உண்டா? நீங்கள் ஏதாவது செய்ய முடியுமா? தற்போதைக்கு அவருக்கு ஏதோ ஏற்பாடு செய்திருக்கிறேன்..."

இல்லையேல்:

"கோர்க்கி, கேளுங்கள் இதை: ஆசிரியர் ஒருவர் உங்களைப் பார்த்துப் பேச விரும்புகிறார். அவரால் எழுந்து வருதற்கில்லை, படுத்த படுக்கையாய் இருக்கிறார். நீங்கள் போய் அவரைப் பார்க்கிறீர்களா?"

இல்லையேல்:

"புத்தகங்கள் அனுப்பி வைக்கும்படி இதோ சில ஆசிரியைகள் கேட்கின்றார்கள்..."

சிலசமயம் அவர் வீட்டில் இந்த "ஆசிரியர்" இருக்கக் காண்பேன்: வழக்கம்போல் இவ்வாசிரியர் தமது எக்கச்சக்கமான நிலைமையை உணர்ந்து அதனால் முகம் சிவந்துபோய், தடங்கலின்றிக் "கல்விஞானத்துடன்" பேச வேண்டுமென்ற முயற்சியால் வியர்த்து விருவிருத்த நிலையில், நாற்காலியின் ஓரத்தில் அமர்ந்து கொண்டு பாடுபட்டுச் சொற்களைத் தேடிப் பிடித்துப் பேசுவார்; அல்லது பிணியெனச் சொல்லத்தக்க அளவுக்குக் கூச்சம் கொண்டவருக்கு உரிய மிதமிஞ்சிய அன்னியோன்னியத்துடன் பேச முயன்று, எழுத்தாளரின் கண்ணுக்கு அசடாகப் பட்டுவிடக்கூடாதே என்ற விருப்பத்தில் ஏனைய யாவற்றையும் மறந்தவராய் ஆன்டன் பாவ்லோவிச்சைப் பார்த்துக் கேள்விக்கு மேல் கேள்வியை அடுக்கிச் சொல்வார்; அனேகமாய் எல்லாம் திடுமென அந்தக் கணத்தில் அவர் மனத்துள் உதித்த கேள்விகளாகவே இருக்கும்.

ஆன்டன் பாவ்லோவிச் தாறுமாறான அந்தப் பேச்சைக் கவனமாகக் கேட்டுக் கொண்டிருப்பார், துயரச் சாயல் படிந்த அவரது கண்கள் பளிச்சிட்டுப் புன்னகை புரிந்து, கன்னப் பொட்டுகளில் உள்ள சுருக்கங்களைச் சிலிர்க்கச் செய்யும். ஆழமும் மென்மையும் கனிவுமுடைய அவரது குரலில் பிறகு அவர் பேச ஆரம்பிப்பார். அவருடைய சொற்கள் எளிமைவாய்ந்த தெளிவான சொற்களாய், வாழ்க்கையுடன் நெருங்கிய பிணைப்பு கொண்டவையாய் இருக்கும். அவரைப் பார்த்துப் பேச வந்தவரை இந்தச் சொற்கள் உடனே

நிம்மதியடைய வைத்து இயல்பான நிலைக்குத் திரும்பி வரச் செய்யும். கெட்டிக்காரராய் இருக்க வேண்டுமென்ற முயற்சியை ஆசிரியர் விட்டொழித்து விடுவார், இதனால் உடனே அவர் கெட்டிக்காரராய் மட்டுமன்றிச் சுவையானவராகவும் மாறி விடுவார்...

இந்த ஆசிரியர்களில் ஒருவர் என் நினைவுக்கு வருகிறார் - நெட்டையான, ஒல்லியான மனிதர், ஒட்டி உலர்ந்த முகமும் சோர்வுடன் தாடையை நோக்கிக் கவிழ்ந்த நீளமான கிளி மூக்கும் கொண்டவர். ஆன்டன் பாவ்லோவிச்சுக்கு எதிரே அமர்ந்து, அசங்காத கரிய விழிகளால் அவரது முகத்தை உற்றுப் பார்த்தவாறு தொண தொணக்கும் அடித் தொண்டைக் குரலில் அவ்வாசிரியர் சொல்லிக் கொண்டிருந்தார்:

“கல்வி போதனைக் காலம் முழுமையிலும் வாழ்நிலையிலிருந்து வரப்பெறும் இவ்வித மனப்பதிவுகள் குவிவுபெற்று, அந்தமாதிரியான மனோதத்துவக் கலப்படத் திரட்சியாய் உருவாகி, சுற்றிலும் உள்ள உலகினை எதார்த்தப் போக்குடன் அணுகுவதற்கு அறவே வழி இல்லாதபடிச் செய்துவிடுகிறதே. உலகம் என்பது அதைப்பற்றி நாம் கொண்டிருக்கும் கருத்துருவமே தவிர வேறு என்ன...”

இங்கே அவர் தத்துவஞானத் துறையினுள் நுழைந்து, குடிமயக்கம் கொண்ட நிலையில் பனிக்கட்டியில் அடியெடுத்து வைத்தவரைப் போல் வழுக்கியடித்துக் கொண்டு சென்றார்.

“அது சரி, இதைச் சொல்லுங்கள்” என்று தணிவான குரலில் அன்புடன் கேட்டார் செகாவ். “உங்களுடைய மாவட்டத்தில் மாணாக்கர்களை அடிக்கிறாராமே ஒருவர், யார் அவர்?”

நாற்காலியிலிருந்து ஆசிரியர் துள்ளி எழுந்து ஆவேசமாகக் கைகளை வீசினார்.

“என்ன? நானா? இல்லவே இல்லை! அடிப்பதாவது?”

பொறுக்கமாட்டாதவராய்ப் பொருமினார்.

“நீங்கள் கிளர்ச்சியடையக் கூடாது” என்று அவர் அமைதியடையும் வண்ணம் புன்னகை புரிந்தவாறு, தொடர்ந்து கூறினார் ஆன்டன் பாவ்லோவிச். “நீங்கள் செய்ததாகவா சொன்னேன்? செய்தியேட்டில் படித்ததாய் எனக்கு ஞாபகம், யாரோ ஒருவர் அடித்தாராம், உங்கள் மாவட்டத்தில்...”

ஆசிரியர் தமது இருக்கையில் அமர்ந்து, வியர்த்துவிட்ட முகத்தைத் துடைத்தவாறு நிம்மதியுடன் பெருமூச்சு விட்டு அடித்தொண்டைக் குரலில் கூறினார்:

“மெய்தான்! அப்படி ஒரு சம்பவம் நடைபெற்றது. அவர் பெயர் மக்காரவ். என்னைக் கேட்டால் இதில் ஆச்சரியப்படுவதற்கு ஒன்றும் இல்லை! அக்கிரமம்தான், ஆனால் புரிந்துகொள்ளக் கூடியது. அவர் மணமானவர், நான்கு குழந்தைகள், மனைவியோ நோயாளி, அவருங்கூட உடல் நலம் இல்லாதவர்தான் - காசத்தால் துன்புறுகிறார். அவருக்குக் கிடைக்கும் சம்பளம் இருபது ரூபிள்... பள்ளிக்கூடம் கிடங்கு போன்றது, ஆசிரியர்களுக்கு இருப்பது ஒரேயொரு அறை. இம்மாதிரியான நிலைமைகளில், குற்றங்குறையற்ற தேவதூதனையுங்கூட அடிக்கவே தோன்றும். ஆனால் மாணாக்கர்கள் தேவதூதர்களைப் போன்றவர்கள் அல்லர், - உங்களுக்குச் சந்தேகமே வேண்டாம்!”

கணப்பொழுதுக்கு முன்பு சிறிதும் இரக்கம் இல்லாதவராய், தாம் அறிந்த பிரமாதமான சொற்களை எல்லாம் செகாவ் திகைப்புறும்படி எடுத்தாள முயற்சி செய்த இம்மனிதர், திடுமென இப்போது காண்போர் கலங்கும்படித் தமது நீளமான கிளி மூக்கை ஆட்டியசைத்துக் கொண்டு, எளிமையிலும் எளிமையான, கல்லாய்க் கனக்கும் சொற்களில் பேசினார் - அவரது இந்தச் சொற்கள் ருஷ்யக் கிராமத்தில் நடைபெறும் வாழ்க்கையின் கேடுகெட்ட, பயங்கர உண்மையைத் தெள்ளத்தெளிவாகத் தெரியச் செய்தன...

விடைபெற்றுக் கொள்ளுகையில் அந்த ஆசிரியர் மெல்லிய விரல்களுடன் சிறிதாய் இருந்த செகாவின் உலர்ந்த கையைத் தமது இரு கைகளாலும் பிடித்து அழுத்தியவாறு கூறினார்:

“மேலிடத்தவரைப் பார்க்க வருவது போல் கூச்சப்பட்டுக் கொண்டும் நடுங்கிக் கொண்டும் உங்களிடம் வந்தேன், நானும் கொஞ்சம் மதிக்கத் தக்கவன்தான் என்று காட்டிக்கொள்ள விரும்பி வான்கோழிச் சேவலைப் போல் பகட்டாய் ஆடினேன்... அருமையான ஒருவரிடமிருந்து, யாவற்றையும் புரிந்துகொள்ளக் கூடிய நெருங்கிய ஒருவரிடமிருந்து செல்வது போல இப்பொழுது விடை பெற்றுக்கொண்டு புறப்படுகிறேன். யாவற்றையும் புரிந்துகொள்வது என்பது மகத்தானது! நன்றி உங்களுக்கு! போய் வருகிறேன். பெரியோராய் இருப்போர் எளிமையாய் இருக்கின்றார்கள், புரிந்துகொள்கிறார்கள், நாங்கள் யார் மத்தியிலே வாழ்கிறோமோ அந்தச் சின்னப் பிறவிகளைக் காட்டிலும்

உள்ளத்தால் எங்களுக்கு நெருங்கியவர்கள் என்ற அரும் பெரும் எண்ணத்துடன் புறப்படுகிறேன். வணக்கம், எந்நாளும் உங்களை மறக்க மாட்டேன்..."

அவரது மூக்கு அதிர்ந்து சிலிர்த்தது, உதடுகள் அன்பு நிறைந்த புன்னகையால் மலர்ச்சியுற்றன. எதிர்பாராதவிதமாய் அவர் மேலும் சொன்னார்:

"சரிவரச் சொன்னால் இந்தச் சின்னப் பிறவிகள் பாக்கியமில்லாத ஆட்களும் ஆவர் - நாசமாய்ப் போக!"

புறப்பட்டுச் சென்ற அவரைப் பார்வையால் பின் தொடர்ந்தவாறு ஆன்டன் பாவ்லோவிச் புன்னகை புரிந்து கொண்டார். பிறகு அவர் கூறினார்:

"அருமையானவர், ஆனால் அதிக காலத்துக்கு ஆசிரியராய் நீடிக்க மாட்டார்..."

"ஏன் அப்படிச் சொல்கிறீர்கள்?"

"விரட்டியடித்து விடுவார்கள்...தொலைத்துக் கட்டிவிடுவார்கள்."

சற்றுநேரம் மௌனமாய் இருந்துவிட்டு, மிருதுவான மெல்லிய குரலில் மேலும் கூறினார்:

"ருஷ்யாவில் நேர்மையானவர் எவரும் சிறு குழந்தைகளுக்குப் பூச்சாண்டி காட்டுவதற்காகத் தாதிகளுக்குப் பயன்படும் ஆளைப் போன்றவர் ஆவர்..."

ஆன்டன் பாவ்லோவிச்சுக்கு முன்னால் இருக்கையில் அதிக எளிமை வாய்ந்தோராய், மெய்யானவர்களாய், எந்த வேடமும் இன்றித் தமது சுய சொரூபத்தில் இருக்க வேண்டுமென்ற விருப்பம் எல்லாருக்கும் அவர்களை அறியாமலே ஏற்பட்டதாகத் தோன்றுகிறது எனக்கு. பலரும் அவர் முன்னால் தமது ஜோடனைகளைக் களைந்தெறிந்ததை நான் பல சந்தர்ப்பங்களில் கவனித்து வந்தேன். காட்டில் வாழும் குடிகள் கிளிஞ்சிகளையும் மீன் பற்களையும் அணிந்து அழகுபடுத்திக்கொள்வது போல ருஷ்யர்கள் தம்மை ஐரோப்பியர்களாகக் காட்டிக்கொள்வதற்காக உபயோகித்த ஜோடனைகளாகிய ஆடம்பரமான புத்தகச் சொற்களையும் புதுப் பாணியிலான தொடர்களையும் மலிவான ஏனைய பல அற்பங்களையும் உதறி எறிந்ததைக் கண்டு வந்தேன். மீன் பற்களிலும் பறவை இறகுகளிலும் விருப்பம் கொண்டவரல்ல

ஆன்டன் பாவ்லோவிச் மினுமினுக்குகிறவை, கிணுகிணுக்குகிறவை, அன்னியமானவை யாவும், "மேன்மைச் சிறப்புக்காக" மனிதர்கள் தரித்துக்கொள்கிறவை எல்லாம், அவருக்கு அருவருப்பையே உண்டாக்கின. பகட்டான ஆடம்பரக் கோலம் பூண்டவரை அவர் சந்திக்க நேர்ந்த ஒவ்வொரு சந்தர்ப்பத்திலும், உதவாத வெற்றுச் சுமையாய் வருத்திய இந்த அணிமணிகளிடமிருந்து, பேசுகிறவரது உண்மை உருவையும் உயிருள்ள ஆன்மாவையும் குலைத்திட்ட இவற்றிலிருந்து, அம்மனிதரை விடுவிக்க வேண்டுமென்ற அடங்காத ஆவல் அவருள் எழக் கண்டேன். வாழ்நாள் முழுதும் ஆன்டன் பாவ்லோவிச் தமது ஆன்மாவின் வழிப்படி வாழ்ந்தவர்; எப்போதுமே அவர் அவராகவே, அகச் சுதந்திரமுடையவராய் இருந்தவர் ஆன்டன் செகாவ், அவரிடமிருந்து சிலர் எதிர்பார்த்ததையும், நயங்குறைந்த ஏனைய சிலர் ஆணவமாகக் கோரியதையும் கவனியாது புறக்கணித்தவர். "உன்னதமான" உரையாடல்களை, அவர் விரும்பியதில்லை - தற்போது அணிந்து கொள்ள உருப்படியான ஆடை ஒன்றேனும் இல்லாத நிலையில், வருங்காலத்துக்கு உரிய பட்டு ஆடைகுறித்துப் பேசுவது அபத்தமே அன்றி வேடிக்கை அல்ல என்பதை மறந்து, அப்பாவிகளான ருஷ்யர்கள் அவ்வளவு உற்சாகமாய் ஈடுபட்டுக் களிப்புறும் இந்த உரையாடல்கள் அவருக்குப் பிடிக்காதவை.

இன்னரும் எளிமை வாய்ந்தவரான அவர் எளிமையானவை, உண்மையானவை, நேர்மையானவை யாவற்றையும் நேசித்தார். ஏனையோரையும் எளிமை வாய்ந்தவர்களாய் ஆக்குவதற்கு அவர் தமக்குரிய சொந்த வழியைக் கடைபிடித்து வந்தார்.

கண்ணைப் பறிக்கும்படியான ஆடைகள் அணிந்த மூன்று சீமாட்டியர் ஒரு நாள் அவரிடம் வந்திருந்தார்கள். அவரது அறையினுள் பட்டு ஆடைகளின் சலசலப்பும் தலை கிறுகிறுக்கும்படியான செண்டுகளின் மணமும் நிரப்பும் படி மூவரும் அவருக்கு முன்னால் ஆர்ப்பாட்டமாய் அமர்ந்து, அரசியலில் அபார அக்கறை கொண்டவர்களாகப் பாவனை செய்து கொண்டு "கேள்வி மேல் கேள்வி கேட்க" ஆரம்பித்தார்கள்.

"ஆன்டன் பாவ்லோவிச்! போர் எப்படி முடிவுறுமென்று நினைக்கிறீர்கள்?"

ஆன்டன் பாவ்லோவிச் இருமியவாறு சிறிதுநேரம் ஆலோசித்துவிட்டு மென்மையும், உருக்கமும், அன்பும் நிறைந்தகுரலில் பதிலளித்தார்:

ரா. கிருஷ்ணய்யா

“நிச்சயம் சமாதானத்தில்தான் முடிவுறும்...”

“ஓ, அதில் என்ன சந்தேகம்? ஆனால் வெற்றி பெறப் போவது யார்? கிரேக்கர்களா, துருக்கியர்களா?”

“நான் என்ன நினைக்கிறேன் என்றால், யார் அதிக பலமுடையவர்களோ, அவர்கள்தான் வெற்றி பெறுவார்கள்...”

“உங்கள் அபிப்பிராயத்தில் யார் அதிக பலமுடையவர்கள்?” என்று போட்டி போட்டுக் கொண்டு கேட்டனர் சீமாட்டியர்.

“யார் நன்கு உண்டு, நன்கு கற்றுள்ளனரோ...”

“ஆ, எவ்வளவு சாதுர்யமான பதில்!” என்று வியந்து கூவினாள் ஒரு சீமாட்டி.

“நீங்கள் அதிகம் விரும்புவது யாரை? கிரேக்கர்களையா, துருக்கியர்களையா?” என்று வினவினாள் இன்னொரு சீமாட்டி.

ஆன்டன் செகாவ் அவளைக் கனிவுடன் நோக்கினார், பணிவன்புடன் புன்சிரிப்பு சிரித்துக் கொண்டு பதிலளித்தார்:

“நான் விரும்புவது மர்மலேடு... [மர்மலேடு - பழப் பாகுப் பணியாரம்.] உங்களுக்குப் பிடிக்காதா அது?”

“எனக்கு உயிர்தான்!” என்று துள்ளிக் கொண்டு கூவினார் அந்தச் சீமாட்டி.

“மணமும் சுவையும் மிக்கது ஆயிற்றே!” என்று இன்னொரு சீமாட்டி வலியுறுத்தினாள்.

உடனே மூவரும் மர்மலேடின் நுட்பங்களைப் பற்றி ஊக்கமாய் உரையாட முற்பட்டார்கள். இங்கு அவர்கள் வியக்கத்தக்க புலமையும் நுண்ணறிவும் பெற்றிருந்தது வெளியாயிற்று. இதுகாறும் அவர்கள் சிந்தித்திராத அந்தத் துருக்கியர்களையும் கிரேக்கர்களையும் பற்றிய பிரச்சினையில் மிகுந்த நாட்டம் கொண்டிருப்பதாகப் பாவனை செய்து மூளையை வருத்திக்கொள்வது தேவையற்றதாகியதும் அவர்களுக்கு ஏற்பட்ட மகிழ்ச்சியைத் தெளிவாகவே காண முடிந்தது.

புறப்பட்டுச் செல்லுகையில் அவர்கள் குதூகலம் மிக்கவர்களாய் ஆன்டன் பாவ்லோவிச்சிடம் வாக்களித்தார்கள்:

“நாங்கள் உங்களுக்கு மர்மலேடு அனுப்பப் போகிறோம்.”

அவர்கள் போய்ச் சேர்ந்ததும், "உரையாடல் சிறப்பாய் இருந்தது!" என்று நான் குறிப்பிட்டேன்.

ஆன்டன் பாவ்லோவிச் மெல்லச் சிரித்துக் கொண்டு கூறினார்:

"ஒவ்வொருவரும் அவரது சொந்த மொழியில் பேச வேண்டும்..."

இன்னொரு சமயம் கண்ணுக்கு இனிய இளம் பிராசிக்யூட்டர் ஒருவர் அவரது அறையில் இருக்கக் கண்டேன். செகாவுக்கு முன்னால் நின்று சுருட்டைமுடித் தலையைப் பின்பக்கம் சாய்த்து உலுக்கிக் கொண்டு, தன்னம்பிக்கை வாய்ந்த குரலில் அவர் சொன்னார்:

"ஆன்டன் பாவ்லோவிச், உங்களுடைய போக்கிரி [இந்தக் கதையில் செகாவ், விவரம் அறியாத அப்பாவிக் குடியானவனைப் பற்றிக் கூறுகிறார். ரயில் பாதையின் தண்டவாளத்திலிருந்து திருகாணியைக் கழற்றி எடுத்தால் ரயில் வண்டி விபத்துக்கு உள்ளாக நேரலாம் என்பது அறியாமலே, மீன் பிடிக்கும் வலையுடன் பளுவாய் இணைப்பதற்காக அவன் தண்டவாளத்துத் திருகாணியைக் கழற்றுகிறான்.] கதையில், நீங்கள் மிகவும் சிக்கலான பிரச்சினையை என் முன்னால் வைக்கிறீர்கள். தெனிஸ் கிரிகோரியெவிடம் வேண்டுமென்றே கேடு புரியும் சித்தம் இருப்பதாய் அங்கீகரிப்பேனாயின், சிறிதும் தயங்காமல் தெனிசைச் சிறைக்கு அனுப்புதல் என் கடமையாகும், ஏனெனில் சமுதாயத்தின் நலன்கள் இதனைக் கோருகின்றன. ஆனால் அவன் நாகரிகமடையாத பழங்குடியினன் என்பதால் தனது செயல் குற்றச் செயலாகும் என்பதை உணராதவனாய் இருக்கிறான். அவனது நிலைக்காக நான் வருந்துகிறேன்! ஆய்வறிவு இல்லாதவனாய் நடந்து கொள்கிறான் என்று கருதி இரக்க உணர்ச்சிகளுக்கு நான் பணிந்து விட்டால், மறுபடியும் அவன் திருகாணிகளைக் கழற்றி ரயில் வண்டியைத் தடம்புரளச் செய்ய மாட்டானென எப்படி என்னால் சமுதாயத்துக்கு உத்தரவாதம் அளிக்க முடியும்? இதுதான் இங்கு எழும் கேள்வி! என்ன செய்யலாம்?"

பேச்சைச் சற்றே நிறுத்தி பின்னால் சாய்ந்தபடித் தமது ஊடுருவும் பார்வையை ஆன்டன் பாவ்லோவிச்சினது முகத்தின் மீது பதித்தார். அவர் உடுத்தியிருந்த பணித்துறை உடுப்பு புத்தம் புதியது. அதில் மார்பில் வரிசையாய் இருந்த பொத்தான்கள் அந்த வெறித்தனமான நீதிப் பற்றாளராகிய இளைஞரது சுத்தமான

முகத்தில் பளபளத்த கண்களைப் போல் தன்னம்பிக்கை வாய்ந்த அசட்டுத்தனத்துடன் பளிச்சிட்டு மின்னின.

"நான் நீதிபதியாய் இருந்திருந்தால் தெனிசுக்குக் குற்றவிடுதலைத் தீர்ப்பு அளித்திருப்பேன்" என்று ஆன்டன் செகாவ் கருத்தார்ந்த முறையில் சொன்னார்.

"எந்த அடிப்படையில்?"

"அவனிடம் சொல்லியிருப்பேன்: 'தெனிஸ், உணர்ந்து குற்றம் புரிகிற ரகத்தவனாய் நீ இன்னும் வளர்ந்தாகவில்லை, போய் உடனே இந்தக் காரியத்தைச் செய்!'"

வழக்கறிஞர் சிரித்தார், ஆனால் மறுகணமே தமது ஆடம்பரமான காரியார்த்த தோரணை திரும்பவும் வரப்பெற்றுத் தொடர்ந்து கூறினார்:

"இல்லை, மதிப்புக்குரிய ஆன்டன் பாவ்லோவிச், நீங்கள் எழுப்பியிருக்கும் பிரச்சினைக்குச் சமுதாய நலன்களது நோக்குநிலையிலிருந்து மட்டுமே தீர்வு காண இயலும். சமுதாயத்தின் வாழ்வையும் சொத்துக்களையும் பாதுகாப்பது எனக்குரிய கடமை. தெனிஸ் நாகரிக வளர்ச்சி இல்லாதவன் என்பது மெய்தான், ஆயினும் அவன் குற்றவாளியே, இதுதான் இங்குள்ள உண்மை!"

"உங்களுக்கு இசைப்பெட்டி பிடிக்குமா?" என்று வெடுக்கெனக் கேட்டார் ஆன்டன் பாவ்லோவிச்.

"ஓ, பிடிக்குமே! சந்தேகம் என்ன? அற்புதமான கண்டுபிடிப்பு!" என்று ஊக்கமாகப் பதிலளித்தார் இளைஞர்.

"ஆனால் எனக்கு இந்த இசைப்பெட்டி சகிக்கவே முடியாத ஒன்று!" என்று வருத்தத்துடன் குறிப்பிட்டார் ஆன்டன் பாவ்லோவிச்.

"ஏன் அப்படி?"

"ஆமாம், அது பேசுகிறது, பாடுகிறது - ஆனால் இம்மியளவுகூட உணர்ச்சி இல்லை. அதிலிருந்து வெளிவருவது எல்லாம் வெறுமையாய், உயிரற்றதாய் இருக்கிறது... புகைப்படம் பிடிப்பதில் உங்களுக்கு ஈடுபாடு உண்டா?"

புகைப்படக் கலையில் அந்த வழக்கறிஞர் அபார அபிமானம் கொண்டவர் என்பது உடனே தெரிய வந்தது - அளவிலா ஆர்வத்துடன் அவர் அதைப்பற்றிப் பேச ஆரம்பித்தார். இசைப்பெட்டியில் அறவே கருத்து இழந்து விட்டார், மிகவும் கூர்மையாகச் சரியானபடி செகாவ்

கண்ணுற்றது போல், அந்த "அற்புதமான கண்டுபிடிப்புக்கும்" அவருக்கும் அத்தனை ஒற்றுமை இருந்துங்கூட அதில் நாட்டமின்றி வேறொன்றைப்பற்றிப் பேசிக் கொண்டிருந்தார். துடிப்பானவர், ஓரளவு சுவையானவர், வேட்டையில் கலந்துகொள்ளும் குட்டிநாயைப் போல் வாழ்க்கையில் இன்னும் இளநிலையில் இருக்கும் ஒருவர் அந்தப் பணித்துறை உடுப்பிலிருந்து வெளியே தலை காட்டியதைத் திரும்பவும் நான் கண்டேன்.

இளைஞரை அனுப்பி வைத்ததும் ஆன்டன் பாவ்லோவிச் வேதனையுடன் குறிப்பிட்டார்:

"இந்த மாதிரியானவை... நீதித்துறையின் பின்புறத்தில் இருக்கும் இந்தப் பருக்கள், மாந்தரது கதியை அல்லவா தீர்மானிக்கின்றன."

சற்று நேரத்துக்குப் பிறகு, மேலும் கூறினார்:

"பிராசிக்யூட்டர்கள் தூண்டிலிட்டு மீன் பிடிக்க விரும்புகிறவர்கள். முக்கியமாய், பெரிய பெர்ச் மீன் கிடைக்குமா என்று தேடுகிறவர்கள்."

கொச்சைத்தனம் எங்கிருப்பினும் அதை அம்பலப்படுத்திக் காட்டுவது அவருக்குக் கைவந்த கலையாகும். வாழ்க்கையில் மிக உயர்ந்த கோரிக்கைகளை முள் வைத்துப் பாடுபடுகிறவரால் மட்டுமே இந்தக் கலையில் பாண்டித்தியம் பெற முடியும். மனிதனிடத்தே எளிமையும் எழிலும் இசைவும் கோலோச்சக் காண வேண்டுமென்ற அடங்காத ஆசையிலிருந்து உதித்தெழும் கலை இது. கொச்சைத்தனத்தை வெளிப்படுத்திக்காட்டிக் கண்டிப்பதில் எப்போதுமே அவர் கடுமை வாய்ந்தவராகவும் இரக்கமற்றவராகவும் இருந்தவர்.

யாரோ ஒருவர் அவர் முன்னால் பிரபல இதழ் ஒன்றின் ஆசிரியரைப் பற்றிச் சொன்னார்: ஏனையோருக்கு அன்பும் பரிவும் காட்டுவதன் அவசியம் குறித்து எந்நேரமும் வற்புறுத்தி வருபவரான இந்த ஆசிரியர், ரயில் வண்டியில் கண்டக்டர் ஒருவரை எக்காரணமும் இல்லாமல் அவமதித்தார் என்றும், தமக்குக் கீழுள்ள பணியாளர்களிடம் முரட்டுத்தனமாய் நடந்துகொள்வது அவரது வழக்கம் என்றும் கூறினார்.

"ஆமாம், வேறு என்னவாம்?" என்று வெறுமையுடன் நகைத்துக் கொண்டார் ஆன்டன் பாவ்லோவிச். "மேற்குலத்துக்கு உயர்ந்துவிட்ட மனிதர் இவர், கல்வியறிவு உடையவர்... கல்லூரி மாணவராய்

இருந்தவர்! மரப்பட்டை மிதியடிகளில் போய்க் கொண்டிருந்தார் இவர் தந்தை, ஆனால் இவர் பளபளக்கும் பூட்சுகள் அணிந்தவர் ஆயிற்றே…"

இதைச் சொன்ன அவரது குரலின் தொனி, இந்த "மேற்குலத்தவர்" எள்ளி நகையாடத் தக்கதோர் அற்பன் என்பதை எல்லார்க்கும் அறிவித்தது.

"பேராற்றல் படைத்தவர்!" என்று ஒரு பத்திரிகையாளரைப் பற்றி அவர் சொன்னார். "அவரது எழுத்துக்கள் உன்னதமானவை, மனிதநேயம் வாய்ந்தவை... இனிப்பானவை. எல்லார் முன்னிலையிலும் தமது மனைவியை முட்டாளெனத் திட்டுகிறார். அவரது வீட்டு வேலைக்காரர்கள் ஈரமும் குளிருமான அறையில் இருக்க வேண்டியிருப்பதால் எப்போதும் அவர்களுக்குக் கீல்வாதம்…"

"என். என். இருக்கிறாரே, அவரை உங்களுக்குப் பிடிக்குமா, ஆன்டன் பாவ்லோவிச்?"

"ஆமாம்... அவர் அருமையான ஆள் ஆயிற்றே" என்று இருமிக்கொண்டு பதிலளிக்கிறார் ஆன்டன் பாவ்லோவிச். "எல்லாம் அறிந்தவர். நிறைய படிக்கிறார். என்னிடம் மூன்று புத்தகங்கள் வாங்கிச் சென்றார், திருப்பித் தரவில்லை. மறந்து விடுவார், நீங்கள் அன்புதமானவர் என்று இன்று உங்களிடம் சொல்வார், நாளைக்கு வேறு ஒருவரிடம் போய் உங்களது ஆசை நாயகியின் கணவரது நீலப் பட்டைகளையுடைய கறுப்புப் பட்டுக் காலுறைகளைக் கிழித்துவிட்டீர்கள் என்று கூறுவார்..."

"கனத்த" சஞ்சிகைகளது "ஆழமான" பகுதிகள் படிக்க முடியாதபடிச் சப்பென்றும் கடினமாகவும் இருப்பதாக யாரோ ஒருவர் முறையிட்டது அவர் காதில் விழுந்தது.

"அந்தக் கட்டுரைகளைப் படிக்காதீர்கள்" என்று உறுதி வாய்ந்தவராகப் பதிலளித்தார் ஆன்டன் பாவ்லோவிச். "அவை கூட்டுறவுப் படைப்புகள்... அதாவது நண்பர்கள் கூட்டாகத் தயாரிப்பவை. திருவாளர்கள் கிராஸ்னோவ், செர்னோவ், பெலோவ் [திருவாளர்கள் சிவப்பர், கறுப்பர், வெள்ளையர்.] எழுதுகின்றவை.

ஒருவர் கட்டுரை எழுதுகிறார், இன்னொருவர் மறுப்புரை தருகின்றார், மூன்றாமவர் முதல் இரண்டுக்கும் உள்ள முரண்பாடுகளுக்குச் சமரசம் காண்கிறார். கற்பனையான

ஆட்டக்காரருடன் சீட்டாட்டம் ஆடுவது போன்றதாகும் இது. ஆனால் வாசகருக்கு இதெல்லாம் எதற்காக என்று அவர்களில் யாரும் தம்மைக் கேட்டுக்கொள்வதாகத் தெரியவில்லை."

பருத்த சீமாட்டி ஒருவர் முன்பு ஒரு தரம் அவரிடம் வந்தார். ஆரோக்கியமாகவும் கண்ணுக்கு இனியராகவும் இருந்தார், சிறப்பான ஆடைகள் அணிந்திருந்தார், வந்ததும் "செகாவ் பாணியில்" பேச ஆரம்பித்தார்:

"வாழ்க்கை அலுப்பூட்டுவதாய் இருக்கிறது, ஆன்டன் பாவ்லோவிச்! எல்லாமே சோபையற்றதாகிவிட்டது - மக்கள், வானம், கடல், ஏன் மலர்களுங்கூட எனக்குச் சோபையற்றதாய் இருக்கிறது. விரும்புவதற்கு ஏதும் இல்லை... உள்ளம் பதறுகிறது. இது ஒருவகைப் பிணியாகும்..."

"பிணியேதான்!" என்று அழுத்தமாகக் கூறினார் ஆன்டன் செகாவ். "மெய்யாகவே பிணிதான். லத்தீனத்தில் இதற்குப் பெயர் மார்பஸ் பாசாங்குட்டிஸ்."

நல்லவேளை அந்தச் சீமாட்டிக்கு லத்தீனம் தெரியவில்லை, அல்லது தெரியாததுபோல் அவர் பாசாங்கு செய்தாரோ, என்னவோ?

"விமர்சகர்கள் நிலத்தை உழும் குதிரைகளைத் தொல்லை செய்யும் குதிரை - ஈக்கள் போன்றவர்கள்" என்று, அறிவார்ந்ததான அவரது அந்தப் புன்னகை பளிச்சிடக்கூறினார் செகாவ். "குதிரை வேலை செய்கிறது, அதன் தசைநார்கள் வீணைத் தந்திகளைப் போல் விரைப்பாய் இருக்கின்றன. திடுமெனக் குதிரை - ஈ குதிரையின் பிட்டத்தில் வந்தமர்ந்து ரீங்காரமிட்டு நருக்கெனக் கடிக்கிறது. குதிரை சிலிர்த்துக்கொள்கிறது, வெடுக்கென வாலை உதறுகிறது. எதற்காக இந்த ஈ இப்படி ரீங்காரமிட்டுச் சுற்றி வருகிறது? எதற்காக என்று அதற்கே தெரியுமோ, என்னமோ - சந்தேகம்தான். அதன் சுபாவம் அப்படி - அமைதியில்லாமல் துறுதுறுத்துக் கொண்டிருக்கிறது. தான் இருப்பதைத் தெரியப்படுத்திக்கொள்ள விரும்புகிறது - 'நானும் இந்த உலகில் வாழ்கிறவன்தான், தெரியுமோ? இதோ பார், எனக்கு ரீங்காரம் செய்யத் தெரியும், எதைப்பற்றி வேண்டுமானாலும் ரீங்காரம் செய்வேன்!' என்கிறது அது. இருபத்தைந்து ஆண்டுகளாய் நான் என் கதைகளைப் பற்றிய விமர்சனங்களைப் படித்து வருகிறேன், பயனுள்ள எந்தவொரு விவரத்தையும் எதிலும் படித்ததாய் நினைவு இல்லை, எந்தவொரு நல்ல ஆலோசனையையும் சொல்லக் கேட்டது இல்லை. ஸ்காபிச்செவ்ஸ்கி என்பவர் மட்டும்தான் என் மனதில்

பதிந்திருப்பவர், குடித்துவிட்டு நான் எங்காவது குழியிலே செத்துக் கிடப்பேன் என்று, வருவது அறிந்து எழுதியவர் அவர்...”

துயரம் படிந்த அவரது சாம்பல் நிறக் கண்களில் அனேகமாய் எப்போதுமே மென்மையான நுட்ப ஏளனம் மிருதுவாகப் பளிச்சிட்டுக் கொண்டிருந்தது. ஆனால் எப்போதாவது இந்தக் கண்கள் கடுப்பும் கண்டிப்பும் கடுமையும் வாய்ந்தவையாக மாறிவிடும், அவரது மிருதுவான அன்பார்ந்த குரலில் அந்நேரங்களில் கடுப்பான தொனி புகுந்து கொண்டுவிடும். அடக்கமும் அன்பும் மிக்கவரான இவர் அவசியமெனக் கருதுவாராயின் எந்தப் பகை சக்தியையும் உறுதியாய் எதிர்த்து நிற்கக் கூடியவர் என்பதை அப்போது நான் உணர்வேன்.

ஏனையோரிடம் அவர் கொண்டிருந்த போக்கில் நம்பிக்கைக்கு இடமில்லாத நிலைக்குரிய சாயல் ஒன்று, கடுமையும் அமைதியும் வாய்ந்த வெறுமைக்கு ஒப்பான ஒன்று இருப்பதாகச் சில சமயம் எனக்குத் தோன்றும்.

“ருஷ்யரானவர் ஒரு விபரீதப் பிறவி!” என்று அவர் கூறினார் ஒரு நாள். “சல்லடை போன்றவர் அவர், எதையும் அதிக காலத்துக்கு மனத்தில் தேக்கி வைத்துக்கொள்ள முடியாதவர். இளமைப் பருவத்தில், கைக்குக் கிடைப்பதை எல்லாம் ஆவலுடன் படிக்கிறார்; முப்பது வயதான பின், காய்ந்து கருகிய சருகுகளைத் தவிர இதில் ஏதும் அவரிடம் எஞ்சியிருப்பதில்லை. வாழ்வாங்கு வாழ வேண்டுமாயின், மனிதனாய் வாழ வேண்டுமாயின், உழைப்பது அவசியம்! அன்பு கொண்டு, நம்பிக்கை கொண்டு உழைத்தாக வேண்டும். நம் நாட்டில் நமக்கு இப்படி உழைக்கத் தெரியவில்லை. கட்டடக் கலைஞர் நல்ல கட்டடங்களாய் இரண்டு அல்லது மூன்று கட்டியபின் எஞ்சிய வாழ்வெல்லாம் சீட்டாட உட்கார்ந்துவிடுகிறார், அல்லது நாடக மேடைத் திரைக்குப் பின்னால் மறைந்துவிடுகிறார். டாக்டருக்கு வாடிக்கைக்காரர்கள் ஓரளவு சேர்ந்ததும் விஞ்ஞான முன்னேற்றத்துடன் இணைந்து முன்செல்வதை நிறுத்திக் கொண்டு விடுகிறார்; நோவஸ்தி தெராப்பி (‘நோய் நீக்கச் செய்தி’) ஏட்டைத் தவிர வேறு எதையும் படிப்பதில்லை; எல்லா நோய்களும் நீர்க்கோவையிலிருந்து எழுகிறவையே என்கிற நம்பிக்கை நாற்பது வயதுக்கெல்லாம் அவரிடம் வேரூன்றிவிடுகிறது. துளியளவாவது தமது வேலையின் உட்பொருளைப் புரிந்துகொள்கிற அதிகாரி ஒருவரையேனும் இதுகாறும் நான் கண்டதில்லை. வழக்கமாய் இவர் தலைநகரிலோ, மாநில நகரிலோ அமர்ந்து கொண்டு குறிப்புகளையும்

கோப்புகளையும் கற்பனை செய்து, நிறைவேற்றப்படுவதற்காக அவற்றை ஸ்மியேவுக்கும் ஸ்மோர்கனுக்கும் அனுப்பி வைக்கிறார். இந்த ஆவணங்களால் ஸ்மியேவிலும் ஸ்மோர்கனிலும் நடமாட்டச் சுதந்திரமின்றி முடக்கப்படுவோர் யாராய் இருந்தால் அவருக்கு என்ன? - நாத்திகர் எப்படி நரக வேதனைகள் குறித்துக் கவலைப்படுகிறவர் அல்லவோ, அதுபோல அந்த அதிகாரியும் இதெல்லாம் குறித்துக் கவலைப்படுகிறவர் அல்ல. வழக்கறிஞர் எதிர்வாதியின் தரப்பில் வெற்றிகரமாய் வாதாடிப் பெயர் பெற்றுக் கொண்டபின், உண்மையின் தரப்பில் வாதாடுவது குறித்துக் கவலைப்படுவதை நிறுத்திக்கொள்கிறார், சொத்து உரிமைகளின் தரப்பில் மட்டும் வாதாட முற்படுகிறார், குதிரைப் பந்தயங்களில் பணம் கட்டுகிறார், சிப்பி உணா உண்கிறார், எல்லாக் கலைகளிலும் தேர்ந்த ஞானமுடைய இரசிகராகத் தம்மைப் பாவித்துக்கொள்கிறார். நடிகரானவர் இரண்டு மூன்று பாத்திரங்களை ஏற்று நடிப்பதில் ஓரளவு வெற்றி பெற்றதும் நடிப்புப் பயிற்சியை அதோடு நிறுத்திக் கொண்டு நெடுந்தொப்பி அணிந்து, மாமேதையாகத் தம்மைக் கருதிக்கொள்கிறார். ருஷ்ய நாடு பேராசைக்காரர்களும் சோம்பேறிகளும் ஆனவர்களது நாடு. இவர்கள் அளவின்றி அநியாயமாய் உண்டும் குடித்தும் வருகிறார்கள், பகற்பொழுதில் தூங்க விரும்புகிறார்கள், தூங்கும்போது குறட்டை விடுகிறார்கள். வீட்டில் ஒழுங்குமுறைக்காக வேண்டி இவர்கள் மணம் புரிந்து கொள்கிறார்கள், சமுதாயத்தில் அந்தஸ்துக்காக வேண்டி ஆசைநாயகி தேடிக்கொள்கிறார்கள். இவர்களது மனப்பாங்கு நாய்களுக்கு உரிய மனப்பாங்கு: உதையுங்கள், அடக்க ஒடுக்கமாகக் கீச்சிட்டவாறு வாலை இடுக்கிக் கொண்டு தமக்குரிய இடங்களைப் பார்க்க ஓடும்; தட்டிக் கொடுங்கள், மல்லாந்து படுத்துக் கொண்டு பாதங்களை உயர்த்தி வாலை ஆட்டும்...” [செகாவின் இயோனிச் கதையை இதற்கு ஒரு சிறந்த உதாரணமாகக் குறிப்பிடலாம்.]

துன்பமும் கடுமையும்வாய்ந்த இகழ்ச்சி இச்சொற்களில் தொனிக்கிறது. ஆயினும், இகழ்ந்த அதேநேரத்தில் அவர் இரங்கவும் செய்தார். அவருக்கு முன்னால் யாரேனும் நிந்திக்கப்படுவாராயின், உடனே அவருக்காக ஆன்டன் செகாவ் பரிந்து பேச முற்படுவார்:

“என்னங்க நீங்கள்? தொண்டு கிழவர் அவர், எழுபது வயதாகிறது...”

இல்லையேல்:

“இன்னும் அவர் வயது வராதவர் ஆயிற்றே, இளம் பருவத்துக்குரிய அசட்டுத்தனமே அன்றி ஒன்றுமில்லை...”

அவர் இப்படிப் பேசியபோது, அவர் முகத்தில் அருவருப்புக்கான குறி எதையும் நான் கண்டதில்லை...

இளம் பிராயத்தில் கொச்சைத்தனமானது வேடிக்கையாகவும் பொருட்படுத்தத் தகாததாகவுமே தோன்றுகிறது. ஆனால் சிறிது சிறிதாக அது ஆளைச் சுற்றி வளைத்துக் கொண்டுவிடுகிறது, நச்சு அல்லது கரிப் புகை போல் அதன் இருண்ட பனி மூட்டம் மூளையினுள்ளும் இரத்தத்தினுள்ளும் ஊடுருவிச் சென்றுவிடுகிறது. பிறகு அந்த ஆள் விடுதியின் முன்னுள்ள துரு பிடித்து மக்கிப்போன பெயர்த் தகடு போல் ஆகிவிடுகிறார் - தகட்டில் வரிவடிவங்கள் இருப்பதாகவே தெரிகிறது, ஆனால் என்ன குறிக்கப்பட்டிருக்கிறது என்பதுதான் புலப்படவில்லை.

கொச்சைத்தனத்தின் இருண்ட கடலில் துன்பம் வாய்ந்த அதன் மங்கலான விகடங்களை ஆன்டன் செகாவால் அவரது ஆரம்பக்காலக் கதைகளிலேயே புலப்படுத்திக் காட்ட முடிந்தது. அவரது “நகைச்சுவைக்” கதைகளைக் கவனமாகப் படித்துப் பார்த்தால் போதும்: வெறுப்புக்கும் வேதனைக்கும் உரிய கொடிய துன்பங்களைக் கதாசிரியர் நிறையவே கண்ணுற்றார் என்பதையும், வெட்கப்பட்டுக் கொண்டு அவற்றை நகைப்பூட்டும் வாசகங்களுக்கும் சம்பவங்களுக்கும் பின்னால் ஒளித்து வைத்தார் என்பதையும் உணர்ந்துகொள்ளலாம்.

கன்னிகை போல் அப்படி நாணம் கொண்டவராய் இருந்தார் அவர். “கண்ணியம் என்பது இல்லையே உங்களிடம்... கொஞ்சம் முயற்சி செய்துதான் பாருங்களேன்!” என்று யாரையும் பார்த்துப் பலத்த குரலில் பகிரங்கமாய் வற்புறுத்துவதற்கு அவருக்கு மனம் ஒப்பவில்லை. கண்ணியம் தமக்கு அவசர அவசியத்தேவை என்பதை அவர்கள் தாமாகவே உணர்ந்துகொள்வார்கள் என்று வீணாய் அவர் நம்பி வந்தார். கொச்சையானவை, அழுக்கானவை யாவற்றையும் வெறுத்தவரான அவர், வாழ்க்கையின் ஆபாசங்களைக் கவிஞருக்கு உரிய உயர்ந்த மொழியில், நகைச்சுவையாளரது மென்மையான புன்னகையுடன் விவரித்தார். அவரது கதைகளின் மெருகிடப்பட்ட அழகான மேற்பரப்புக்கு அடியில் இக்கதைகளது உட்கருத்தில் அடங்கியுள்ள முற்றிலும் கசப்பான கண்டனம் சொற்ப அளவுக்கே கண்ணுக்குத் தெரிகிறது.

அல்பியோனது மகள் என்னும் கதையைப் படிக்கும் மதிப்புக்குரிய வாசக அன்பர்கள் சிரிக்கிறார்கள். யாவற்றுக்கும் யாவருக்கும் அன்னியராகத் தனித்திருக்கும் ஒருவரை நன்கு உண்டு வாழ்கிறவரான கோமான் இழிந்த முறையில் நையாண்டி புரிவதை அவர்கள் கவனிக்கத் தவறினாலும் தவறலாம். ஆன்டன் செகாவின் நகைச்சுவைக் கதை ஒவ்வொன்றிலும் தூய்மையும் மெய்மையும் வாய்ந்த மனித இதயத்தின் மென்மையான ஆழ்ந்த பெருமூச்சு என் காதில் விழுகிறது. தமது தன்மானத்தைப் பாதுகாத்துக்கொள்ள முடியாதவர்களாய், போராட்டம் இல்லாமலே மிருக பலத்துக்குப் பணிந்து அடிமைகளாய் வாழ்கிறார்களே, அன்றாடம் அருந்தும் முட்டைக்கோசு சூப்பு கூடுமான அளவுக்குச் சத்து நிறைந்ததாய் இருப்பது அவசியம் என்பதன்றி வேறு நம்பிக்கை இல்லாதவர்களாகவும், வலிமையும் அகம்பாவமும் கொண்டோரிடம் உதைபட நேருமோ என்ற அச்சத்தைத் தவிர வேறு உணர்ச்சி இல்லாதவர்களாகவும் இருக்கிறார்களே என்று இரக்கம் தெரிவித்து, நம்பிக்கைக்கு வழியில்லாத நிலையில் விடும் பெருமூச்சு அது.

வாழ்க்கையின் சிறுதிற விவகாரங்களது அவலத்தை சேகவைப் போல் யாரும் என்றும் அவ்வளவு தெளிவாகவும் நுட்பமாகவும் புரிந்து கொண்டதில்லை. மத்தியதர வகுப்பாரது வாழ்க்கையின் இருண்ட குழப்படியில் மானக்கேடாகவும் பரிதாபத்துக்கு உரியதாகவும் இருந்தவை யாவற்றையும் இதன்முன் யாராலும் இரக்கமின்றி இப்படி உண்மைச் சித்திரமாய் வரைந்து மக்களுக்குக் காட்ட முடிந்ததில்லை.

கொச்சைத்தனத்தை அவர் தமது பகையாகக் கொண்டிருந்தார். வாழ்வெல்லாம் அதை எதிர்த்துப் போராடினார், அதை எள்ளி நகையாடினார், கூர்மைவாய்ந்த உறுதியான பேனாவினால் அதை வரைந்து காட்டினார். முதல் பார்வைக்குப் பாங்காகவும் வசதியாகவும் ஒளிமிக்கதாகவுங்கூட அமைந்ததாகத் தோன்றும் இடங்களிலும் கொச்சைத்தனத்தின் பூசணத்தைக் கண்டுபிடித்துச் சுட்டிக் காட்டினார்... அவரது சடலம் - கவிஞர் ஒருவரது சடலம்- சிப்பிகளைக் கொண்டு வருவதற்கான சரக்கு ரயில் பெட்டியில் மாஸ்கோவுக்கு வந்துசேரும்படிச் செய்து, கொச்சத்தனமானது அவர் மீது வஞ்சம் தீர்த்துக் கொண்டது.

கொச்சைத்தனமானது களைத்து ஓய்ந்துபோன அதன் பகையைப் பார்த்து வெற்றிக் களிப்புடன் கொக்கரித்து இளிக்கும் இளிப்பு போன்றதாய் இருக்கிறது எனக்கு, கறை படிந்து அழுக்கேறிய

அந்தப் பச்சைநிறச் சரக்குப்பெட்டி. சாக்கடைப் பத்திரிகைகளது எண்ணற்ற "நினைவு அஞ்சலிகள்" வஞ்சக இரங்கல்களே அன்றி வேறல்ல - தனது பகைவன் மாண்டான் என்று இரகசியமாய் ஆனந்தப்பட்டுக் கொண்ட அந்தக் கொச்சைத்தனத்தினுடைய கெட்ட மூச்சின் துர்நாற்றம்தான் அவற்றில் வீசுகிறது.

ஆன்டன் செகாவின் கதைகளைப் படிக்கையில், கூதிர்ப் பருவத்தின் கடைப் பகுதியில் சோகமான நாளுக்குரிய உணர்ச்சிகள் நம்மை ஆட்கொள்கின்றன - காற்று தெளிந்திருக்கிறது, இலையற்ற கிளைகளை விரித்து நிற்கும் மரங்களது கூர்மையான உருவரை பளிச்செனத் தெரிகிறது, வீடுகள் ஒடுங்கிக் கொண்டு கும்பலாகக் கூடியுள்ளன, மனிதர்கள் சோர்ந்துபோயிருக்கிறார்கள். தனிமையால் வாட்டமடைந்து, சலனமற்று, சக்தியிழந்து போய் யாவும் விசித்திரமாய் இருக்கின்றன. ஆழமான நீலத் தொலைவுகள் வெறுமையாய் இருக்கின்றன, வெளிறிய வானத்துடன் கலந்து குளிரில் கெட்டியான சேறு மூடிய நிலத்தின் மீது அவை சோர்வுதரும் குளிர் மூச்சுவிடுகின்றன. ஆனால் கூதிர் காலத்து வெயிலைப் போல் கதாசிரியரது சிந்தையானது தடங்கள் பதிந்த பாதைகள் மீதும், கோணலான தெருக்கள் மீதும், சேறு படிந்த நெரிசலான வீடுகள் மீதும் திகழொளிவீசிக் காட்டுகிறது. பரிதாபத்துக்குரிய "சிறு" மனிதர்கள் இந்த வீடுகளில் அலுப்பிலும் சோம்பலிலும் முக்கித் திணறுகிறார்கள், தூக்கக் கலக்கங் கொண்ட அர்த்தமற்ற பரபரப்பும் தமது இல்லங்களில் நிரம்பும்படிச் செய்கிறார்கள். அதோ போகிறாள் கண்ணாட்டி - சாம்பல் நிறச் சுண்டெலியைப் போல் மிரளுகிறவள், இனியவள், பரம சாது. அடிமைப்பட்டவளாய் அளவின்றி அன்பு செலுத்தக் கூடியவள் அவள். கன்னத்தில் அடியுங்கள், வாய் விட்டு அழக்கூடத் துணிய மாட்டாள் - அடக்கவொடுக்கமான அடிமை அவள். மூன்று சகோதரிகள் நாடகத்தில் வரும் துயரார்ந்த ஓல்கா அவளுக்குப் பக்கத்தில் நிற்கிறாள். ஓல்காவும் அன்பு செலுத்தக் கூடியவள்தான். அவளது சோம்பேறிச் சகோதரனது சீர்குலைந்துபோன, கேவலம் வாய்ந்த மனைவியின் கணநேர விருப்பங்களுக்கு எல்லாம் அடிபணிகிறாள். அவளைச் சுற்றிலும் அவளது சகோதரிகளது வாழ்வு தகர்ந்து விழுகிறது. அவள் அழுகிறாளே தவிர, ஏதும் செய்ய இயலாதவளாய் இருக்கிறாள். கொச்சைத்தனத்தை எதிர்த்து அவள் உள்ளத்திலிருந்து உயிருள்ள, வலுவான சொல் ஒன்றுகூட எழவில்லை.

இதோ போகிறார்கள் - கண்ணீரும் கம்பலையுமான ரனெவ்ஸ்கயாவும் முன்பு செர்ரித் தோட்டத்தின் உடைமையாளர்களாய் இருந்த ஏனையோரும். குழந்தைகள் போல் தன்னலம் வாய்ந்தவர்கள், கிழடு தட்டியோர் போல் தள்ளாடுகிறவர்கள், நெடுநாளுக்கு முன்பே மடிந்தொழிந்திருக்க வேண்டியவர்கள் - சிணுங்கிக் கொண்டும் புலம்பிக் கொண்டும் இருக்கிறார்கள். தம்மைச் சுற்றிலும் நடைபெறுவது எதையும் காணாதவர்களாய், எதையும் புரிந்துகொள்ளாதவர்களாய் இருப்பவர்கள், வாழ்வை உறிஞ்சச் சக்தியிழந்துவிட்ட புல்லுருவிகள் இவர்கள். உதவாக்கரை மாணவரான தெரேஃபிமவ் உழைப்பின் அவசியம் குறித்து அழகாய்ப் பேசிவிட்டு வீண் பொழுதுபோக்குகிறார், சோம்பேறிகளாகக் காலம் ஓட்டுவோரது நலத்துக்காக அலுக்காமல் வேலை செய்யும் வார்யாவை அசட்டுத்தனமாய்க் கேலி செய்து மகிழ்கிறார். [ரனெவ்ஸ்கயா, தெரேஃபிமவ், வார்யா - செகாவின் செர்ரித் தோட்டம் நாடகத்தில் வரும் பாத்திரங்கள்.]

வெர்ஷினின் முன்னூறு ஆண்டுகளுக்குப் பிறகு வாழ்க்கை எவ்வளவு சிறப்பாய் இருக்குமென்று கனவு காண்கிறார், ஆனால் தம்மைச் சுற்றிலும் யாவும் தகர்ந்து வருவதையோ, தம் கண்ணெதிரே சொலேனி அலுப்பாலும் அசட்டுத்தனத்தாலும் தூண்டப்பட்டுப் பரிதாபத்துக்கு உரிய கோமான் துசென்பாகைக் கொலை புரியத் தயாராய் இருப்பதையோ அவர் கவனிக்கவில்லை.[வெர்ஷினின், சொலேனி, துசென்பாக் -செகாவின் மூன்று சகோதரிகள் நாடகத்தில் வரும் பாத்திரங்கள்.]

காதலுக்கும், தமது மடமைக்கும் சோம்பலுக்கும், இகலோக சம்பத்துக்களிலான மோகத்துக்கும் அடிமைப்பட்டவர்களது முடிவின்றிச் செல்லும் அணிவரிசை வாசகரது கண் முன்னால் நடைபோடுகிறது. வாழ்க்கையின்பால் நிலவும் இருண்ட அச்சத்துக்கு அடிப்பட்டவர்கள், இனம் புரியாத கலவரத்துடன் செல்கிறார்கள், நிகழ்காலத்தில் தமக்கு இடமில்லை என்பதை உணர்ந்து எதிர்காலங் குறித்து தொடர்பின்றி வாழ்வெல்லாம் பினாத்துகிறார்கள்...

சில சமயம் துப்பாக்கிச் சுடும் சப்தம் இந்த அவலத் திரளிலிருந்து கேட்கிறது - இவானவ் [இவானவ் - செகாவின் இவானவ் நாடகத்தின் தலைமைப் பாத்திரம்.] அல்லது தெரப்லேவ் [தெரப்லேவ் - செகாவின் கடந் பருந்து நாடகத்தின் முக்கிய பாத்திரங்களில் ஒருவர்.] தாம் செய்ய வேண்டிய காரியத்தைத் திடுமெனக் கண்டறிந்து கொண்டு, உயிரை விட்டுவிட்டார்.

இருநூறு ஆண்டுகளில் வாழ்க்கை எவ்வளவு சிறப்பாய் இருக்கும் என்பது பற்றி இவர்களில் பலரும் இன்னருங் கனவுகள் காண்கிறார்கள். ஆனால் நாம் ஒன்றும் செய்யாமல் கனவு மட்டும் காண்போமாயின், வாழ்க்கையைச் சிறப்பானது ஆக்கப் போகிறவர் யார்? - இந்த எளிய கேள்வி இவர்களில் யாருக்கும் உதிப்பதாய் இல்லை.

கையாலாகாத பிறவிகளான அவலமான இந்த அசட்டுக்கும்பலிடம் விவேகம்மிக்கவரான மகத்தான ஒரு மனிதர் செல்கிறார், தமது தாயகத்தைச் சேர்ந்த அவல ஆட்களாகிய இவர்கள் எல்லோரையும் கவனமாகப் பார்வையிடுகிறார். துயரம் தோய்ந்த புன்னகை புரிந்து, நம்பிக்கைக்கு இடமில்லாத சோகம் முகத்திலும் உள்ளத்திலும் கொண்டவராய், மென்மைவாய்ந்ததாய் இருப்பினும் ஆழ்ந்த கண்டனம் தொனிக்கும் நேர்த்தியான நேர்மை மிகுந்த குரலில் கூறுகிறார்:

"கனவான்களே, இழிவிலும் இழிவானது நீங்கள் வாழுகின்ற இந்த வாழ்க்கை!"

ஐந்து நாட்களாகக் காய்ச்சல், ஆனால் படுத்திருக்க விருப்பம் இல்லை. சோர்வு தரும் பின்லாந்து மழைத் தூறல் ஈரப் புழுதியை நில உலகின் மீது தூவுகிறது. இன்னோக் கோட்டையிலிருந்து பீரங்கிகள் இடிமுழக்கமிட்டுக் "குறிபார்க்கின்றன". இரவில் கூம்பொளி விளக்குகளின் நீளமான ஒளி நாக்குகள் மேகங்களை நக்குகின்றன - பேய்த்தனமான வெறியாட்டமான யுத்தத்தை ஓயாமல் நினைவுபடுத்திய சகிக்கவொண்ணாத அகோரக் காட்சி.

நான் செகாவ் நூல்களைப் படித்தேன். பத்து ஆண்டுகளுக்கு முன்பு அவர் இறந்திராவிடில், இந்த யுத்தம் அனேகமாய் அவரை மடிய வைத்திருக்கும், மனிதர்கள் மீதான வெறுப்பால் முதலில் நச்சுப்படுத்தி மடிய வைத்திருக்கும். [கோர்க்கி இங்கு குறிப்பிடுவது, முதல் உலகப் போர் (1914 - 18). செகாவ் 1904-ல் மரணமடைந்தார்.] அவர் அடக்கம் செய்யப்பட்டது பற்றி எனக்கு நினைவு வருகிறது.

மாஸ்கோ அப்படி "உளமார நேசித்த" எழுத்தாளராம், இவரைக் கொண்ட சவப்பெட்டி, "சிப்பிகள் நண்டுகள்" என்று கதவில் பெரிய எழுத்துக்களில் குறிக்கப்பட்டிருந்த ஒருவகைப் பச்சையிலான சரக்குப் பெட்டியில் கொண்டுவரப்பட்டது. எழுத்தாளரைத் தரிசிப்பதற்காக ரயில் நிலையத்தில் கூடியிருந்த சிறிய கூட்டத்தில் ஒரு பகுதி அப்போது மஞ்சூரியாவிலிருந்து வந்து இறங்கிய

ஜெனரல் கெல்லரின் சவப்பெட்டியைப் பின்தொடர்ந்து சென்று, செகாவை ஏன் இராணுவ வாத்தியக் குழு இசையுடன் எடுத்துச் செல்கிறார்கள் என்று வியந்தது. தவறுதல் கண்டுபிடிக்கப்பட்டதும் தமாஷான ஆட்கள் சிலர் கிளுகிளுத்துச் சிரித்துக் கொண்டார்கள். செகாவின் சவப்பெட்டியைப் பின்தொடர்ந்தவர்கள் சுமார் நூறு பேர்தான், அதிகம் இல்லை. வழக்கறிஞர்களான இருவர் என் நினைவைவிட்டு மறையவில்லை. இருவரும் புதிய பூட்சுகளும் பல நிறங்களில் பளிச்சிட்ட டைகளும் அணிந்து மாப்பிள்ளைகளைப் போல் காட்சியளித்தனர். இவர்களுக்குப் பின்னால் நடந்த எனக்கு, இவர்களில் ஒருவரான மக்லக்கோவ் நாய்களுடைய மதிநுட்பத்தைப் பற்றிப் பேசியது காதில் விழுந்தது. இன்னொருவர் நான் அறியாதவர், தமது கோடைக் குடிலின் வசதிகளைப்பற்றியும் அதன் சுற்றுப்புறத்தின் எழிலைப்பற்றியும் பெருமையாகப் பேசிக் கொண்டிருந்தார். ஊதா நிற ஆடை அணிந்து லேஸ் அலங்காரங்களைக் கொண்ட கைக்குடை பிடித்திருந்த ஒரு சீமாட்டி, கொம்பு விளிம்புடைய மூக்குக் கண்ணாடி அணிந்த வயதான ஒரு சீமானிடம் வற்புறுத்திச் சொன்னாள்:

“ஓ, அவர் அருமையானவர் ஆயிற்றே, தமாஷான ஆள்...”

முதியவர் நம்பிக்கை இல்லாதவராய் இருமிக் கொண்டார். அன்று வெப்பமும் புழுதியுமாய் இருந்தது. பருத்த போலீஸ் அதிகாரி ஒருவர் பருத்த வெள்ளைக் குதிரையில் அணிவரிசையின் முன்னால் கம்பீரமாகப் போய்க்கொண்டிருந்தார். இவையும் மற்றும் மிகப் பலவும், மென்மையும் நயமும் மிக்கவரான மாபெரும் கலைமேதையின் நினைவுக்குச் சிறிதும் ஒவ்வாதனவாய், வேதனைக்குரிய இழிவுகளாய் அமைந்தன.

மூதாளர் சுவோரினுக்கு எழுதிய கடிதம் ஒன்றில் செகாவ் குறிப்பிட்டார்:

“உயிர் வாழ்வதற்காக நடத்த வேண்டியிருக்கும் அவலமான போராட்டத்தைக் காட்டிலும் புன்மையானது, கவிதைப் பாங்குக்கு ஒவ்வாதது ஏதும் இல்லை; வாழ்வின் இன்பத்தை அழித்திடுகிறது, அக்கறையில்லாத மந்த நிலையை உண்டாக்குகிறது.”

இந்தச் சொற்கள் முழுக்க முழுக்க ருஷ்ய மனப்பாங்காய் அமைந்த ஒன்றை வெளியிடுகின்றவை, என் கருத்துப்படி இந்த மனப்பாங்கு இம்மியளவுங்கூட ஆன்டன் பாவ்லோவிச்சுக்குப் பொருந்தாத ஒன்று. ருஷ்யாவில் யாவும் நிறைய இருக்கின்றன, ஆனால் மக்களுக்கு உழைப்பில் அபிமானம் இல்லை - இங்கே பெரும்பாலானோர்

இத்தகைய எண்ணமுடையோராய் இருக்கிறார்கள். ருஷ்யர்கள் செயலாற்றலைப் போற்றுகிறார்கள், ஆனால் உண்மையில் இதில் அவர்களுக்கு நம்பிக்கை இருக்கவில்லை. செயல் முனைப்புள்ள மனப்பாங்கு கொண்ட எழுத்தாளர் - உதாரணமாய், ஜாக் லண்டன் போன்றவர் - ருஷ்யாவில் உருவாக வழியில்லை. ஜாக் லண்டனது நூல்களை நமது வாசகர்கள் ஆர்வமாகப் படிக்கிறார்கள், ஆனால் இந்நூல்கள் ருஷ்யர்களிடையே செயலுக்கான சித்தத்தைத் தூண்டக் காணோம், கற்பனையை மட்டுமே ஊக்கம் பெறச் செய்கின்றன. ஆனால் செகாவ் இந்த அர்த்தத்தில் அதிகமாய் ருஷ்யராய் இருக்கவில்லை. [பிற்பாடு 1931-ல் கோர்க்கி எழுதியதாவது: "அக்டோபர் புரட்சிக்கு முன்பு முதலாளித்துவச் 'சிந்தனையாளர்கள்' - அரசியல்வாதிகளும் சமூகவியலாளர்களும் பத்திரிகையாளரும் - ருஷ்யத் தொழிலாளியும் விவசாயியும் பண்பாடு இல்லாதவர்கள், நிறையக் குடிப்பவர்கள், எழுத்தறிவு இல்லாதவர்கள் என்றும், கீழ்ப்படிந்து வாழ்வதற்கும் பொறுமையாய் இருப்பதற்கும் அவர்களுக்கு உள்ள சக்தி அளவுகடந்தது என்றும் எழுதினார்கள்... இந்த வரிகளை எழுதும் இவ்வாசிரியர் ஒடுக்கப்பட்ட விவசாயிகள் காட்டிய பொறுமையைக் கண்டு அருவருப்பு அடைந்து, சிலசமயம் வரலாற்றின் உட்பொருளைக் கவனிக்கத் தவறிவிட்டார். தமது தாய்நாட்டு மக்கள்பால் அவருக்கு இருந்த கருத்தோட்டம் அதிக அன்பு வாய்ந்ததாய் இருக்கவில்லை. ஆனால் 'உரிய தருணம் வந்தது', 'முழு மூச்சுடன் முன்செல்' என்று வரலாறு ஆணையிட்டது. முன்பு இகழ்ச்சிக்குரியவாறு வாழ்க்கையின் பால் செயலற்ற போக்கு கொண்டு உங்களைக் கொதிப்படைந்து சீறும்படிச் செய்த மக்கள், உழைப்பாளி உலகின் மிக மிக செயல் முனைப்பு வாய்ந்த சக்தியாகத் தம்மை மாற்றிக் கொண்டுவிட்டனர்."]

அவர் தமது பிள்ளைப் பிராயத்திலிருந்தே "உயிர் வாழ்வதற்கான போராட்டத்தை" மகிழ்ச்சிக்கு இடமில்லாத சோபையற்ற வடிவில், ரொட்டித் துண்டுக்கான அன்றாட அற்ப கவலைகளின் வடிவில் நடத்த வேண்டியிருந்தது - தமக்காக மட்டுமின்றி ஏனையோருக்கும் பெற வேண்டியிருந்ததால் அவருக்குப் பெரிய ரொட்டித் துண்டு தேவைப்பட்டது. மகிழ்ச்சிக்கு இடமில்லாத இந்தக் கவலைகளில் அவர் தமது இளமைப் பருவத்து சக்திகள் யாவற்றையும் ஈடுபடுத்த வேண்டியிருந்தது. நகைத்திறத்தை அவர் இழக்காது பாதுகாத்துக்கொள்ள முடிந்தது ஆச்சரியம்தான். மக்கள் சோர்வடையும்படி உணவுக்காகவும் உறக்கத்துக்காகவும் பட வேண்டியிருந்த அவதியையே அவர்

வாழ்க்கையாகக் கண்ணுற்று வந்தார். அதன் பெருங் காவியங்களும் சோக நாடகங்களும் சர்வசாதாரண அற்பங்களின் கனத்த திரையால் அவர் பார்வையிலிருந்து மறைக்கப்பட்டிருந்தன. ஏனையோரது பசி தீர்வதற்காகக் கவலைப்பட வேண்டியநிலைமையிலிருந்து அவர் ஓரளவு விடுவிக்கப்பட்ட பிறகுதான் அவர் இந்த நாடகங்களின் சாராம்சத்தைக் கூர்மையுடன் உற்று நோக்க முடிந்தது.

பண்பாட்டின் அடிப்படையாய் உழைப்புக்குள்ள முக்கியத்துவத்தை ஆன்டன் பாவ்லோவிச்சைப் போல் அவ்வளவு ஆழமாகவும் முழுமையாகவும் உணர்ந்தவர் யாரையும் நான் கண்டதில்லை. அவரது இந்த உணர்வு அவருடைய வீட்டிலிருந்த சில்லறைப் பொருள்களிலும், வீட்டுக்கு அவர் சாமான்களைத் தேர்வு செய்து கொண்டதிலும், செய்பொருள்கள் என்பதற்காகவே அவற்றினிடம் அவருக்கு இருந்த அபிமானத்திலும் வெளிப்பட்டு வந்தது. இவற்றை வாங்கிச் சேர்க்கும் ஆசையால் அவர் சிறிதும் பீடிக்கப்படாமல் இருந்தார் என்றாலும், மனிதனது ஆக்கத் திறனால் உருவாக்கப்பட்ட பொருள்கள் என்ற முறையில் இவற்றை அவர் அலுக்காமல் போற்றிப் பாராட்டினார். கட்டடங்கள் கட்டவும் தோட்டங்கள் அமைக்கவும் நிலத்தை அழகுபடுத்தவும் விரும்பினார். அவர் உழைப்பின் கவிதைப் பண்பை உணர்ந்தவர். தாம் நட்ட கனிமரங்களும் அலங்காரச் செடிகளும் வளர்ந்து பெரிதானதை அவர் எவ்வளவு கண்ணும் கருத்துமாய்க் கவனித்து வந்தார்! அவுத்காவில் வீடு கட்டியபோது அதுசம்பந்தமான பல சிரமங்களுக்கு இடையே அவர் கூறினார்:

“ஒவ்வொருவரும் அவருக்குச் சொந்தமான நிலத்தில் அவரால் முடிந்தது அனைத்தும் செய்வாராயின், நமது பூமி எவ்வளவு அழகானதாய் இருக்கும்!”

அப்போது நான் வசீலி புஸ்லயேவ் நாடகத்தை எழுதும் வேலையில் ஈடுபட்டிருந்தேன். பெருமையுடன் வசீலி தனக்குத்தானே நிகழ்த்திக்கொள்ளும் ஒற்றையாள் உரையை அவருக்குப் படித்துக் காட்டினேன்:

வலிமை வேண்டும்,
நான் வலிமை பெறுதல் வேண்டும்!

வெப்பமூச்சு விட்டுப்
பனிக் கவசம் கரைப்பேன்,

உலகெங்கும் செல்வேன்,
நிலமெல்லாம் உழுது பயிரிடுவேன்,

உன்னத நகரங்கள் உதித்தெழ
வழி செய்வேன்,

கோயில்கள் கட்டுவேன்,
கனிச் சோலைகள் வளர்ப்பேன்,

கோலவுரு பெற்று
எழில் நங்கை போலாகும் இப்புவி!

கட்டியணைத்தே மணப்பெண்ணெனக்
கரத்திலே ஏந்துவேன்,

கெட்டியாய் அதை என் நெஞ்சுடன்
வைத்தழுத்தி,

இறைவனிடம் எடுத்துச் சென்று காட்டி
மகிழ்வேன்:

"புவியின் எழிலைப் பாரேன்,
என் இறைவா!

இன்னரும் உலகு ஆக்கியுள்ளேன்"
என்பேன்.

"கல்லென விண்ணிலே
நீ உருட்டி விட்டாய்,

மதிப்பரும் மரகதமாய்
அதை மாற்றியுள்ளேன்!

காணக் கண்கோடி வேண்டும்
என் இறைவா,

கதிரோன் உலகின்
பைஞ்சுடர் மணி விந்தை!

அன்புக்குக் காணிக்கையாய்
உனக்கு அளிப்பேன் என்றாலும்,

என் உயிருக்கு உயிரானதை
நான் தருவது எப்படி?"

செகாவுக்கு இந்த ஒற்றையாள் உரை பிடித்திருந்தது. என்னையும் டாக்டர் அலக்சினையும் பார்த்து உணர்ச்சி மேலிட்டவராய் இருமிக் கொண்டு கூறினார்:

“நன்றாய் இருக்கிறது... முழுக்க முழுக்க உண்மையானது, மனிதத்தன்மை வாய்ந்தது. ‘எல்லாத் தத்துவஞானத்தின் உட்பொருளும்’ இதில்தான் அடங்கியிருக்கிறது. மனிதன் உலகெங்கும் வாழ்கிறான், இதை அவன் தனக்கு உகந்த நல்ல இடமாக்கிக்கொள்வான்.” தீர்மானமாகத் தலையை ஆட்டிக் கொண்டு அவர் திரும்பவும் கூறினார்: “நிச்சயம் இதைச் செய்யவே போகிறான்!”

வசீலியின் ஒற்றையாள் உரையை மறுபடியும் படித்துக் காட்டும்படி என்னிடம் சொல்லிவிட்டு, சன்னலுக்கு வெளியே பார்த்தவாறு கவனமாய்க் கேட்டார்; முடிவில் கூறினார்:

“கடைசி நாலு வரிகளும் வேண்டாம், இவை வலிந்து கூறியதாய் இருப்பவை, தேவையில்லாதவை.”

அவர் தமது இலக்கியப் படைப்புகள் குறித்து அதிகம் பேசுவதில்லை, விருப்பமில்லாதவராய் எப்போதாவதுதான் குறிப்பிடுவார். லேவ் தல்ஸ்தோய் பற்றிக் குறிப்பிடுகையில் எப்படியோ, அனேகமாய் அதேபோல் கன்னிப் பருவத்துக்குரிய நாணத்தோடும் எச்சரிக்கையோடும்தான் குறிப்பிடுவார் என்றுகூடச் சொல்லலாம். எப்போதாவது குதூகலமான மன நிலையில் இருக்கையில் மெல்லச் சிரித்துக் கொண்டு கதையின் மையப் ெருளைச் சொல்வார் - எப்போதுமே நகைச்சுவைக் கதையாகவே இருக்கும்.

“இதைக் கேளுங்கள் - பள்ளிக்கூட ஆசிரியையாக இருக்கும் ஒரு பெண்ணைப் பற்றி எழுதப் போகிறேன். அவள் நாத்திகம் பேசுகிறவள், டார்வினைப் போற்றுகிறவள், மக்களிடையே நிலவும் தப்பெண்ணங்களையும் மூடநம்பிக்கைகளையும் எதிர்த்துப் போராடுவது அவசியமெனத் திடமாய் நம்புகிறவள். ஆனால் விருப்பத்தைக் கைகூடச் செய்யும் மாய எலும்பு வேண்டுமென்று கறுப்புப் பூனையைக் கொதிநீரில் மூழ்க்கடிக்க இரவு பன்னிரண்டு மணிக்குக் குளிப்பு அறைக்குப் போகிறாள், அவள் விரும்பும் ஆளின் உள்ளத்தைக் கவர்ந்து அவனிடம் காதலை அரும்பச் செய்வதற்கு இந்த மாய எலும்பு அவளுக்குத் தேவைப்படுகிறது - ஆமாம், அந்தமாதிரியான எலும்பு இருக்கிறது தெரியுமோ...”

எப்போதுமே அவர் தமது நாடகங்களைத் “தமாஷ்” நாடகங்களாகக் குறிப்பிட்டு வந்தார். “தமாஷ் நாடகங்களே” தாம் எழுதியதாய் அவர் மனப்பூர்வமாய் நம்பினார் என்றே நினைக்கத்

தோன்றியது. "செகாவின் நாடகங்களை உணர்ச்சிவயப்பட்ட நகைச்சுவைக் நாடகங்களாய் நடித்துக் காட்ட வேண்டும்" என்று சவ்வா மரோஸவ் விடாப்பிடியாக வலியுறுத்தியபோது அவர் அப்படியே செகாவின் சொற்களைத்தான் திருப்பிக் கூறினார் என்பதில் சந்தேகமில்லை.

ஆனால் பொதுவாய் இலக்கியத்தில் எப்போதுமே செகாவ் மிகவும் உன்னிப்பான கவனம் செலுத்தி வந்தார், முக்கியமாய் "ஆரம்ப நிலை எழுத்தாளர்களுக்கு" அவர் காட்டிய பரிவு உள்ளத்தை நெகிழச் செய்யக் கூடியதாகும். லஸரேவ்ஸ்கி, அலிகேர், மற்றும் மிகப் பலரது கனத்த கத்தையாய் அமைந்த கையெழுத்துப் பிரதிகளைப் போற்றத்தக்க பொறுமையுடன் படித்தார்.

"நம் நாட்டில் எழுத்தாளர்களின் எண்ணிக்கை அதிகரித்தாக வேண்டும்" என்பார் அவர். "நமது அன்றாட வாழ்க்கையில் இலக்கியம் இன்னமும் புதுமையான ஒன்றாகவே இருக்கிறது, 'பொறுக்கியெடுத்த சிலருக்கு' மட்டும் உரித்தானதாய் இருக்கிறது. நார்வேயில் இருநூற்று இருபத்தாறு பேருக்கு ஒரு எழுத்தாளர் வீதம் இருக்கிறார், ஆனால் நம் நாட்டில் பத்து லட்சத்துக்கு ஒருவர் வீதமே இருக்கிறார்."

அவரது நோய் சிலசமயம் அவரை மிதமிஞ்சி மனச்சோர்வு அடையச் செய்யும், மனித இனத்திடம் நம்பிக்கை இழக்கும்படியுங்கூடச் செய்யும். அந்தமாதிரியான நேரங்களில் அவரது அபிப்பிராயங்கள் மனம்போனபடி மாறிச் செல்லும், அவருடன் பழகுவது இத்தருணங்களில் கடினமாகிவிடும்.

ஒரு நாள் சோபாவில் படுத்து வறட்டு இருமல் இருமி வெப்பமானியை வைத்துக் கொண்டு விளையாடியவாறு அவர் கூறினார்:

"சாவதற்காக உயிர் வாழ்வது எவ்விதத்திலும் சுவையானது அல்ல, ஆனால் காலத்துக்கு முன்னதாகவே சாகப்போகிறோம் என்பது அறிந்து வாழ்வது இருக்கிறதே - மெய்யாகவே அது மடமையாகும்..."

இன்னொரு சந்தர்ப்பத்தில், திறந்த சன்னலுக்குப் பக்கத்தில் அமர்ந்து தொலைவில் கடலை உற்று நோக்கியவாறு திடுமென ஆத்திரமாகச் சொன்னார்:

“நம்பிக்கையுடன் வாழப் பழகியவர்கள் நாம் - பருவநிலை நன்றாயிருக்கும், அமோக அறுவடை கிடைக்கும், இனிய காதல் கைவரப் பெறும், பெருஞ் செல்வம் கிடைக்கும், அல்லது தலைமைப் போலீஸ் அதிகாரியாகப் பதவி பெறலாம் என்றெல்லாம் நம்பிக்கையுடன் எதிர்பார்க்கிறோம். ஆனால் விவேகம் வாய்ந்தவராவோம் என்று நம்பியவர் எவரையும் நான் கண்டதில்லை. புதிய ஜாரின் ஆட்சியில் நிலைமை மேம்படும், இருநூறு ஆண்டுகளில் மேலும் பன்மடங்கு நன்றாய் இருக்கும் என்று நமக்கு நாமே கூறிக்கொள்கிறோம் - இந்த நல்ல காலத்தை நாளைக்கே வரும்படிச் செய்ய யாரும் முயலவில்லை. மொத்தத்தில் வாழ்க்கையானது நாளுக்கு நாள் மேலும் மேலும் சிக்கலாகி வருகிறது; தனது சொந்த விருப்பப்படிப் போய்க் கொண்டிருக்கிறது; மக்கள் மேலும் மேலும் முட்டாள்கள் ஆகி வருகிறார்கள்; மேலும் மேலும் அதிக எண்ணிக்கையில் வாழ்க்கையிடமிருந்து தனிமைப்பட்டுச் செல்கிறார்கள்.”

பிறகு ஏதோ சிந்தனை செய்தவாறு நெற்றியைச் சுளித்துக் கொண்டு மேலும் சொல்கிறார்:

“சிலுவை ஊர்வலத்தின்போது முடவர்களாய் ஒதுங்கிவிடும் பிச்சைக்காரர்களைப் போல.”

அவர் ஒரு டாக்டர். டாக்டரின் நோய் நோயாளியின் நோயைக் காட்டிலும் எப்போதுமே மோசமானது. நோயாளிகள் உணர மட்டுமே செய்கிறார்கள், ஆனால் டாக்டரோ உணருவது மட்டுமல்லாமல் நோயால் தமது உடலுக்கு உண்டாகி வரும் அழிவை நன்கு அறிந்தவராகவும் இருக்கிறார். அறிவானது சாவை மேலும் நெருங்கிவரச் செய்வதற்கு எடுத்துக்காட்டு இது.

அவர் சிரித்தபோது அவரது கண்கள் இனிய நயம் பெற்றன - பெண்ணுக்குரிய மென்மையும் மிருதுவான இரக்கமும் அவற்றில் மிளிர்ந்தன. அவரது சிரிப்பு அனேகமாய் ஓசையற்றது, அது அலாதியான கவர்ச்சி வாய்ந்தது. சிரித்தபோது அவர் மெய்யாகவே மனம் மகிழ்ந்து கொண்டார். அவரைப்போல் அப்படி “ஆன்மிகமாகச்” சிரிக்ககூடியவர் வேறு யாரையும் எனக்குத் தெரியாது.

அசிங்கமான கதைகள் அவரைச் சிரிக்க வைத்ததில்லை.

அவரது அந்த அருமையான, முழுமனதான சிரிப்பைச் சிரித்தவாறு ஒருசமயம் அவர் என்னிடம் சொன்னார்:

“தல்ஸ்தோய் உங்களுடன் பழகுவதில் ஏன் அப்படி நிலையற்றவராய் இருக்கிறார் தெரியுமா? அவருக்குப் பொறாமை, சுலேர்ழித்ஸ்கியிற்கு அவரைக் காட்டிலும் உங்களிடம்தான் அதிக பற்றுதல் இருப்பதாக நினைக்கிறார். ஆமாம், உண்மை இது! நேற்று என்னிடம் அவர் கூறினார்: ‘அது ஏனோ தெரியவில்லை, கோர்க்கியுடன் என்னால் இயல்பான முறையில் நடந்துகொள்ள முடிவதே இல்லை. சுலேர்ழித்ஸ்கி அவருடன்கூட இருந்து வருவது எனக்குப் பிடிக்கவில்லை. சுலேர்ழித்ஸ்கியிற்கு அவனால் தீமை ஏற்படும். கோர்க்கி கெட்டவர். துறவியாகிவிடுவதாய் வாக்குறுதி ஏற்கும்படிக் கட்டாயம் செய்யப்பட்ட சமயப் பாடசாலை மாணவனைப் போன்றவர், அனைத்து உலகின் மீதும் அவர் குரோதம் கொண்டிருக்கிறார். அவரது ஆன்மா உளவாளியின் ஆன்மா, எங்கிருந்தோ வந்திருக்கிறார் அவருக்கு அந்நியமான கனான் நாட்டுக்கு, யாவற்றையும் நன்றாகப் பார்த்து யாவற்றையும் குறித்துக்கொள்கிறார் - அவர் வழிபடுகின்ற ஏதோ ஒரு தெய்வத்திடம்போய் யாவற்றையும் சொல்வதற்காகக் குறித்துக்கொள்கிறார். அவரது தெய்வம் குடியானவப் பெண்கள் அஞ்சுகிற வனாந்தர அல்லது நீர்நிலைச் சாத்தன் போன்றது.”

இதைச் சொல்லுகையில் கண்களில் கண்ணீர் வரும்படிச் சிரித்தார் செகாவ். கண்ணீரைத் துடைத்துக் கொண்டு அவர் மேலும் சொன்னார்:

“‘கோர்க்கி நல்லவர் ஆயிற்றே’ என்றேன் நான். ‘இல்லை, இல்லை - எனக்குத் தெரியும்’ என்றார் அவர். ‘வாத்து மூக்கு போன்றதாய் இருக்கிறது அவர் மூக்கு. துரதிருஷ்டம் வாய்ந்தோருக்கு தீயவர்களுக்கும்தான் அந்தமாதிரி மூக்கு இருக்கும். பெண்களுக்கு அவரைப் பிடிப்பதில்லை. நாய்களைப் போல் நல்ல ஆட்களைக் கண்டதும் அறிந்துகொள்ளும் திறனுடையவர்கள் பெண்கள். சுலேர்ழித்ஸ்கி இருக்கிறாரே, அவர் தன்னலமில்லா அன்பு செலுத்தும் மதிப்பிடற்கரிய பேறு பெற்றவர். இதில் அவருக்குள்ள ஆற்றல் ஒப்பற்றது. அன்பு செலுத்த வல்லவர் எல்லாம் வல்லவர்...’ “

கணப் பொழுதுக்குப் பிறகு திரும்பவும் சொன்னார் செகாவ்:

“ஆமாம், கிழவர் பொறாமைப்படுகிறார்... வியந்து போற்றத்தக்கவர்...”

தல்ஸ்தோயைப் பற்றிப் பேசியபோதெல்லாம் எளிதில் புலப்படாதபடி நுட்பமான புன்னகை - மென்மையானது, நாணம்

வாய்ந்தது - அவர் கண்களில் பளிச்சிட்டது; ஏதோ மாயமான மர்மம் வாய்ந்த ஒன்றைப்பற்றிப் பேசுவது போல், மிருதுவாகவும் எச்சரிக்கையுடனும் குறிப்பிட வேண்டியது போல், தணிவான மெல்லிய குரலில் பேசினார்.

தல்ஸ்தோயின் பக்கத்தில் எஸ்கெர்மன் போன்றவர் ஒருவர் இருந்து, மூதறிஞரின் வாயிலிருந்து வெளிப்பட்ட கூர்மை வாய்ந்த, எதிர்பாராத, அடிக்கடி முரண்பாடான பொன் மொழிகளைக் குறித்துக் கொள்ளாமற்போனது பற்றி அவர் திரும்பத் திரும்பச் சொல்லி வருத்தப்பட்டுக் கொண்டார்.

"நீங்கள் இதைச் செய்ய வேண்டும்" என்று சுலேர்ழித்ஸ்கியிடம் அவர் வற்புறுத்தினார். "உங்களிடம் தல்ஸ்தோய் அவ்வளவு பிரியமாய் இருக்கிறார், உங்களுடன் அவ்வளவு அதிகமாகவும் சிறப்பாகவும் பேசுகிறார்."

சுலேர்ழித்ஸ்கியைப் பற்றிச் செகாவ் என்னிடம் கூறினார்:

"ஞானக் குழந்தை அவர்..."

மிக நன்றாய்க் கூறினார்.

செகாவின் கதை ஒன்றைத் தல்ஸ்தோய் ஒரு தரம் புகழ்ந்து பேசக் கேட்டேன், கண்ணாட்டி என்று நினைக்கிறேன்.

"அது தூய்மை வாய்ந்த நங்கையால் பின்னப்பட்ட லேஸ் போன்றது" என்றார் அவர். "பழங்காலத்தில் அம்மாதிரியான லேஸ் பின்னும் நங்கையர் இருந்தார்கள் - தமது இன்பக் கனவுகளை எல்லாம் வாழ்நாள் முழுதும் அவர்கள் பின்னல்களாகப் பின்னிக் கொண்டிருப்பது வழக்கம். தமது இதயக் கனவுகளை அவர்கள் லேஸ்களாகப் பின்னி விடுவார்கள், அந்த லேஸ்கள் யாவும் தெளிவற்றவையான தூய காதலில் தோய்ந்தவையாய் இருக்கும்." கண்களில் கண்ணீர் ததும்ப மெய்யாகவே உணர்ச்சி மேலிட்டவராகப் பேசினார் தல்ஸ்தோய்.

அன்று செகாவுக்குக் காய்ச்சல், கன்னங்கள் திட்டுத் திட்டாகச் சிவந்து போய், தலையைக் கவிழ்த்துக் கொண்டு அமர்ந்திருந்த அவர், கவனமாய்த் தமது வில் மூக்குக் கண்ணாடியைத் துடைத்துக் கொண்டார். சிறிது நேரம் வரை அவர் ஒன்றும் சொல்லவில்லை. முடிவில் பெருமூச்சு விட்டுக்கொண்டு, சங்கடப்பட்டவாறு மெல்லிய குரலில் கூறினார்:

“அதில் அச்சுப் பிழைகள் ஏராளம்...”

செகாவைப்பற்றி நிறைய எழுத முடியும். ஆனால் இதற்கு விவரமாகவும் கறாராகவும் எழுதுவது அவசியமாகும் - எனக்கு இது முடியாத காரியம். ஸ்டெப்பி கதையை அவர் எழுதிய அதேவிதத்தில் அவரைப்பற்றி எழுத வேண்டும் - மணம் கமழும் எளிமையுடன் முழுக்க முழுக்க ருஷ்யக் கதையாய், நினைவுகளில் ஆழ்ந்து வருத்தம் தோய்ந்ததாய் அதை எழுத வேண்டும். ஒருவர் தமக்கென எழுதிக்கொள்ளும் கதையாய் இருத்தல் வேண்டும்.

அத்தகைய மனிதர் ஒருவரை நினைவுபடுத்திக் கொள்வது மனத்துக்கு இனிமையானது. திடுமென உள்ளத்துள் மகிழ்ச்சி பொங்குவதற்கு ஒப்பானது அது. வாழ்க்கையை மீண்டும் அது தெளிவான அர்த்தம் பெறச் செய்கிறது.

மனிதன்தான் உலகின் அச்சு.

அவனது தீய பண்புகள், குற்றங்குறைகள் என்னாவது என்றா கேட்கிறீர்கள்.

மனிதர்களது அன்புக்காக நாம் எல்லோரும் ஏங்குகிறோம், வயிறு பசிக்கையில் அரைவேக்காட்டு ரொட்டியுங்கூட இனிக்கவே செய்கிறது.

~

தத்துக்கிளி

1

ஓல்கா இவானவ்னாவின் நண்பர்கள் எல்லோரும் அவளுடைய திருமணத்துக்கு வந்திருந்தனர்.

"பாருங்களேன் இவரை - இன்னதெனச் சொல்ல இயலாத ஏதோ ஒன்று இவரிடம் இருக்கிறது இல்லையா?" என்று தன் கணவரின் பக்கம் தலையை அசைத்து அவள் தன் நண்பர்களிடம் கேட்டாள். எவ்வகையிலும் குறிப்பிடத்தக்கவராய் இராத சாமான்ய ஆள் ஒருவரைத் தான் மணந்து கொண்டது ஏனென விளக்கம் கூற விரும்பினாள் போலும்.

அவளது கணவரான ஓசிப் ஸ்தெப்பானவிச் தீமவ் மிகச்சாதாரண பதவி வகித்த ஒரு டாக்டர். அவர் இரண்டு மருத்துவமனைகளில் வேலை செய்தார், ஒன்றில் வெளியிருப்பு மருத்துவராகவும் மற்றொன்றில் பகுப்பாய்வாளராகவும் இருந்தார். மருத்துவமனைக்கு வந்து செல்லும் நோயாளிகளை ஒன்பது மணியிலிருந்து நண்பகல் வரை பரிசீலித்து மருந்து கொடுத்தார், பிறகு தமது வார்டுக்குச் சென்று தமது நோயாளிகளைப் பார்வையிட்டார், பிற்பகலில் குதிரை வண்டியில் ஏறி இன்னொரு மருத்துவமனைக்குச் சென்று அங்கே பிண அறுவைப் பகுப்பாய்வு நடத்தினார். அவருக்குத் தனியார் மருத்துவத் தொழில் அதிகமில்லை, ஆண்டுக்குச் சுமார் 500 ரூபிளுக்கு மேல் இல்லை. அவ்வளவுதான்,

அவரைப்பற்றி வேறொன்றும் சொல்வதற்கில்லை. ஆனால் ஓல்கா இவனாவ்னாவும் அவளது நண்பர்களும் இம்மாதிரியல்ல, சாமான்யமானவர்களல்ல இவர்கள். ஒவ்வொருவரும் ஏதேனும் ஒருவிதத்தில் சிறப்புக்குரியவராய் விளங்கியவர். எவரும் வெளியே தெரியாத அனாமதேயமாய் இருக்கவில்லை. இவர்கள் எல்லோரும் ஏற்கெனவே பெயர் பெற்று ஓரளவு புகழும் பெற்றவர்கள், அப்படிப் புகழுக்குரியயோராய் என சொல்வது சரியல்லவெனில் எப்படியும் வருங்காலத்தில் சீரும் சிறப்பும் நிச்சயம் பெறுவார்களெனக் கருதத்தக்கவர்கள். ஒருவர் நடிகர், நடிப்புக்கலையில் அவரது அபாரத் திறமை ஏற்கெனவே அவருக்குப் பெயர் பெற்றுத் தந்திருந்தது. ஒய்யாரமும் மிடுக்கும் நயமும் வாய்ந்தவர் அவர், மிக அருமையாய் செய்யுளும் வசனமும் ஓதுவார், ஓல்கா இவானவ்னாவுக்கு நாவன்மையில் பாடங்கள் கற்றுத் தந்தார். இன்னொருவர் இசை நாடகப் பாடகர், கழுக்கு மொழுக்கென்று இருப்பார், கலகலப்பாய்ப் பேசுவார். பெருமூச்சுவிட்டவாறு ஓல்கா இவானவ்னாவிடம் அவர் வலியுறுத்தி வந்தார்: அவள் தன்னைத்தானே அநியாயமாய்க் கெடுத்துக்கொள்கிறாள், வீண் பொழுதுபோக்காமல் தன்னைக் கட்டுப்படுத்திக் கொள்வாளாயின் தேர்ந்த பாடகியாகிவிடுவாள் என்று. இவர்களையன்றி ஓவியக் கலைஞர்களும் சிலர் இருந்தார்கள். இவர்களில் முக்கியமானவர் ரியாபவ்ஸ்கி, அன்றாட வாழ்க்கை பற்றிய ஓவியங்களும் விலங்கினச் சித்திரங்களும் இயற்கைக் காட்சி ஓவியங்களும் தீட்டுகிறவர், சுமார் இருபத்தைந்து வயதான ஆண் அழகர், மென்னிற முடிகளுடையவர். கண்காட்சிகளில் இவரது ஓவியங்கள் பரபரப்பை உண்டாக்கி வந்தன - அண்மையில் இவர் தீட்டி முடித்திருந்த ஒரு ஓவியம் ஐந்நூறு ரூபிளுக்கு விலை போயிற்று. ஓல்கா இவானவ்னாவின் சித்திரவரைகளை இவர் பூர்த்தி செய்து கொடுப்பது வழக்கம். அவளுடைய ஓவிய முயற்சிகள் பயனளிக்க வல்லவையே என்பதாய்க் கூறி வந்தார். பிறகு வயலின் செலோ வித்வான் ஒருவர் இருந்தார், தமது வாத்தியத்தைக் “கரைந்துருகிக் கண்ணர் வடிக்கச்” செய்ய வல்லவர், தாம் அறிந்த பெண்களில் ஓல்கா இவானவ்னாவினால் மட்டும்தான் தனக்கு இசைவாய்ப் பக்கவாத்திய இசை அளிக்க முடியுமென்று பகிரங்கமாய்க் கூறி வந்தார். எழுத்தாளரும் ஒருவர் இருந்தார், இளைஞரே என்றாலும் அதற்குள் பிரபலமடைந்துவிட்ட இவர் குறுநாவல்களும், நாடகங்களும் கதைகளும் எழுதினார். இன்னும் யார்? ஆமாம், வசீலி வசீலிவிச் இருந்தாரே. இவர் பிரபுக் குலத்துவரான நிலக்கிழார், புத்தகங்களுக்கு விளக்கச் சித்திரம்

தீட்டுவது இவருடைய பொழுதுபோக்கு, அதோடு இவர் தளிர்க்கொடி ஒப்பனைச் சித்திரக்காரர், பண்டை ருஷ்யப் பாணியிலும் வீரகாவிய முறையிலும் தேர்ந்த ஞானமுடையவர், காகிதத்திலும் பீங்கானிலும் புகைக் கண்ணாடியிலும் மெய்யாகவே இவர் விந்தைகள் புரிந்து காட்ட வல்லவர். இவர்கள் எல்லாம் கலையார்வமிக்க மிதவாத சமுதாயத்தினர், அதிர்ஷ்ட தேவதையின் செல்லப் பிள்ளைகள், நாகரிக நயம் வாய்ந்த இந்தச் சீலர்களுக்கு உடம்பு நல்லபடியாய் இல்லாதபோதுதான் டாக்டர்கள் எனப்படுவோர் சிலர் இவ்வுலகில் இருப்பது நினைவுக்கு வரும், தீமவ் என்ற பெயர் இவர்களது செவிகளில் சீதரவ் அல்லது தராசவ் போன்ற மிகச்சாதாரண பெயராய் ஒலித்தது. இவர்கள் மத்தியில் தீமவ் யாரும் அறியாத அயலாராய், சிறிதும் தேவையற்றவராய்த் தோன்றினார். உண்மையில் அவர் நெடிதுயர்ந்து வாட்டசாட்டமாய் இருந்துங்கூட இங்கே பொடிப் பையனைப் போல் அல்லவா காணப்பட்டார்? அவர் போட்டிருந்த நீள் கோட்டு வேறு யாருக்காகவோ தைக்கப்பட்டதாய்த் தோன்றிற்று, அவரது தாடி கடைக்காரரின் தாடி போன்றதாய் இருந்தது. அவர் எழுத்தாளராகவோ, கலைஞராகவோ இருந்திருந்தால், இந்தத் தாடி அவருக்கு ஸோலாவின் [ஸோலா (*Zola*), எமிலி (*1840 - 1902*), பிரபல பிரெஞ்சு எழுத்தாளர்.] தோற்றத்தை அளிப்பதாய் எல்லோரும் சொல்லியிருப்பார்கள்.

அந்த நடிகர் ஓல்கா இவானவ்னாவின் எழிலைப் போற்றிப் பேசிக் கொண்டிருந்தார், அவளது வெண்பட்டு முடிகளிலும் திருமணக் கோலத்திலும் அவள், வசந்தத்திலே மேலெல்லாம் மென்மையான வெண்மலர்கள் மூடியிருக்கும் மெல்லியச் செர்ரி மரம் போலல்லவா கவர்ச்சியாய் இருந்தாள் என்று வியந்து கொண்டார்.

“இல்லை, இதைக் கேளுங்கள் நீங்கள்” என்று அவரது கையைப் பற்றிக்கொண்டு கூறினார் ஓல்கா இவானவ்னா. “எப்படி இவ்வாறு நேர்ந்தது என்று சொல்கிறேன் கேளுங்கள். இதைக் கேளுங்கள்... என் தந்தையும் தீமவும் ஒரே மருத்துவமனையில் வேலை செய்தவர்கள், தெரியுமா உங்களுக்கு? என் தந்தை நோய்வாய்ப்பட்டுப் படுக்க நேர்ந்ததும் தீமவ் இராப் பகலாய் அவர் படுக்கை அருகே இருந்து கவனித்துக் கொண்டார். தன்னலங்கருதாத் தியாக உணர்ச்சி என்றால் இதைத்தான் சொல்ல வேண்டும்! ரியாபவ்ஸ்கி, இதைக் கேள் நீ! எழுத்தாளரே, நீரும் கேளும்! மிகவும் சுவையான விவரமாகும் இது. எல்லாரும் இப்படி என் அருகே வாங்க. வியக்கத்தக்க தியாக உணர்ச்சி, மெய்யான உள்ளன்பு! இரவில்

நானும் தூங்கவே இல்லை. தந்தையின் படுக்கைக்குப் பக்கத்தில் உட்கார்ந்திருந்தேன். திடுமென என்ன ஆயிற்று கேளுங்கள் - ஆர்வமிக்க இளைஞர் தம் உள்ளத்தை எனக்குப் பறிகொடுத்து விட்டார் - திடுதிப்பென நடந்துவிட்டது! எனது தீமவ் தலைகால் புரியாதபடி அப்படிக் காதல் கொண்டுவிட்டார். விதி புரிந்திடும் கூத்துதான் எல்லாம்! என் தந்தை இறந்தபின் எப்போதாவது தீமவ் என்னைப் பார்ப்பதற்காக வருவார், எப்போதாவது நாங்கள் வெளியிடங்களிலும் சந்திப்பது உண்டு. பிறகு ஒருநாள் திடுமென என்னை வேண்டினார், தமது மனைவியாவதற்குச் சம்மதிக்க வேண்டும் என்றார், நான் எதிர்பார்க்கவே இல்லை! இரவு முழுதும் அழுதேன், நானும் அப்படிக் கண்ணை மூடிக்கொண்டு காதல் கொண்டுவிட்டேன்! ஆக, இதோ இவர் மனைவியாகியிருக்கிறேன். இவரிடம் ஏதோ ஒன்று இருக்கிறது, வலுமிக்கது, சக்தி வாய்ந்தது, கரடியின் பிடி போன்றது ஒன்று இருக்கிறது, தெரிகிறதா உங்களுக்கு? முகத்தில் முக்கால் பாகத்தைத்தான் இப்போது நமக்குக் காட்டுகிறார், வெளிச்சமும் சரியாய் இல்லை, முழு முகமும் தெரியும்படித் திரும்பியதும் நெற்றியைப் பாருங்கள். எப்படிப்பட்ட நெற்றி இவருடைய நெற்றி? ரியாபவ்ஸ்கி, என்ன நினைக்கிறாய் நீ? தீமவ், உங்களைப் பற்றிதான் பேசிக் கொண்டிருக்கிறோம்!" என்று தன் கணவரின் காதில் விழும்படிக் கத்தினாள் அவள். "இங்கே வாங்களேன்! ரியாபவ்ஸ்கியிக்கு உங்களது தூய கையைக் கொடுங்கள்... அப்படித்தான். நீங்கள் இருவரும் நண்பர்களாய் இருக்க வேண்டும்!"

வெகுளியான இன்முகங்காட்டி ரியாபவ்ஸ்கியுடன் கைகுலுக்கினார் தீமவ்.

"மிக்க மகிழ்ச்சி" என்றார் அவர். "கல்லூரியில் என்னுடன் ரியாபவ்ஸ்கி என்றொருவர் இருந்தார். உங்கள் உறவினராய் இருக்க முடியாது, இல்லையா?"

2

ஓல்கா இவானவ்னாவுக்கு வயது இருபத்திரண்டு, தீமவுக்கு முப்பத்தொன்று. மணம்புரிந்து கொண்டபின் இருவரும் பிரமாதமான வாழ்க்கை நடத்தினர். ஓல்கா இவனாவ்னா தானும் தன் நண்பர்களும் தீட்டிய சித்திரங்களைச் சட்டமிட்டும் சட்டமிடாமலும் மாட்டி தனது வரவேற்பறையின் சுவர்களை அலங்கரித்தாள். சீனக் கைக் குடைகள்,

ஓவிய வண்ணக் கலவைத் தட்டுகள், பல வண்ணத் திரைச்சீலைகள், கைவாட்கள், சிறிய மார்புருவச் சிலைகள், புகைப்படங்கள் இப்படிப் பலவிதமான கலைப் பொருள்களை அறையினுள் பியானோவைச் சுற்றிலும், தட்டுமுட்டுச் சாமான்களைச் சுற்றிலும் வைத்து அழகு செய்தாள்... சாப்பாட்டு அறையில் வண்ணப் பூக்கள் அச்சிடப்பட்ட மலிவான சித்திரத் திரைகளையும் மரப்பட்டை மிதியடிகளையும் அறுப்பு அரிவாள்களையும் சுவர்களில் தொங்கவிட்டாள், ஒரு மூலையில் புல்லரிவாளையும் பரம்புக் கலத்தையும் இணைத்து வைத்தாள், இவ்விதம் "ரூஸ் பாணியிலான" சாப்பாட்டு அறையை உருவாக்கிக் கொண்டாள். படுக்கை அறையின் கூரைத் தளத்தையும் சுவர்களையும் கருநிறத் துணிகொண்டு ஒப்பனை செய்து அறையைக் குகை போன்ற தோற்றம் பெறச் செய்தாள். கட்டில்களுக்கு மேல் வெனிஸ் கண்ணாடிக் கூண்டு விளக்கைத் தொங்க விட்டாள், ஈட்டிக்கோடரியை ஏந்திய ஒரு பதுமையைக் கதவில் பொருத்தினாள். இளம் தம்பதிகள் தமக்கு நேர்த்தியான உறைவிடத்தை அமைத்துக் கொண்டு விட்டதாய் எல்லோரும் கூறினர்.

ஓல்கா இவானவ்னா தினமும் பதினொரு மணிக்கு எழுந்தாள், பியானோ வாசித்தாள், வெயில் இருக்குமாயின் எண்ணெய் வண்ண ஓவியங்கள் தீட்டினாள். பன்னிரண்டு மணியடித்துச் சிறிது நேரமானதும் அவளது ஆடை தயாரிப்பாளரிடம் சென்றாள். அவளிடமும் தீமவிடமும் அதிகப் பணமில்லை, தமது அவசியத் தேவைகளுக்கு வேண்டியதற்கு மட்டுமே இருந்தது. ஆகவே அவள் நித்தம் புதுப்புது ஆடைகளில் நாலு பேருக்கு முன்னால் தோன்ற வேண்டுமாயின், அவளது ஆடை தயாரிப்பாளரும் அவளும் பலவிதமான உத்திகளைக் கையாள வேண்டியிருந்தது. இருவருமாய்ச் சேர்ந்து மெய்யாகவே அதிசயங்கள் புரிந்து காட்டினர்; சாயம் துவைக்கப்பட்ட பழைய மேலாடையிலிருந்தும் சல்லாப் பட்டுத் துண்டுகள், லேசுகளிலிருந்தும் ஆடைகள் அல்ல, காண்போர் மயங்கும்படியான மந்திர ஜாலங்களை, கனவுக் காட்சிகளை உருவாக்கினர். ஆடை தயாரிப்பாளரிடம் வேலைகளை முடித்துக் கொண்டபின், ஓல்கா இவானவ்னா தனது சினேகிதையான ஒரு நடிகையிடம் செல்வது வழக்கம், நாடக உலகத் தகவல்கள் தெரிந்து கொண்டு அப்படியே எதாவது முதல் இரவுக் காட்சிக்கோ, யாருடைய உதவி நிதிக்கான காட்சிக்கோ டிக்கெட்டுகள் கிடைக்குமா என்று முயற்சி செய்து பார்ப்பாள். நடிகையிடமிருந்து யாராவது பிரபலஸ்தரிடம் செல்வாள் - அவரைத் தன் வீட்டுக்கு அழைப்பதற்காகவோ, பதில் வருகை அளிப்பதற்காகவோ,

இல்லையானால் சும்மா அரட்டை அடிப்பதற்காகவோ போவாள். எங்கும் அவளுக்கு உளம் நிறைந்த குதூகல வரவேற்பு கிடைக்கும்; அவள் நல்லவள், இனிமையானவள், விசேஷமானவள் என்பதாய் எல்லோரும் அவளைப் போற்றுவார்கள்... பெயரும் புகழும் பெற்ற பெரும் புள்ளிகளென அவள் போற்றிய பலரும் அவளைத் தம்மில் ஒருத்தியாய், தமக்குச் சரிசமானமானவாள் வரவேற்றார்கள்; அவள் மட்டும் தனது ஆற்றலையும் திறமையையும் இத்தனைத் திசைகளில் செலுத்திச் சிதறடிக்காமல் இருப்பாளாயின், அவளுக்குள்ள அரிய திறன்களும் உயர்ந்த ரசனையும் கூர்மதியும் அவளை வெற்றி சிகரத்துக்கு இட்டுச் சென்றுவிடுமென ஒரு மனதாய் எல்லோரும் கூறினர். அவள் பாடினாள், பியானோ வாசித்தாள், எண்ணெய் வண்ண ஓவியங்கள் தீட்டினாள், களிமண்ணில் சிற்ப உருவங்கள் செய்தாள், அமெச்சூர் நாடகங்களில் நடித்தாள் - ஏனோதானோ என்றல்ல, தேர்ந்த திறமையோடு இவை யாவற்றையும் செய்தாள். ஒளியலங்காரத்துக்கு வேண்டிய ஒளிக்கூண்டுகள் செய்வதாயினும் சரி, ஆடைகள் அணிந்துகொள்வதாயினும் சரி, அல்லது யாருக்காவது கழுத்தில் டை கட்டி விடுவதே ஆயினும் சரி, அவள் செய்யும் ஒவ்வொரு காரியமும் கலைச் சிறப்பும் எழிலும் கவர்ச்சியும் மிக்கதாய் இருந்தது. ஆயினும் இவை யாவற்றையும்விட பிரபலஸ்தர்களுடன் நொடிப்பொழுதில் நட்பு கொண்டு அவர்களோடு அன்யோன்யமாய்ப் பழக ஆரம்பிப்பதில்தான் அவளது அதியற்புதத் திறன் மிகவும் அதிசயிக்கத்தக்கவாறு வெளியாயிற்று. யாராவது ஒருவர் இம்மியளவுக்குச் சிறப்பு பெற்றுவிட்டால் போதும், அல்லது நாலு பேர் பேசும்படிப் பெயரெடுத்துவிட்டால் போதும், அதே கணத்தில் அவள் தன்னை அவருக்கு அறிமுகப்படுத்திக் கொள்வாள், உடனே அவருடன் நட்புகொண்டு தனது வீட்டுக்கு வரும்படி அழைப்பாள். இப்படிப் புதிதாய் யாருடனாவது அவள் நட்பு கொள்ள நேரும் நாள் அவளுக்கு மெய்யான திருநாளாய் முக்கியத்துவம் பெற்றுவிடும். புகழுடையோரை அவள் போற்றினாள், அவர்களை நினைத்துப் பெருமிதப்பட்டுக் கொண்டாள், ஒவ்வோர் இரவிலும் அவர்களைத் தனது கனவுகளில் கண்டாள் - பிரபலஸ்தர்களைத் தெரிந்துகொள்ள வேண்டுமென்று அப்படி அவள் அடங்காத தாகம் கொண்டிருந்தாள். பழைய நண்பர்கள் மறைந்தனர், மறக்கப்பட்டனர், அவர்களிடத்தில் புதிய நண்பர்கள் தோன்றினர். விரைவில் இவர்களும் சலிப்புக்குரியோராகி விடுவார்கள், ஏமாற்றமளிப்போராகி விடுவார்கள்; புதிய நண்பர்களை, புதிய பிரபலஸ்தர்களை அவள் அடங்காத ஆவலோடு தேட முற்படுவாள்;

அவர்களைத் தேடிப் பிடித்ததும் வேறு யாராவது கிடைப்பார்களா என்று சுற்றிலும் பார்ப்பாள். ஏனோ அது?

பிற்பகல் நான்கு மணிக்கும் ஐந்து மணிக்கும் இடையில் வீட்டில் தன் கணவருடன் பகற் சாப்பாடு சாப்பிடுவாள். கணவரின் எளிமையும் நல்லறிவும் நற்குணமும் அவளைப் பரவசமுற்று ஆனந்தக் களிப்புறச் செய்தன. மீண்டும் மீண்டும் அவள் துள்ளிக் குதித்தெழுந்து அவரது கழுத்தைக் கட்டிப்பிடித்துக் கொண்டு அவர் மீது முத்தங்கள் பொழிவாள்.

"தீமவ், நல்லறிவும் உயர்ந்த பண்புகளுமுடைய சிறந்த மனிதர் நீங்கள்" என்று அவரிடம் கூறினாள் அவள். "ஆனால் உங்களிடம் பெரிய குறை ஒன்று இருக்கிறது. கலையில் உங்களுக்குக் கொஞ்சங்கூட நாட்டமில்லை. இசையையும் ஓவியத்தையும் நீங்கள் புறக்கணிக்கிறீர்கள்."

"இவற்றை நான் புரிந்துகொள்வதில்லை" என்று அவர் தன்னடக்கத்துடன் கூறினார். "வாழ்வெல்லாம் நான் இயற்கை விஞ்ஞானத்திலும் மருத்துவத்திலும் கருத்துக் கொண்டு வேலை செய்து வந்திருக்கிறேன், கலையில் கவனம் செலுத்த நேரமில்லாமற் போய்விட்டது."

"தீமவ், இது மன்னிக்க முடியாதது!"

"ஏன் அப்படி? உன் நண்பர்கள் இயற்கை விஞ்ஞானத்தைப் பற்றியோ, மருத்துவத்தைப் பற்றியோ ஒன்றும் தெரியாதவர்கள், ஆனால் இதற்காக அவர்களைப் பற்றி நான் குறைவாய்ப் பேசவில்லை. அவரவரும் தத்தமக்குரிய துறையிலே ஈடுபட வேண்டும். இயற்கைக் காட்சி ஓவியங்களையும் இசை நாடகங்களையும் நான் புரிந்துகொள்ள முடிவதில்லை, ஆனால் இவை குறித்து எனது போக்கு இதுதான்: கூர்மதி கொண்டோர் சிலர் தம் வாழ்வையே இவற்றுக்காக அர்ப்பணித்துக்கொள்கிறார்கள், கூர்மதி கொண்ட வேறு சிலர் இவற்றுக்காகப் பெருந்தொகைகள் அளிக்கத் தயாராயிருக்கிறார்கள், ஆகவே இவை அவசியமாகவே இருக்க வேண்டும். நான் இவற்றைப் புரிந்துகொள்ள முடியவில்லை, ஆனால் இவற்றைப் புறக்கணிக்கிறேன் என்பதல்ல இதற்கு அர்த்தம்."

"உங்களது தூய கையைக் குலுக்கி உங்களைப் போற்றுகிறேன் நான்!"

சாப்பாட்டுக்குப் பிற்பாடு ஓல்கா இவானவ்னா வெளியே சென்றாள், பலரையும் போய்ச் சந்தித்தாள், பிறகு நாடகத்துக்கோ, கச்சேரிக்கோ சென்றாள், நள்ளிரவுக்குப் பிற்பாடு வீட்டுக்குத் திரும்பினாள். நாள் தவறாமல் இவ்வாறே நடந்து வந்தது.

புதன்கிழமைதோறும் அந்தியில் வீட்டில் தங்கி விருந்தினர்களை வரவேற்றாள். இந்தப் புதன்கிழமை அந்திப் பொழுதுகளில் சீட்டாட்டமோ, நடனமோ நடைபெறுவதில்லை, எல்லோரும் கலைகளில் ஈடுபட்டு மகிழ்ந்தனர். பிரபல நடிகர் ஓதினார், பாடகர் பாட்டு பாடினார், ஓவியர்கள் ஓல்காவின் எண்ணற்ற ஆல்பங்களில் சித்திரங்கள் வரைந்தனர், வயலின் செல்லோ வித்வான் வாசித்தார். இல்லத் தலைவியும் சித்திரம் தீட்டினாள், பதுமைகள் செய்தாள், பாடினாள், பக்கவாத்தியம் வாசித்தாள். ஓதலுக்கும் வாசிப்புக்கும் பாட்டுக்கும் இடையிலான நேரங்களில் இலக்கியம், நாடகம், கலை இவைகுறித்துப் பேசிக்கொண்டும் வாதாடிக்கொண்டும் இருந்தனர். சீமாட்டிகள் யாரும் இல்லை, நடிகைகளையும் தனது ஆடை தயாரிப்பாளரையும் தவிர்த்து ஏனைய எல்லாப் பெண்களையும் அற்பமானோராய், சகிக்க முடியாதோராய்க் கருதினாள் ஓல்கா இவானவ்னா. வாயிற்கதவின் மணி ஒலிக்கும்தோறும் அவள் துணுக்குற்றுத் துள்ளியெழாத புதன்கிழமை அந்திப்பொழுது இருந்ததே இல்லை; முகத்தில் வெற்றிக்களிப்பு மின்ன "அவரேதான்!" என்று வியந்து கூவுவாள்; தான் புதிதாய் அழைத்திருந்த யாரோ ஒரு பிரபலஸ்தர் வந்து சேர்ந்து விட்டார் என்பதே இதன் பொருள். தீமவை வரவேற்பு அறையில் காணவே முடியாது. அப்படி ஒருவர் அந்த வீட்டில் இருப்பதாகவே யாருக்கும் நினைவு இராது. ஆனால் சரியாய்ப் பதினொன்றரை மணி அடித்ததும் சாப்பாட்டு அறையின் கதவு திறக்கப்படும், சாந்தமான இனிய சுபாவத்தைக் காட்டும் இதமான புன்னகையோடு வாயிற்படியிலே நின்று உள்ளங்கைகளைத் தேய்த்தவாறு கூறுவார் தீமவ்:

"கனவான்களே, சாப்பிடுவோம் வாங்க!"

எல்லாரும் சாப்பாட்டு அறைக்கு வந்து சேர்வார்கள், ஒவ்வொரு தரமும் அதே பொருள்கள் அவர்கள் கண்ணெதிரே காட்சியளிக்கும்: ஒரு வட்டில் நிறைய சிப்பி இறைச்சி, பன்றித் தொடைக்கறி அல்லது கன்றிறைச்சியில் ஒரு பெரிய துண்டு, சார்டின் மீன்கள், பாலாடைக் கட்டி, மீன்சினை, உப்பிலிட்டகுடைக்காளான்கள், வோத்கா, இரு கண்ணாடிக் குடுவைகளில் ஒயின்.

“எனது அருமை விருந்துபசார மேலாளரே!” என்று ஓல்கா இவானவ்னா களிபேருவகை கொண்டவளாய்க் கைகளைப் பிசைந்தவாறு சொல்வாள். “உங்களை எவ்வளவு புகழ்ந்தாலும் தகும்! பாருங்களேன், இவரது நெற்றியைப் பாருங்களேன் எல்லாரும்! தீமவ் உங்கள் முகத்தின் பக்கவாட்டுத் தோற்றம் எங்களுக்குத் தெரியும்படிக் கொஞ்சம் திரும்புங்களேன்! பாருங்களேன் இதை - வங்காளத்துப் புலியின் முகத்தை! அதே போது முகபாவத்தைக் கவனியுங்கள், பெண்மானுடையது போலல்லவா சாந்தமும் இனிமையும் வாய்ந்ததாய் இருக்கிறது! எனது அருமை தீமவ், தங்கமே தங்கம்!”

விருந்தினர்கள் சாப்பிட ஆரம்பித்தார்கள், தீமவின் பக்கம் திரும்பிப் பார்த்துவிட்டுத் தம்முள் நினைத்துக் கொண்டார்கள்: “மெய்யாகவே அருமையான ஆள்!” ஆனால் விரைவில் அவரைப்பற்றி மறந்துவிட்டுத் தொடர்ந்து நாடகங்களையும் இசையையும் கலையையும் பற்றிப் பேசலானார்கள்.

இளந்தம்பதியர் இன்பமாய் வாழ்ந்தனர், அவர்களது வாழ்க்கை ஒழுங்கு தவறாமல் நன்றாகவே நடைபெற்று வந்தது. மெய்தான், அவர்களது தாம்பத்திய வாழ்க்கையின் மூன்றாவது வாரம் அவ்வளவு நன்றாய் இல்லை, உண்மையில் வருத்தம் தருவதாகவே இருந்தது. மருத்துவமனையில் தொத்து ஏற்பட்டு அவர் அக்கியால் வருந்த வேண்டியதாயிற்று. ஆறு நாட்களுக்கு அவர் படுக்கையைவிட்டு நகர முடியவில்லை, அதோடு அவரது அழகான கரு முடிகளை ஒட்ட வெட்டிக்கொள்ள வேண்டியதாயிற்று. ஓல்கா இவானவ்னா அவரது படுக்கைக்கு அருகே அமர்ந்து கண்ணீர் வடித்தாள். ஆனால் அவர் ஓரளவு நலமடைந்ததும் ஒட்ட வெட்டப்பட்ட அவரது தலையில் வெள்ளைக் கைக்குட்டையைக் கட்டி அராபிய பெதூன் [பெதூன் - அராபியாவையும் வடக்கு ஆப்பிரிக்காவின் சில பகுதிகளையும் சேர்ந்த நாடோடி வகையினரான அரபுகள்.] இனத்தவராய்த் தோன்றும்படி அவரை ஓவியம் வரைய ஆரம்பித்தாள் அவள். இருவரும் இதைப் பெரிய வேடிக்கையாய்க் கருதி மகிழ்ந்து கொண்டார்கள். பிறகு மூன்று நாட்களில் அவர் முழுநலமடைந்து மீண்டும் மருத்துவமனைக்குப் போகத் தொடங்கியபோது திரும்பவும் அவர் துரதிர்ஷ்டத்தால் பீடிக்கப்பட்டார்.

“எனக்கு அதிர்ஷ்டமில்லை, அம்மா” என்று ஒரு நாள் பகற் சாப்பாடு சாப்பிடுகையில் அவளிடம் கூறினார் அவர். “இன்று நான் நான்கு பிண அறுவை ஆய்வு நடத்தினேன், இரண்டு விரல்களில்

வெட்டுப்பட்டுவிட்டது. வீட்டுக்குத் திரும்பிய பிறகுதான் இதைக் கவனித்தேன்.''

ஓல்கா இவானவ்னா பயந்துபோய் விட்டாள். ஆனால் அவர் சிரித்துக் கொண்டு, ஒன்றும் நேர்ந்து விடாது, பிண அறுவை ஆய்வுகளின்போது இம்மாதிரி அடிக்கடி நான் கையைக் காயப்படுத்திக் கொண்டதுண்டு என்று சொன்னார்.

"அம்மா, நான் மெய்மறந்து போய் விடுகிறேன், கவனமில்லாதவனாகி விடுகிறேன்.''

இரத்தத்தில் நச்சு பரவிவிடுமோ என்று ஓல்கா இவனாவ்னா நடுங்கிக் கொண்டிருந்தாள், அப்படி ஒன்றும் நேர்ந்துவிடக் கூடாதென்று ஒவ்வோர் இரவும் ஆண்டவனை வேண்டிக் கொண்டாள். தீங்கின்றியே யாவும் முடிவுற்றன. வருத்தத்தாலோ கவலையாலோ களங்கம் செய்யப்படாத பழைய இன்பகரமான, அமைதியான வாழ்க்கை திரும்பவும் ஆரம்பமாயிற்று, நிகழ்காலம் சிறப்பாகவே இருந்தது, விரைவில் வசந்தம் வந்துவிடும், தொலைவிலே வரும்போதே அவர்களைப் பார்த்துப் புன்னகை புரியும், எத்தனையோ நூறு ஆனந்தங்களுக்குவித்திடும். இன்பமான வாழ்க்கை என்றென்றும் நீடித்துச் செல்லும். ஏப்ரல், மே, ஜூன் மாதங்களை மாஸ்கோவிலிருந்து நெடுந்தூரத்தில் கிராமக் குடிலில் கழிப்பாள், நடைப் பயணங்கள், சித்திரம் தீட்டுதல், மீன் பிடித்தல், குயில்களின் இசை இப்படிப் பல இன்பங்கள் கிட்டும். பிறகு ஜூலையிலிருந்து இலையுதிர்காலம் வரை வோல்கா ஆற்றிலே கலைஞர்களது உல்லாசப்பயணத்துக்கு ஏற்பாடாகியிருந்தது, கலைஞர் குழுவின் நிரந்தர உறுப்பினளான ஓல்கா இவானவ்னாவும் இதில் பங்கெடுத்துக்கொள்வாள். ஏற்கெனவே அவள் நார்ப்பட்டில் தனக்குப் பயண ஆடைகள் இரண்டு செட்டுகள் தயார் செய்து கொண்டுவிட்டாள்; மற்றும் வண்ணங்கள், தூரிகைகள், கான்வஸ், புதிய வண்ணக் கலவைத் தட்டு முதலானவையும் வாங்கிக் கொண்டுவிட்டாள். அவளுடைய ஓவியம் எப்படி முன்னேறிச் செல்கிறது என்பதைக் காண்பதற்காக ரியாபவ்ஸ்கி நாள் தவறாமல் அவளிடம் வந்து சென்றார். அவள் தனது கலைப்படைப்பை அவரிடம் காட்டியதும் கால் சட்டைப் பைகளுக்குள் ஆழமாய்க் கைகளை நுழைத்துக் கொண்டு உதடுகளை அழுத்தி மூடி முக்கால் காற்றை வலிய உள்ளுக்குள் இழுத்துக் கொண்டு கூறுவார்:

"ஓ... மேகம் இப்படிக் கூச்சலிடுகிறதே, இது அந்தி வெளிச்சமாய்த் தெரியவில்லை. முன்னணி சற்று குளறுபடியாய்

இருக்கிறது, ஏதோ ஒன்று இல்லாதது போல் கண்ணுக்குக் குறையாய்த் தெரிகிறது, நான் சொல்வது புரிகிறதா உனக்கு?... உனது குடில் சரியானபடி நொறுக்கப்பட்டுப் பரிதாபமாய் ஊளையிடுவது மாதிரி அல்லவா இருக்கிறது... அந்த மூலையை இன்னும் கொஞ்சம் கருமையாக்க வேண்டும். ஆனால் மொத்தத்தில் அப்படி ஒன்றும் மோசமாயில்லை... எனக்கு மகிழ்ச்சி தருவதாகவே இருக்கிறது."

எவ்வளவுக்கு எவ்வளவு புரியாத முறையில் அவர் பேசினாரோ, அவ்வளவுக்கு அவ்வளவு எளிதாய் ஓல்கா இவானவ்னா அவருடைய கருத்தைப் புரிந்து கொண்டாள்.

3

கிராமக் குடிலிலிருந்த தம் மனைவிக்கு எடுத்துச் செல்வதற்காக வெண்திங்களன்று பிற்பகலில் தீமவ் வெளியே சென்று சிற்றுண்டி வகைகளும் மிட்டாயும் வாங்கினார். அவளை அவர் பார்த்து இரண்டு வாரங்களுக்கு மேலாகிவிட்டது, அவரால் சகிக்க முடியவில்லை. ரயில் வண்டியில் உட்கார்ந்திருந்தபோதும், பிறகு மரங்கள் அடர்ந்த தோப்பினுள் அந்தக் கிராமக் குடிலைத் தேடிச் சென்றபோதும் அவருக்கு வயிறு பசித்தது, களைப்பாயிருந்தது. மனைவியுடன் சேர்ந்து நிம்மதியாய்ச் சாப்பிடலாம், பிறகு காலை நீட்டிப் படுக்கையில் படுத்தால் பரம சுகமாயிருக்கும் என்பதாய்க் கனவு கண்டு மகிழ்ந்து கொண்டார். மீன்சினையும் பாலாடைக் கட்டியும் புகையிலிட்ட மீனும் அடங்கிய தமது பொட்டலத்தைப் பார்த்தபோது அவருக்கு உற்சாகமாய் இருந்தது.

கிராமக் குடிலைத் தேடி அவர் அடையாளம் தெரிந்துகொள்வதற்குள் சூரியன் அடிவானத்தில் அமிழ்ந்துவிட்டான். வயது முதிர்ந்த வேலையாள் அவரிடம் அம்மாள் வீட்டில் இல்லை, ஆனால் சீக்கிரம் வந்துவிடுவார் என்று சொன்னாள். அந்தக் குடில் சிறிதும் கவர்ச்சியற்றதாய், தணிவான கூரையுடையதாய் இருந்தது; சுவர்களில் நோட்டுப் புத்தகக் காகிதம் ஒட்டப்பட்டிருந்தது; தரைகளில் மேடு பள்ளங்களும் வெடிப்புகளும் இருந்தன. அதில் மூன்று அறைகள்தான் இருந்தன. ஒன்றினுள் ஒரு கட்டிலும், அடுத்ததில் ஓவியக் கான்வஸ்களும் வண்ணத் தூரிகைகளும் அழுக்குக் காகிதங்களும் இருந்தன; நாற்காலிகளிலும் சன்னல் மேடைகளிலும் ஆடவர் கோட்டுகளும் தொப்பிகளும் கிடந்தன; மூன்றாவது அறையில் தாம் அறியாத மூன்று ஆட்கள் இருக்கக்

கண்டார். இருவர் பழுப்பு நிறமுடையோராய்த் தாடியுடன் தோற்றமளித்தனர், மூன்றாவது ஆள் மழுக்கச் சிரைத்த முகத்துடன் கழுக்கு மொழுக்கென்று இருந்தார், நடிகராகவே இருந்திருக்க வேண்டும் அவர். மேஜையின் மீது சமொவாரில் தண்ணீர் தளபுளத்துக் கொண்டிருந்தது.

"உங்களுக்கு என்ன வேண்டும்?" என்று அந்த நடிகர் நேசபாவமற்ற முறையில் தீமவைப் பார்த்து விசாரித்தார். "ஓல்கா இவானவ்னாவைப் பார்ப்பதற்காக வந்திருக்கிறீர்களா? சற்றுநேரம் காத்திருங்கள், இதோ வந்து விடுவாள்."

தீமவ் உட்கார்ந்து கொண்டு காத்திருந்தார். பழுப்பான ஆட்களில் ஒருவர் தூக்கக் கலக்கம் கொண்ட கண்களால் அவரைப் பார்த்தபடிக் கொஞ்சம் தேநீரை ஊற்றியெடுத்து,

"தேநீர் அருந்துகிறீர்களா?" என்று கேட்டார்

தீமவுக்குப் பசியும் தாகமும் தாங்க முடியவில்லை; ஆயினும் தமது பசியைக் கெடுத்துக்கொள்ளக் கூடாதென்று தேநீர் வேண்டாமென்று கூறி விட்டார். விரைவில் காலடி ஓசை கேட்டது, அவர் நன்கறிந்த சிரிப்பொலியும் கேட்டது. கதவு தடாரென அடித்துக் கொண்டது. ஓல்கா இவானவ்னா அகன்ற விளிம்பு தொப்பி அணிந்து கையில் ஒரு பெட்டியுடன் அறைக்குள் புகுந்தாள். அவளுக்குப் பின்னால் ஒரு பெரியகுடையையும், மடக்கு நாற்காலியையும் தூக்கிக் கொண்டு சிவந்த கன்னங்களுடன் மிகவும் உற்சாகமாய் வந்தார் ரியாபவ்ஸ்கி.

"தீமவ்!" என்று ஆனந்தம் தாங்காமல் முகம் சிவக்கக் கூச்சலிட்டாள் ஓல்கா இவானவ்னா. "தீமவ்!" என்று திரும்பவும் கூவித் தலையையும் இருகைகளையும் அவர் மார்புடன் வைத்தழுத்தினாள். "நீங்களேதான்! இத்தனை நாளாய் ஏன் வரவில்லை? ஏன்? ஏன்!"

"எப்படி அம்மா வருவேன்? எந்நேரமும் வேலை, எப்போதாவது அவகாசம் கிடைத்தால் அப்போது ரயில் இல்லை."

"ஓ, உங்களைப் பார்த்து எப்படி நான் ஆனந்தப்படுகிறேன்! உங்களைப் பற்றிதான் கனவு கண்டேன், இரவெல்லாம்! உடம்பு சரியில்லையோ, என்னவோ என்று பயந்தேன். ஓ, அருமையிலும் அருமையானவர் நீங்கள்! இப்போது நீங்கள் வந்தது எவ்வளவு பெரிய அதிர்ஷ்டம் தெரியுமா? என்னைக் காப்பாற்றுவதற்கென்றுதான் சரியாய் இந்த நேரம் வந்திருக்கிறீர்கள். உங்கள் ஒருவரால்தான்

என்னைக் காப்பாற்ற முடியும்! நாளைக்கு அதிவிசேஷமான திருமணம் ஒன்று நடைபெறப்போகிறது" என்று சிரித்துக்கொண்டும் வேகமாய்ப் பேசிச் சென்றாள்.

"ரயில் நிலையத்தில் தந்தி இயக்குபவர் திருமணம் செய்துகொள்ளப் போகிறார், சிக்கெல்தயேவ் என்று பெயர், கண்ணுக்கு இனிய இளைஞர், முட்டாளல்ல, இளைஞரின் முகத்தில் வலுமிக்க ஏதோ ஒன்று, கரடியின் பிடிபோன்ற ஏதோ ஒன்று இருக்கிறது... இளம் வரான்கியனது [வரான்கி - 10 - 11ஆம் நூற்றாண்டுகளில் ஸ்லாவ் கோமகன்களிடம் கூலிப் படையாட்களாய் சேவகம் புரிந்த ஸ்காண்டினேவியர்களைக் குறிக்கும் பழங்காலத்து ருஷ்யப் பெயர்.] உருவப்படத்துக்கு இவரை உட்கார வைத்து வரையலாம். இங்கு வந்திருக்கும் கோடை விடுமுறையாளர்களான நாங்கள் எல்லோரும் இவரிடம் நாட்டம் கொண்டிருக்கிறோம், இவரது திருமணத்துக்கு வந்து சிறப்பிப்பதாய் வாக்களித்திருக்கிறோம்... இளைஞர் இக்கட்டான நிலையில் இருக்கிறார், தன்னந்தனி ஆள், வெட்கப்படுகிறார், இவருக்கு நாங்கள் ஆதரவு அளிக்காமல் இருந்தோமானால் அது பாவமாகும். கேளுங்கள் இதை, கோயிலில் தொழுகை முடிந்ததும் உடனே திருமணம் நடைபெறப்போகிறது; கோயிலிலிருந்து எல்லோரும் அப்படியே மணமகள் வீட்டுக்குப் போகிறோம்... தோப்பு, புள்ளினங்கள் இசைக்கும் கீதம், புல்வெளியில் கதிரவனது ஒளித் திட்டுகள், பளிச்சிடும் பச்சைப் பகைப்புலனில் நாங்கள் எல்லோரும் வண்ணப் புள்ளிகளாய் அமைந்திருப்போம் - அதிவிசேஷமாய் இருக்கும், அப்படியே பிரெஞ்சு உணர்ச்சி வெளிப்பாட்டு ஓவியக் கலை மாதிரி அமைந்திருக்கும். ஆனால் நான் எதை அணிந்து கொண்டு கோயிலுக்குப் போவேன்?" என்று முகத்தைத் தொங்கப் போட்டுக்கொண்டு கேட்டாள். "இங்கே என்னிடம் ஒன்றும் இல்லை, கையுறைகள் இல்லை... நீங்கள்தான் என்னைக் காப்பாற்ற வேண்டும்! என்னைக் காப்பாற்றுவதற்காக விதி உங்களை இங்கே அனுப்பிவைத்திருக்கிறது, இப்போது நீங்கள் இங்கு வந்திருப்பது இதைத்தான் காட்டுகிறது. எனது அருமை தீமவ், எனது சாவிகளை எடுத்துக்கொண்டு வீட்டுக்குப்போய்ப் பீரோவிலிருந்து எனது இளஞ்சிவப்பு ஆடையை எடுத்து வரவேண்டும் நீங்கள். உங்களுக்குத் தெரியும், நேர் முன்னால் தொங்கிக் கொண்டிருக்கிறது அது... பெட்டி அறையில் தரையில் இரண்டு அட்டைப் பெட்டிகள் இருப்பதைக் காண்பீர்கள். மேல்ப் பெட்டியைத் திறந்தால் வலைத் துகிலாய் இருக்கும், வகைவகையான வலைத் துகில்கள், பிறகு

பலவிதமான துண்டுத் துணிகள், இவற்றுக்கெல்லாம் அடியில் மலர்கள் இருக்கும். இந்த மலர்களை அப்படியே வெளியே எடுங்கள், அவை கசங்கிவிடாமல் பார்த்துக் கவனமாய் எடுங்கள். இவற்றிலிருந்து நான் எனக்கு வேண்டியதைப் பொறுக்கியெடுத்துக் கொள்வேன். அப்படியே கையுறைகள் வாங்கி வர வேண்டும் நீங்கள்.

"சரி, அப்படியே செய்கிறேன்" என்றார் தீமவ். "நாளைக்குக் காலையில் திரும்பிச் சென்று யாவற்றையும் உனக்கு அனுப்பி வைக்கிறேன்."

"நாளைக்கா?" என்று ஓல்கா இவானவ்னா கலக்க முற்றுப் போய் அவரை உற்றுப் பார்த்தவாறு கேட்டாள். "நாளைக்குப் போனால் இவை யாவும் எனக்கு நேரத்தில் வந்து சேர முடியாதே! காலையில் ஒன்பது மணிக்குத்தான் முதல் ரயில் இங்கிருந்து புறப்படுகிறது, ஆனால் திருமணம் பதினொரு மணிக்கு! அருமையிலும் அருமையான எனது தீமவ், அது சரிப்பட்டு வராது. இன்றே நீங்கள் புறப்பட வேண்டும், வேறுவழியே இல்லை! நாளைக்கு உங்களால் வர முடியாவிட்டால், யாவற்றையும் ஓர் ஆள் மூலம் அனுப்பி வையுங்கள். புறப்படுங்கள், இப்போதே... ரயில் வந்துவிடும் சீக்கிரம். நீங்கள் காலதாமதம் செய்யக்கூடாது."

"சரி."

"உங்களை அனுப்பி வைக்க எனக்குப் பிடிக்கவில்லை, வேதனைப்படுகிறேன்!" என்றாள் ஓல்கா இவானவ்னா, அவள் கண்களில் கண்ணீர் தளும்பிற்று. "தந்தி இயக்குபவருக்கு அப்படி வாக்கு அளித்தேனே, எவ்வளவு பெரிய முட்டாள் நான்!"

தீமவ் மடக்கு மடக்கென்று ஒரு கிளாஸ் தேநீரைக் குடித்துவிட்டு ஒரு மிட்டாயைக் கையில் எடுத்துக் கொண்டார், அசட்டுச் சிரிப்பு சிரித்துவிட்டு ரயில் நிலையத்துக்குப் புறப்பட்டார். மீன்சினை, பாலாடைக் கட்டி, புகையிலிட்ட மீன் ஆகியவற்றை பழுப்பு நிற ஆட்களும் பருத்த நடிகருமாய்ச் சேர்ந்து தின்று தீர்த்தனர்.

4

ஜூலை மாதத்தில் நிலாவொளி வீசிய அமைதியான ஓர் இரவில் ஓல்கா இவானவ்னா வோல்கா ஆற்றுக் கப்பல் ஒன்றில் மேற்றளத்தில் நின்று மாறி மாறி ஆற்று நீரையும் கண்கவர் ஆற்றங்கரையையும்

பார்த்துக் கொண்டிருந்தாள். அவளுக்குப் பக்கத்தில் நின்றிருந்த ரியாபவ்ஸ்கி, நீர்ப்பரப்பிலே தெரிந்த கரு நிழல்கள் கனவே தவிர நிழல்கள் அல்ல, யாவற்றையும் மறந்துவிட்டு மாண்டு போனால் எவ்வளவு நன்றாயிருக்கும் என்றார்; நமது வாழ்க்கை வெறும் அகங்காரமென்று நமக்கு உணர்த்தி யாவற்றுக்கும் மேலான, நிரந்தரமான, பேரின்பமயமான ஒன்று இருப்பதை எடுத்துரைக்கும் பளிச்சிட்டு மின்னும் இந்த மாயா வினோத நீர்ப்பரப்புக்கும், எல்லையற்ற இந்த வானத்துக்கும், சோக உருக்கொண்டு துயரச் சிந்தனையிலே மயங்கியிருக்கும் இந்த கரைகளுக்கும் மத்தியில் நாம் ஒரு நினைவாய் மாறி விடுவோமாயின் எவ்வளவு சிறப்பாயிருக்கும் என்றார். கடந்த காலம் பொருட்படுத்தத் தகுதியற்ற அற்பமாகவும் எதிர்காலம் சூன்யமாகவும் இருக்கின்றன. போனால் வராத இந்தத் தெய்விக இரவுங்கூட விரைவில் முடிவுறப் போகிறது, ஆதியந்தமில்லாததுடன் ஒன்று கலக்கப் போகிறது - ஆகவே நாம் ஏன் உயிர் வாழ வேண்டும் என்றார்.

ஓல்கா இவானவ்னா ஒரு புறத்தில் ரியாபவ்ஸ்கியின் குரலுக்கும் மறுபுறத்தில் இரவின் மௌனத்துக்கும் செவிமடுத்தவாறு தான் அமரத்துவம் பெற்றவள் என்பதாய், எந்நாளும் தான் இறக்கப் போவதில்லை என்பதாய்த் தன்னுள் கூறிக் கொண்டாள். வானவில் போல் வண்ண ஜாலம் காட்டும் இதன்முன் தான் கண்டிராத விந்தையான இந்த நீர்ப்பரப்பும், மற்றும் இந்த வானமும், ஆற்றங்கரைகளும், கரு நிழல்களும், என்ன காரணமென்று சொல்ல இயலாதபடித் தன் ஆத்மாவினுள் நிறைந்து வழியும் இன்பக்களிப்பும் ஆகிய இவையாவும் அவள் ஒரு காலத்தில் பெரிய கலைமேதையாய்ப் பெயர் பெறப் போவதாய், எங்கோ தொலைவில் நிலவொளி இரவுக்கு அப்பால் வரம்பற்ற விசுவ வெளியில் அவளது வெற்றியும் புகழும் மக்கள் அவள் மீது சொரியப் போகும் அபிமானமும் அவளுக்காகக் காத்திருப்பதாய் அவளிடம் கூறின... நெடுந்தொலைவினுள் கண் கொட்டாமல் நெடுநேரம் அவள் பார்த்தபோது அங்கே பெருங்கூட்டங்களும் ஒளி விளக்குகளும் புனித இசையின் நாதங்களும் மகிழ்ச்சி ஆரவாரமும் இவற்றுக்கிடையே வெண்ணிற ஆடை அணிந்த தானும் நாற்புறமிருந்தும் தன் மீது சொறியப்படும் மலர்களும் அவள் கண்ணுக்குத் தெரிவதாய் நினைத்தாள். தன் பக்கத்தில் கைப்பிடிக் குழாயின் மீது சாய்ந்து கொண்டு மெய்யான மாமனிதன் ஒருவன், மேதை ஒருவன், தெய்வ கடாட்சம் பெற்றவன் ஒருவன் நிற்பதாய் அவள் தன்னுள் கூறிக் கொண்டாள்... இதுவரை இவன் படைத்தவை யாவும் அருமையும்

பெருமையும் புதுமையும் வாய்ந்து மகத்துவம் மிக்கனவாய் இருந்தன; இனி வருங்காலத்தில் இவனது அற்புதத் திறன் முதிர்ச்சியுற்று இவன் படைக்கப்போகிறவை இன்னும் சிறப்புடைத்தனவாய், விவரிக்க முடியாதபடி உன்னதமாய் இருக்கும்; இவை யாவற்றையும் இவன் முகத்திலே, தன் உள்ளத்தில் உள்ளவற்றை எடுத்துரைக்க இவன் கையாளும் பாணியிலே, இயற்கையின்பால் இவனுக்குள்ள போக்கிலே தெளிவாய்த் தெரிந்தன. இவனுக்கே உரிய தனி மொழியில் இவன் அந்திப்பொழுதின் நிழல்களையும் வண்ணக் கோலங்களையும் நிலாவொளியின் பிரகாசத்தையும் சித்தரித்தான், இயற்கையின் மீது இவனுக்கு இருந்த சக்தி யாராலும் எதிர்த்து நிற்க முடியாத கவர்ச்சி கொண்டதாய் அல்லவா இருந்தது? அதோடு இவன் கண்ணுக்கு இனியவனாய்த் தனிச் சிறப்பு கொண்டவனாய் இருந்தான், இவனது சுதந்திரமான, சுயேச்சையான வாழ்க்கை மண்ணுலகக் கட்டுகளால் இருத்தப்படாமல், விண்ணிலே பறக்கும் பறவையின் வாழ்க்கை போன்றதாய் இருந்தது.

"குளிராகி வருகிறது" என்றாள் ஓல்கா இவானவ்னா, அவளுக்கு உடம்பு வெடவெடுத்தது.

ரியாபவ்ஸ்கி தமது கோட்டால் அவளைப் போர்த்தியவாறு துயரம் தோய்ந்த குரலில் கூறினார்:

"உனது சக்திக்குக் கட்டுண்டவனாகி விட்டேன். அடிமையாகி விட்டேன் நான். இன்று நீ இப்படி இன்ப மயக்கமூட்டுபவளாய் இருக்கிறாயே, ஏன் இது?"

வைத்த கண் வாங்காது முழு நேரமும் அவளையே அவர் உற்று நோக்கினார். அவருடைய கண்களின் பார்வையில் அச்சம் தரும் ஏதோ ஒன்று இருந்தது, கண்களை உயர்த்தி அவரைப் பார்ப்பதற்கு அவளுக்குப் பயமாயிருந்தது.

"கண்மூடித்தனமாய் உன் மீது காதல் கொண்டு விட்டேன்..." என்று முணுமுணுக்கும் குரலில் அவர் சொன்னார், அவரது மூச்சு அவள் கன்னத்தை வருடிச் சென்றது. "நீ ஒரு வார்த்தை சொன்னால் போதும், உடனே நான் வாழ்வதை விட்டொழித்து விடுவேன், கலைக்கு முழுக்குப் போட்டு விடுவேன்..." என்று உணர்ச்சி வயப்பட்டுப் போய் முனகினார். "என்னைக் காதலிக்க வேண்டும் நீ, காதலிக்க வேண்டும்..."

“இம்மாதிரி பேச வேண்டாம்” என்று ஓல்கா இவானவ்னா கண்களை மூடிக்கொண்டு கூறினாள். “பயங்கரமாய் இருக்கிறது. தீமவ் என்னாவது?”

“தீமவுக்கும் இதற்கும் என்ன சம்பந்தம்? தீமவுக்கு இங்கு என்ன வேலை? அவருடன் எனக்கு ஆக வேண்டியது ஒன்றுமில்லை. வோல்கா, நிலா, எழில், என் காதல், எனது இன்ப மயக்கம், ஆனால் தீமவ் ஏன் இங்கே?... எனக்குத் தெரியாது இதெல்லாம்... கடந்தகாலம் எனக்கு வேண்டியதில்லை, கணப் பொழுதை மட்டும் எனக்கு அளி நீ... ஒரேயொரு கணம்!”

ஓல்கா இவானவ்னாவின் இதயம் படபடத்து அடித்துக் கொண்டது. தன் கணவரைப்பற்றி நினைக்க முயன்றாள் அவள். ஆனால் கடந்தகாலம் அனைத்தும், அவளது திருமணமும் தீமவும் அவளது புதன்கிழமை அந்திப் பொழுதுகளும் இப்போது அவளுக்குக் குறுகிச் சிறுத்துப்போய் அற்பமாகி, சலிப்பூட்டுவனவாய், எதற்கும் உதவாதனவாய், எங்கோ மிக நெடுந்தொலைவுக்கு விலகிச் சென்றுவிட்டன என்பதாய் நினைத்தாள்... ஆம், தீமவுக்கும் இதற்கும் என்ன சம்பந்தம்? தீமவுக்கு இங்கு என்ன வேலை? அவளுக்குத் தீமவுடன் ஆக வேண்டியது என்ன? உண்மையில் அப்படி ஓர் ஆள் உண்டா, என்ன? வெறுங்கனவு இல்லையா அவர்?

“மிகச் சாமான்ய ஆளான அவரைப் போன்ற ஒருவருக்கு இதுவரை கிடைத்திருக்கும் இன்பம் எதேஷ்டமாயிற்றே” என்று அவள் தனக்குத்தானே கூறிக்கொண்டு கைகளால் முகத்தை மூடிக் கொண்டாள். “அங்கே எனக்கு அவர்கள் தீர்ப்பளிக்கட்டும், என்னை அவர்கள் சபிக்கட்டும், நான் நாசமாய்ப் போகிறேன், ஆம், அவர்களைப் பழி வாங்கும் பொருட்டாவது நான் நாசமாய்ப் போகிறேன்... எல்லாவற்றையும் ஒரேயொருதரமாவது அனுபவித்துப் பார்த்துவிட வேண்டும். ஆண்டவனே, எவ்வளவு பயங்கரமாய் இருக்கிறது, ஆயினும் எவ்வளவு இனிமையாய் இருக்கிறது!”

“சரி, என்ன சொல்கிறாய்?” என்று முணுமுணுத்தவாறு அந்தக் கலைஞர் அவளைக் கட்டித்தழுவிக் கொண்டார், அரைமனத்துடன் அவரை விலக்கித் தள்ள முயன்ற அவளது கைகளில் ஆவல் மிக்கவராய் முத்தமிட்டார். “என்னைக் காதலிக்கிறாயா நீ? காதலிக்கிறாயா? ஆகா, எவ்வளவு அருமையான இரவு! தெய்விகமான இரவு!”

“ஆம், அற்புதமான இரவு!” என்று முணுமுணுத்தாள் அவள், கண்ணீர் பளிச்சிட்ட அவரது கண்களினுள் உற்று நோக்கினாள், பிறகு

அவசரமாய்ப் பார்வையைத் திருப்பிக் கொண்டு தன் கரங்களால் அவரைக் கட்டியணைத்து உதடுகளில் அழுத்தமாய் முத்தமிட்டாள்.

"ஒரு நிமிடத்தில் கினெஷ்மா வந்தடைவோம்" என்று மேற்றளத்தின் எதிர்ப் பக்கத்திலிருந்து யாரோ கூறுவது காதில் விழுந்தது.

பலத்த காலடி ஓசை கேட்டது. சிற்றுண்டி அறைச் சிப்பந்தி போய்க் கொண்டிருந்தான்.

"இதைக் கேள், உன்னைத்தானே" என்று அவனைக் கூப்பிட்டாள் ஓல்கா இவானவ்னா. ஆனந்தத்தால் சிரித்துக் கொண்டும் அழுது கொண்டும் இருந்தாள் அவள்.

"எங்களுக்கு ஒயின் கொண்டுவந்து கொடு."

கிளர்ச்சியுற்று வெளிறிட்டுவிட்ட கலைஞர் ஒரு பெஞ்சின் மீது அமர்ந்து கொண்டு, பாராட்டு தெரிவிக்கும் நன்றி நிறைந்த கண்களால் ஓல்கா இவானவ்னாவை உற்று நோக்கினார், பிறகு கண்களை மூடிக்கொண்டு அயர்ந்துபோய் இளநகை புரிந்தவாறு கூறினார்:

"களைப்புற்று விட்டேன் நான்."

கைப்பிடிக் குழாயின் மீது அவர் தமது தலையைச் சாய்த்துக் கொண்டார்.

5

செப்டம்பர் இரண்டாம் நாள் கதகதப்பாய் அமைதியாகவே இருந்தது, ஆயினும் அன்று பனி மூடியிருந்தது. அதிகாலையில் வோல்கா ஆற்றின் மீது மெல்லிய மூடுபனி தவழ்ந்து கொண்டிருந்தது. ஒன்பது மணிக்குப் பிற்பாடு தூற ஆரம்பித்துவிட்டது. மப்பும் மந்தாரமும் நீங்குமென்ற நம்பிக்கைக்குக் கிஞ்சிற்றும் இடமிருக்கவில்லை. காலை உணவருந்தியபோது ரியாபவ்ஸ்கி ஓவியத்தைப்போல் அலுப்பூட்டும்படியான நன்றிகெட்ட கலை எதுவுமில்லை என்று ஓல்கா இவானவ்னாவிடம் கூறினார். தான் ஒரு கலைஞனல்ல, தான் கலைத்திறன் கொண்டிருப்பதாய் நினைப்போர் முட்டாள்களே ஆவர் என்றார். பிறகு சிறிதும் எதிர்பாராதவிதத்தில் திடுதிப்பெனக் கத்தியைக் கையில் எடுத்துத் தமது மிகச்சிறந்த ஓவியச் சித்திர வரையைக் கிழித்தெறிந்தார். காலை உணவுக்குப்

பிற்பாடு அவர் ஆற்றைப் பார்த்தவாறு சிடுசிடுப்போடு சன்னலருகே உட்கார்ந்திருந்தார். வோல்கா ஆறு ஒளியிழந்து மங்கிப்போய்ச் சோபையற்றுச் சோர்வுக் கோலம் பூண்டிருந்தது. துயரச் சாயல் கொண்டு அயர்வூட்டும் இலையுதிர் காலம் நெருங்குவதை யாவும் அறிவுறுத்தின. கரைகளில் கம்பளம் விரித்தாற்போல் கண் குளிரக் காட்சியளித்த செழிப்பான பசுமையும், கதிரவனது ஒளியின் எதிரொளிப்புகளது வைர ஜொலிப்பும், தெள்ளத் தெளிவான நீலத் தொலைவும், மற்றும் இயற்கையின் எழிற்கோலம் அனைத்தும் வோல்கா ஆற்றிலிருந்து எடுத்துச் செல்லப்பட்டு அடுத்த வசந்தம் வரை பெட்டியிலே வைத்துப் பூட்டப்பட்டுவிட்டதாய்த் தோன்றிற்று. காக்கைகள் ஆற்றின் மீது பறந்து "கா! கா!" என்று கரைந்து பழிப்பு காட்டின. அடித்தொண்டையால் இவை எழுப்பிய கூச்சலைக் கேட்டுக் கொண்டிருந்த ரியாபவ்ஸ்கி ஓவியம் தீட்டித் தான் ஓய்ந்துவிட்டதாகவும் திறன் எல்லாம் இழந்துவிட்டதாகவும் கூறிக் கொண்டார். உலகில் யாவும் மாறாத மாமூல் முறையிலே அமைந்தனவாய், சார்புறவு கொண்டனவாய், அபத்தமாய் இருக்கின்றன, இப்படி இந்தப் பெண்ணிடம் சிக்கியிருக்கக் கூடாதென்று நினைத்தார்... சுருக்கமாய்ச் சொல்வதெனில் அவர் சோர்ந்து மனமொடிந்து போய் விட்டார்...

தடுப்புக்கு இன்னொரு பக்கத்தில் கட்டிலில் உட்கார்ந்திருந்த ஓல்கா இவானவ்னா அழகான தனது வெண்பட்டு முடிகளில் விரல்களைவிட்டுக் கோதியவாறு கற்பனையில் மூழ்கியிருந்தாள்; தனது வீட்டில் வரவேற்பு அறையில், படுக்கை அறையில், கணவரின் அறையில் தான் இருப்பதாய் நினைத்தாள். அவளது கற்பனை அவளை நாடகமன்றத்துக்கும் ஆடை தயாரிப்பாளரிடமும், பெயரும் புகழும் பெற்ற அவளது நண்பர்களிடமும் அழைத்துச் சென்றது. இவர்கள் இந்நேரம் என்ன செய்து கொண்டிருப்பார்கள்? தன்னைப்பற்றி இவர்கள் எப்போதாவது நினைத்துப் பார்ப்பார்களா? பருவம் ஆரம்பமாகிவிட்டது, அவள் தனது புதன்கிழமை அந்திப்பொழுதுகள் குறித்து நினைக்க வேண்டிய காலம் வருகிறது. தீமவ் எப்படி இருக்கிறார்? அருமையிலும் அருமையான தீமவ்! அவளை வீட்டுக்குத் திரும்பி வருமாறு எவ்வளவு பணிவுடன் சிறு பிள்ளையின் அவலத்துடன் வேண்டிக் கடிதத்துக்கு மேல் கடிதம் எழுதி வருகிறார் அவர். மாதந்தோறும் அவளுக்கு 75 ரூபிள் அனுப்பி வந்தார்; கலைஞர்களிடமிருந்து தான் நூறு ரூபிள் கடன் வாங்கியதாய் அவள் எழுதியதும் மேலும் ஒரு நூறு அனுப்பி வைத்தார். எவ்வளவு தங்கமானவர், தயாள குணமுடையவர்!

பயணத்தால் அவள் களைப்புற்றுவிட்டாள், சலித்துப்போயிருந்தாள், இந்த விவசாயிகளிடமிருந்து, ஆற்றிலிருந்து எழும் ஈர வீச்சத்திலிருந்து விலகிச்சென்றுவிட வேண்டுமென்று, விவசாயிகளது குடிசைகளில் தங்கியபோதும் கிராமம் கிராமமாய்ப் பயணம் சென்றபோதும் அவளைவிட்டு அகலாமல் வதைத்த அந்த உடல் அசுத்த உணர்ச்சியை உதறித்தள்ள வேண்டுமென்று ஏங்கினாள். ரியாபவ்ஸ்கி மட்டும் இந்தக் கலைஞர்களுடன் செப்டம்பர் இருபதாம் தேதி வரை இருப்பதாய் இவர்களுக்கு வாக்களித்திராவிடில் இன்றே இருவரும் புறப்பட்டுவிடலாமே - எவ்வளவு நன்றாய் இருக்கும்!

“தெய்வமே, இந்தச் சூரியன் வெளியே தலைகாட்டப் போவதே இல்லையா?” என்று முனகினார் ரியாபவ்ஸ்கி. “சூரியன் பதுங்கியிருக்கையில் எப்படி நான் வெயிலில் பிரகாசிக்கும் இயற்கைக் காட்சியைத் தீட்டுவேன்?”

“மந்தார வானத்தையுடைய சித்திரவரை ஒன்று உன்னிடம் இருக்கிறதே” என்று தடுப்புக்குப் பின்னாலிருந்து வெளியே வந்து கூறினாள் ஓல்கா இவானவ்னா. “நினைவில்லையா - வலப்புற முன்னணியில் தோப்பும் இடப்புறத்தில் பசு மந்தையும் வாத்துகளும் இருக்குமே. அதை எடுத்துப் பூர்த்தி செய்வதுதானே.”

“அட தெய்வமே” கலைஞர் தமது அருவருப்பை முகச்சுளிப்பு மூலம் வெளிக்காட்டினார். “பூர்த்தி செய்வதாம் பூர்த்தி! நான் என்ன செய்ய வேண்டுமென்று நீ சொல்லும் அளவுக்கு என்னை அவ்வளவு பெரிய முட்டாள் என்றா நினைக்கிறாய்?”

“என்பால் உனது போக்கு மாறிவிட்டது, அவ்வளவுதான்” என்று பெருமூச்செறிந்தாள் ஓல்கா இவானவ்னா.

“அதுவும் நல்லதுதானே!”

ஓல்கா இவானவ்னாவுக்கு முகம் கோணிட்டது, கணப்படுப்பருகே நடந்து சென்று அங்கே நின்றவாறு அழுதாள் அவள்.

“இருக்கிற வேதனை போதாதென்று கண்ணீர் வடிக்க ஆரம்பித்து விட்டாயா? போதும் நிறுத்து! அழுவதற்கு எனக்கு ஆயிரம் காரணங்கள் இருக்கின்றன, ஆயினும் நான் அழாமல் இருக்கிறேன்.”

“ஆயிரம் காரணங்கள்தான்!” என்று செருமினாள் ஓல்கா இவானவ்னா. “என்னைப் பார்த்தால் உனக்குக் கசப்பாய் இருக்கிறது, அதுதான் பிரதான காரணம். ஆமாம், அப்படிக் கசப்பாய் இருக்கிறது!”

அவளுடைய செறுமல்கள் அதிகமாயின. "நமது காதல் குறித்து நீ வெட்கப்படுகிறாய், அதுதான் உண்மை. கலைஞர்கள் இதைக் கண்டுகொண்டு விடுவார்களே என்று பயப்படுகிறாய். ஆனால் அவர்கள் எல்லோருக்கும் எவ்வளவோ காலமாய்ப் பகிரங்கமாய்த் தெரிந்த ஒன்றை மறைப்பது எப்படி?"

"ஓல்கா, உன்னிடம் நான் வேண்டுவது ஒன்றே ஒன்றுதான்" என்றார், அவர், நெஞ்சின் மீது கையை வைத்துக் கெஞ்சும் குரலில். "ஒன்றே ஒன்றுதான் - என்னைத் தொல்லை செய்யாதே! உன்னிடம் நான் வேண்டுவதெல்லாம் அவ்வளவுதான்."

"இன்னும் என்னைக் காதலிக்கிறாயா என்பதை முதலில் சொல்லு நீ!"

"என்னைச் சித்திரவதைச் செய்கிறாய்!" என்று பற்களை நெரித்துக் கொண்டு சீறினார் கலைஞர். "நான் வோல்காவில் விழுந்து சாவதிலோ, அல்லது பித்துப்பிடித்து அலைவதிலோதான் இது முடிவுறும்போல் தெரிகிறது! என்னைத் தொல்லை செய்யாதே, சும்மாய் விடு!"

"சரி என்னைச் சாக அடி நீ, சாக அடி!" என்று கத்தினாள் ஓல்கா இவானவ்னா. "சாக அடி!"

தேம்பி அழுதவாறு தடுப்புக்குப் பின்னால் சென்றாள் அவள். வைக்கோல் வேய்ந்த கூரையின் மீது மழை சடசடத்தது. ரியாபவ்ஸ்கி தலையை அழுத்திப் பிடித்துக் கொண்டு சிறிது நேரம் அறையில் மேலும் கீழுமாய் நடந்தார். பிறகு யாருடனோ நடைபெற்ற வாதத்துக்கு முடிவான பதிலளித்து விட்டதுபோல் முகத்தில் வைராக்கியம் வெளிப்பட குல்லாயைத் தலையில் வைத்து அழுத்தித் துப்பாக்கியைத் தோளில் மாட்டிக் கொண்டு குடிசையைவிட்டு வெளியே சென்றார்.

அவர் வெளியே சென்றதும் ஓல்கா இவானவ்னா தனது கட்டிலில் படுத்துக்கொண்டு நெடுநேரம் அழுதாள். விஷம் குடிப்பது நல்லதல்லவா, ரியாபவ்ஸ்கி திரும்பி வந்து பார்க்கையில் தான் செத்துக் கிடப்பது தெரியுமே என்பதாய் முதலில் நினைத்தாள். ஆனால் அவளது சிந்தனை விரைவில் அவள் வீட்டின் வரவேற்பு அறைக்கும், அவள் கணவரின் அறைக்கும் திரும்பிவிட்டன; தீமவின் பக்கத்தில் அமைதியாய் உட்கார்ந்து சாந்தி, தூய்மை இவற்றின் இனிமையை அனுபவிப்பதாகவும், பிறகு நாடக மன்றத்தில் அமர்ந்து மஸீனியைக் [மஸீனி *(Mazini)*, அஞ்செலோ (1845 -

1926) - இத்தாலியப் பாடகர்.] கேட்டுக் கொண்டிருப்பதாகவும் நினைத்தாள். நாகரிக வாழ்வுக்கும், நகரின் சப்தங்களுக்கும் புகழ்பெற்றவர்களுக்குமான ஏக்கம் அவள் உள்ளத்தில் எழுந்து அவளை வருத்திற்று. கிராமப்பெண் ஒருத்தி குடிசைக்குள் வந்து சாப்பாடு தயாரிப்பதற்குத் துவக்கமாய்ச் சாவதானமாய்க் கணப்படுப்பில் தீ மூட்டினாள். எரியும் விறகின் நெடி மூக்கில் ஏறிற்று, காற்றில் புகை கலந்து நீலமாயிற்று. கலைஞர்கள் சேறு படிந்த அவர்களது நெடிய மிதியடிகளுடன் வந்து சேர்ந்தனர், மழையில் அவர்களது முகங்கள் நனைந்திருந்தன. ஒருவரது சித்திர வரையை ஒருவர் பார்த்துக் கொண்டபின் வானிலை மோசமாயிருந்தும் வோல்கா அதற்குரிய தனிக் கவர்ச்சியோடுதான் இருப்பதாய்த் தமக்குத்தாமே ஆறுதல் கூறிக்கொண்டனர். சுவரிலிருந்த மலிவான கடிகாரத்தின் ஊசலி "டிக்-டிக்-டிக்" என்று அசைந்தாடிக் கொண்டிருந்தது. அறையின் ஒரு மூலையில் சாமிப் படங்களுக்கு அருகே ஈக்கள் மொய்த்து மெல்ல உஸ்ஸிட்டன, பெஞ்சுகளுக்கடியிலிருந்த தடித்தடிக் கட்டுகளில் கரப்பான்கள் ஊர்ந்தன...

அஸ்தமன நேரத்தில் ரியாபவ்ஸ்கி திரும்பி வந்தார். குல்லாவை மேஜையின் மீது எறிந்துவிட்டு ஓய்ந்து போன நிலையில், முகம் வெளிறிட்டுத் தோன்ற, சேறு படிந்த மிதியடிக் காலுடன் பெஞ்சின் மீது உட்கார்ந்து கண்களை மூடிக் கொண்டார்.

"நான் ஓய்ந்து போய் விட்டேன்" என்றார் அவர். கண்களைத் திறப்பதற்கு அவர் செய்த முயற்சியில் அவரது புருவங்கள் துடித்தன.

ஓல்கா இவானவ்னா உண்மையில் தனக்கு ஒன்றும் கோபமில்லை என்று காட்டி மனம் ஒத்துப்போக வேண்டுமென்ற ஆவலோடு அவரிடம் சென்று வாய் பேசாமல் முத்தமிட்டுவிட்டுச் சீப்பினால் அவரது மென்னிற முடிகளை வாரி விட்டாள். அவரது முடிகளைச் சீவிவிட வேண்டுமென்று திடுமென அவளுக்கு விருப்பம் உண்டாயிற்று.

"என்ன இதெல்லாம்?" என்று அவர் பிசுபிசுப்பான ஏதோ ஒன்று தன் மீது பட்டுவிட்டது போல் துணுக்குற்றுக் கண்களைத் திறந்து கொண்டு கேட்டார். "என்ன இதெல்லாம்? தயவு செய்து என்னைத் தொல்லை செய்யாதே நீ!"

அவளைத் தன்னிடமிருந்து விலக்கிவிட்டு அவர் நகர்ந்து கொண்டார். அவர் முகத்திலே வேதனையும் அருவருப்பும்

வெளிப்படக் கண்டாள் அவள். அப்போதுதான் அந்தக் கிராமப் பெண் முட்டைக் கோஸ் சூப்புத் தட்டை இரு கைகளால் கவனமாய் ஏந்திப் பிடித்துக் கொண்டு அவரிடம் வந்தாள். அந்தப் பெண்ணின் கட்டை விரல்கள் இரண்டும் சூப்பில் பட்டு நனைந்திருந்ததை ஓல்கா இவானவ்னா கவனித்தாள். பாவாடையை இழுத்து வயிற்றின் மீது கெட்டியாய்ச் சுற்றியிருந்த அந்தப் பெண்ணின் சுத்தக் குறைவும், ரியாபவ்ஸ்கி ஆவலாய்ச் சாப்பிட்ட அந்த முட்டைகோஸ் சூப்பும், அந்தக் குடிசையும், ஆரம்பத்தில் எளிமையும் கலையெழிலோடு கூடிய ஒழுங்கின்மையும் வாய்ந்த இனிய வாழ்க்கையாய்த் தோன்றிய இந்த வாழ்க்கையும் இப்போது சகிக்க முடியாத வேதனைகளாய்த் தன்னை வதைப்பதாய் நினைத்தாள் அவள். திடுமென அவள் அவமதிக்கப்பட்டவளாய் மனம் கசந்து கூறினாள்:

"சிறிது காலத்துக்கு நாம் பிரிந்திருந்தாக வேண்டும், இல்லையேல் சலிப்பு தாங்க முடியாமல் நாம் சண்டையிட்டுக்கொள்ள வேண்டியதாகிவிடும். இங்கு என்னால் சகிக்க முடியவில்லை. இன்றே நான் இங்கிருந்து சென்றுவிடப் போகிறேன்."

"எப்படிப் போவாய்? துடைப்பக் கட்டையிலா?"

"இன்று வியாழக்கிழமை, ஆகவே ஒன்பதரை மணிக்குக் கப்பல் இங்கு வரும்."

"அப்படியா? ஆமாம், ஆமாம்... நல்லது, புறப்படு நீ" என்று இதமாய்க் கூறினார், குட்டை இல்லாததால் துண்டினால் உதடுகளைத் துடைத்துக் கொண்டார். "உனக்கு இங்கே சலித்துப் போய்விட்டது, இங்கிருந்து போய்விடாமல் உன்னை நான் இருத்தி வைக்க முயல்வது சுயநலக் காரியமாகிவிடும். நீ திரும்பிச் செல், 20-ஆம் தேதிக்குப் பிற்பாடு நாம் சந்திக்கலாம்."

ஓல்கா இவானவ்னா மலர்ச்சியடைந்து மன மகிழ்ச்சியால் கன்னங்கள் சிவப்பாய் ஒளிர சாமான்களை எடுத்து வைத்துப் பயணத்துக்குத் தயார் செய்தாள். "மெய்தானா இது, விரைவில் வீட்டுக்குத் திரும்பி வரவேற்பு அறையில் உட்கார்ந்துகொண்டும் ஓவியம் தீட்டிக்கொண்டுமா இருக்கப் போகிறோம்? படுக்கை அறையிலே படுத்துறங்கவும், விரிப்பு போடப்பட்ட மேஜையின் எதிரே அமர்ந்து சாப்பிடவுமா போகிறோம்?" என்று தனக்குத்தானே கூறி மகிழ்ந்து கொண்டாள். ஒரு பெருஞ்சுமை தன்னைவிட்டு நீங்கியது போன்ற உணர்வு ஏற்பட்டது, கலைஞரின் மீது அவளுக்கிருந்த கோபம் மறைந்துவிட்டது.

ரா. கிருஷ்ணய்யா

“ரியாபுஷா, எனது ஓவிய வண்ணங்களும் தூரிகைகளும் இங்கே உன்னிடமே இருக்கட்டும்” என்று அவள் உரக்கக் கூறினாள். “நீ உபயோகித்தவை போக எஞ்சியவற்றை உன்னுடன் எடுத்து வா... நான் இங்கே இல்லாமற்போனதும் நீ சோம்பேறியாய் வீணில் பொழுதைக் கழிக்காதே, மனச்சோர்வெல்லாம் வேண்டாம் - வேலை செய் நீ! ரியாபுஷா, சரியான அசடு நீ!”

ஒன்பது மணியானதும் ரியாபவ்ஸ்கி முத்தமிட்டு அவளுக்கு விடை அளித்தார். கப்பலின் மேற்றட்டில் ஏனைய கலைஞர்களுக்கு முன்னால் முத்தமிட விரும்பாமல் இங்கேயே விடை அளித்தார் என்பது அவளுக்குத் தெரிந்தது. கப்பல் துறைக்கு அவளை அவர் அழைத்துச் சென்றார். கப்பல் ஆடியசைந்து வந்து நின்றது, பிறகு அவளை ஏற்றிக்கொண்டு புறப்பட்டுச் சென்றது.

இரண்டரை நாட்களில் அவள் வீட்டுக்கு வந்து சேர்ந்தாள். தொப்பியையோ, மழை அங்கியையோ கழற்றாமலே, மனக் கிளர்ச்சியால் பலமாய் மூச்சு விட்டவாறு வரவேற்பு அறைக்குள் சென்றாள், அங்கிருந்து சாப்பாட்டு அறைக்குள் நுழைந்தாள். மார்புச் சட்டையின் பொத்தான்கள் திறந்திருக்க சட்டைக் கைகளை மடக்காமல் சாப்பாட்டு மேஜையின் முன்னால் அமர்ந்து முட்கரண்டியின் முள்களில் கத்தியைத் தேய்த்துத் தீட்டிக் கொண்டிருந்தார். தீமவ்; வதக்கிய காட்டுக் கோழி இறைச்சி அவருக்கு எதிரே மேஜையில் இருந்தது. ஓல்கா இவானவ்னா யாவற்றையும் தனது கணவரிடமிருந்து மறைத்துவிட வேண்டும், அதற்குரிய திறமையும் வலிமையும் தனக்கு உண்டு என்ற உறுதியுடன்தான் வீட்டுக்குள் வந்தாள். ஆனால் அடக்கமும் இன்பக் களிப்பும் கொண்ட புன்முறுவலால் விரிந்து மலர்ந்துவிட்ட கணவரின் முகத்தையும், அவர் கண்களில் பிரகாசித்த இன்ப ஒளியையும் கண்ணுற்றதும் இம்மாதிரியான ஒருவரை ஏமாற்றுவது பொய்ப் பழி சுமத்தித் தூற்றுவதற்கோ, திருடுவதற்கோ, கொலை புரிவதற்கோ ஒப்பான வெறுக்கத்தக்க இழி செயலாகும், முடியாத காரியமாகும் என்பதாய் அவளுக்குத் தோன்றிற்று. நடந்தது பூராவையையும் அவரிடம் சொல்லிவிடுவதென உடனே அவள் முடிவு செய்து கொண்டாள். அவர் முத்தமிட்டு அவளைக் கட்டியணைத்து வரவேற்றதும் அவர் எதிரே சரிந்து மண்டியிட்டுக் கைகளால் முகத்தை மூடிக்கொண்டாள் அவள்.

“என்ன ஆயிற்று? ஏன் அம்மா இது?” என்று அருமையாய் அவளைக் கேட்டார் அவர். “நான் இல்லாமல் உனக்கு அவ்வளவு துன்பமாகவா இருந்தது?”

வெட்கத்தால் கன்றிவிட்ட முகத்தை உயர்த்திக் குற்றமுள்ள நெஞ்சின் குறுகுறுப்போடு திறுதிறுத்துக் கெஞ்சும் பார்வையால் அவரை உற்று நோக்கினாள். ஆனால் வெட்கமும் அச்சமும் அவளை உண்மையை அவரிடம் சொல்லாதபடித் தடுத்துவிட்டன.

“ஒன்றுமில்லை...” என்றாள். “களைப்பாயிருக்கிறது, ஒன்றுமில்லை...”

“வா சாப்பிடுவோம்” என்று சொல்லி அவர் அவளைத் தூக்கி மேஜையின் முன்னால் உட்கார வைத்தார். “நன்றாய் உட்கார்ந்துகொள்... கோழி இறைச்சி கொஞ்சம் சாப்பிடு. பசிக்கிறது உனக்கு! பாவம் என் தங்கத்துக்குப் பசிக்கிறது!”

இதமான வீட்டுச் சூழ்நிலையால் ஊக்கமடைந்து ஆவலாய் இந்தச் சுகத்தை உள்ளுக்கு இழுத்து நுகர்ந்தாள், கோழி இறைச்சியில் இரண்டுவாய்ச் சாப்பிட்டாள். அவளை அன்பொழுகப் பார்த்துக் கொண்டிருந்த அவர் ஆனந்தமாய்ச் சிரித்தார்.

6

குளிர்காலத்தில் நடுவில்தான் தீமவுக்குச் சந்தேகம் ஏற்பட ஆரம்பித்தது, தாம் ஏமாற்றப்படுவதை உணரலானார். அவரால் இப்போது தமது மனைவியின் கண்களை நேருக்குநேர் பார்க்க முடியவில்லை, தமது மனசாட்சி தான் களங்கமுற்று விட்டது போல் தவித்தார் அவர். அவளைச் சந்திக்கையில் இப்போது அவர் ஆனந்தமாய்ச் சிரிப்பதில்லை. அவளுடன் தனித்திருக்க வேண்டிய நேரத்தைக் கூடுமானவரை குறைத்துக்கொள்ளும் பொருட்டு, அவர் தமது நண்பர் கரஸ்திலேவைப் பகல் சாப்பாட்டுக்காகத் தன்னுடன் வீட்டுக்கு அழைத்து வந்தார். மொட்டையாய் வெட்டிய தலையுடன் சுருக்கம் விழுந்த முகமுடைய சிற்றுருவ மனிதரான இவர், தம்முடன் ஓல்கா இவானவ்னா பேசும்போதெல்லாம் மிகவும் சங்கோஜப்பட்டுக்கொண்டு கோட்டுப் பொத்தான்களைப் போட்டுக்கொள்ளவும் பிறகு அவற்றை கழற்றவும் முற்படுவார், பிறகு இடப்பக்க மீசையை வலக் கையால் திருகிவிட்டுக்கொள்வார். சாப்பிடும்போது இரண்டு டாக்டர்களும் உதர விதானம் அளவு

மீறி உயர்ந்து அமைந்திருந்தால் சிலசமயம் நெஞ்சுத் துடிப்பு ஏற்படுவதுண்டு என்று பேசிக்கொள்வார்கள்; அல்லது சிறிது காலமாய் நரம்பு நோய்கள் அதிகமாய்க் காணப்படுகின்றன என்றோ, கடுமையான இரத்தச் சோகையின் காரணமாய் இறக்க நேர்ந்ததாய்க் கூறப்பட்ட ஒருவருக்கு முந்திய நாளன்று தீமவ் பிண அறுவை ஆய்வு நடத்தியபோது கணயத்தில் புற்றுநோய்க் கட்டி இருக்கக் கண்டதாகவோ உரையாடுவார்கள். ஓல்கா இவானவ்னா பேசாமல் இருக்கும் பொருட்டு, அதாவது புளுகாமல் இருக்கும் பொருட்டு இவர்கள் இருவரும் இந்த மருத்துவ உரையாடலை நடத்தினார்களோ என்பதாய் நினைக்க வேண்டியிருந்தது. சாப்பிட்டு முடிந்ததும் கரஸ்திலேவ் பியானோவின் முன்னால் உட்காருவார், தீமவ் பெருமூச்செறிந்துவிட்டுச் சொல்வார்:

"ஆரம்பி நீ, எதற்காகக் காத்திருக்கிறாய்? நேர்த்தியாகவும் வருத்தமாகவும் இருக்கும்படி ஏதாவது வாசித்துக் காட்டு."

தோள்கள் உயர்ந்தெழ விரல்கள் விரிந்து பாய கரஸ்திலேவ் சில சுரங்களை வாசித்து உச்ச ஸ்தாயியில் பாட ஆரம்பிப்பார்: "காட்டு, காட்டு நீ, நம் நாட்டில் ஓரிடத்தைக் காட்டு, ருஷ்ய விவசாயி திணறித் தவிக்காத ஓரிடத்தைக் காட்டு நீ!" தீமவ் மீண்டும் பெருமூச்செறிந்துவிட்டு மூடிய கையின் மீது தலையை வைத்து அழுத்திக்கொண்டு சிந்தனையிலே ஆழ்ந்துவிடுவார்.

ஓல்கா இவானவ்னா இப்போது சிறிதும் எச்சரிக்கையின்றி நடந்துகொள்ள முற்பட்டாள். தினமும் காலையில் அவள் விழித்தெழும்போதே அவளது மனநிலை படுமோசமாய் இருந்தது. இனி தான் ரியாபவ்ஸ்கியைக் காதலிக்கவில்லை, கடவுள் புண்ணியத்தில் யாவும் முடிவுற்றுவிட்டதாய் நினைத்தவாறு விழித்தெழுந்தாள். ஆனால் ஒரு கப் காப்பி சாப்பிட்டது நான் தனது கணவரை இழந்ததற்கு இந்த ரியாபவ்ஸ்கிதான் காரணமாவார், இப்போது, தான் கணவரையும் இழந்து ரியாபவ்ஸ்கியும் இல்லாமல் தவிக்க நேர்ந்திருக்கிறது என்று தன்னுள் கூறிக்கொள்வாள். காட்சியில் வைப்பதற்காக ரியாபவ்ஸ்கி அதியற்புத ஓவியம் ஒன்றைப் பூர்த்தி செய்திருப்பதாய்த் தனது நண்பர்கள் பேசியதை நினைத்துக் கொள்வாள். இயற்கைக் காட்சி ஓவியம், அன்றாட வாழ்க்கை ஓவியம் ஆகிய இரண்டும் கலந்த ஒருவகை இணைப்பாய்ப் பலேனவின் [பலேனவ், வசீலி திமீத்ரியெவிச் (1844 - 1927) - பெயர்பெற்ற ருஷ்ய ஓவியர்.] பாணியில் இருந்ததாய்க் கூறினார்கள். அவரது கலைக்கூடத்துக்குப் போய் வந்த ஒவ்வொருவரும் அதைப்

போற்றிப் புளகாங்கிதமடைந்தது பற்றி அவளுக்கு நினைவுவரும். ஆனால் தனது செல்வாக்கினால் வழிகாட்டப் பெற்றே ரியாபவ்ஸ்கி இந்த ஓவியத்தைத் தீட்ட முடிந்ததென்றும், தன்னால் வயப்படுத்தப்பட்டுப் பெரிதும் வளர்ச்சியுற்றுவிட்டாரென்றும் கூறிக்கொள்வாள் அவள். தனது இந்தச் செல்வாக்கு நல்ல பலன் அளித்திருக்கிறது, சக்திவாய்ந்ததாய் இருக்கிறது. இப்போது தான் விலகி வந்துவிட்டால் இந்த ஆள்தகர்ந்து உருப்படாமற் போகும்படி அல்லவா நேரும்? அதோடு கடந்தமுறை இந்த ஆள் தன்னிடம் வந்திருந்தபோது வெள்ளி இழைகளையுடைய சாம்பல் நிறக் கோட்டும் புதிய டையும் அணிந்திருந்ததும், "பார்ப்பதற்கு நான் நன்றாய் இருக்கிறேனா?" என்று கேட்டதும் அவள் நினைவுக்கு வந்தன. அந்த அரிய கோட்டில் நீண்ட சுருள் முடிகளும் நீல விழிகளுமுடைய இந்த ஆள் நன்றாகவே இருந்தார், எப்படியும் அவள் அவ்வாறுதான் நினைத்தாள். அவளுடன் அன்பு கனிந்த முறையில் நடந்து கொண்டார்.

இவற்றையும் மற்றும் பலவற்றையும் நினைத்துப் பார்த்ததும் ஓல்கா இவானவ்னா உடுத்திக் கொண்டு மிகவும் பரபரப்புற்ற நிலையில் ரியாபவ்ஸ்கியின் கலைக்கூடத்துக்குப் புறப்பட்டுச் செல்வாள். பெரும்பாலும் அவர் மிகவும் உற்சாகமாய், தமது ஓவியம் குறித்துப் பெருமிதம் கொண்டவராய் இருக்கக் காண்பாள். அவரது ஓவியம் உண்மையில் நன்றாகவே இருந்தது. விளையாட்டு மனோபாவமுடையவராய் இருக்கும்போது காரிய முக்கியத்துவம் வாய்ந்த கேள்விகளுக்கு அவர் பதிலளிக்காமல் வேடிக்கையாய்ப் பேசி நழுவி விடுவது வழக்கம்.

இந்த ஓவியத்தின் மீது ஓல்கா இவானவ்னாவுக்குப் பொறாமையாய் இருக்கும், அதை அவள் வெறுப்பாள். இருந்தபோதிலும் எப்போதும் அதன் எதிரே பயபக்தியுடன் மௌனமாய் ஐந்து நிமிடம் நிற்பாள். பிறகு ஆண்டவன் சன்னதியிலே பரவசமுற்றுப் பெருமூச்சு விடுவதுபோல் அவள் பெருமூச்சு விட்டவாறு சொல்வாள்:

"ஆம், இதன் முன் நீ இம்மாதிரி தீட்டியதே இல்லை. என்னை இது மிரளச் செய்வதாய் இருக்கிறது, தெரியுமா?"

பிறகு அவள் தன்னைக் காதலிக்கும்படி, தன்னை விட்டொழித்துவிடாமல் இருக்கும்படி அவரிடம் வேண்டுவாள். பாவம், துன்புறும் பிறவி, தனக்கு இரக்கம் காட்ட வேண்டும் என்று கெஞ்சுவாள், தன்னைக் காதலிப்பதாய் அவரிடமிருந்து உறுதிமொழி

பெறப் பல வழிகளிலும் முயலுவாள். தனது சீரிய செல்வாக்கு இல்லையேல் அவர் வழி தவறிவிடும்படி நேரும், உருப்படாமற் போய் விடுவார் என்பாள். இப்படி அவரை அறவே அமைதியிழக்கச் செய்து, தன்னையும் இழிவுபடுத்திக் கொண்டபின், அங்கிருந்து ஆடை தயாரிப்பவளிடமோ, அல்லது நடிகை சினேகிதையிடம் நாடகத்துக்கு டிக்கெட் வாங்குவதற்கோ போய்ச் சேருவாள்.

ரியாபவ்ஸ்கி அவரது கலைக்கூடத்தில் இல்லாமற்போகும் நாட்களில் அன்றே அவர் தன்னை வந்து பார்க்காவிடில் தான் விஷம் குடிக்கப்போவதாய் அச்சுறுத்திக் குறிப்பு எழுதி வைத்துவிட்டுச் செல்வாள். பீதியுற்றுவிடும் ரியாபவ்ஸ்கி அவள் வீட்டுக்கு வந்து மதிய உணவு வரை தங்கியிருப்பார். அவள் கணவர் வீட்டில் இருப்பதையும் கருதாமல் அவளிடம் கவுரவக் குறைவாய்ப் பேசுவார், அவளும் அதே முறையில் அவருக்குத் திருப்பித் தருவாள். ஒருவருக்கு ஒருவர் தாம் ஒவ்வாதவர்களாய், கொடுமை புரிவோராய், பகைவர்களாய் இருப்பதை இருவரும் உணர்ந்துகொள்வார்கள்; இது அவர்களை மேலும் சீறி விழச் செய்யும். இந்த ஆவேசத்தில் அவர்கள் தமது நடத்தை எவ்வளவு மானக்கேடாய் இருந்தது என்பதையும், ஒட்டவெட்டிய தலையுடன் கூடிய கரஸ்திலேவுக்கும் யாவும் தெளிவாய்த் தெரிந்துவிடுமே என்பதையும் கவனிக்கத் தவறி விடுவார்கள். சாப்பிட்டு முடிந்ததும் ரியாபவ்ஸ்கி அவசரமாய் விடை பெற்றுக்கொண்டு புறப்படுவார்.

“எங்கே போகிறாய்?” என்று வெறுப்புடன் அவரை முறைத்துப் பார்த்தவாறு கேட்பாள் ஓல்கா இவானவ்னா.

முகத்தைச் சுளித்துக் கண்களை ஒடுக்கிக் கொண்டு அவர்கள் இருவருக்கும் தெரிந்த யாராவது ஒரு பெண்ணின் பெயரை அவளிடம் சொல்வார் அவர். அவளுடைய பொறாமைக்காக அவளைக் கேலி செய்வதும், அவளை மனம் புழுங்கச் செய்வதுமே அவரது நோக்கம் என்பது விளங்கும். உடனே அவள் தனது படுக்கை அறைக்குச் சென்று படுத்துக்கொள்வாள். பொறாமையும் ஆத்திரமும் வெட்கமும் இழிநிலையும் தாங்க மாட்டாமல் தலையணையைக் கடித்துக் கொண்டு தேம்பித் தேம்பி அழுவாள். பிறகு தீமவ் வரவேற்பு அறையில் கரஸ்திலேவைத் தனியே விட்டுவிட்டு படுக்கை அறைக்குள் சென்று கூச்சமும் சங்கடமும் முகத்திலே தெரிய நைந்த குரலில் சொல்வார்:

“அழாதே அம்மா! என்ன பயன்? இதெல்லாம் வெளியே தெரியாமல் கம்மென்று அல்லவா இருக்க வேண்டும்?

பிறத்தியாருக்குக் காட்டிக் கொள்ளலாமா?... நடந்துவிட்டது, இனி ஒன்றும் செய்வதற்கில்லை."

பொறாமையை அவளால் அடக்கிக்கொள்ள முடியவில்லை, நெற்றிப் பொட்டுகளைப் புடைத்துப் படபடக்கச் செய்தது அது. இனியும் நிலைமையைச் சரிசெய்து கொள்ளலாமெனத் தனக்குத் தானே கூறிக் கொண்டு எழுந்து முகம் கழுவிக்கொள்வாள், கண்ணீரில் கனிந்த முகத்தில் பவுடரிட்டுக் கொண்டு ரியாபவ்ஸ்கி குறிப்பிட்ட பெண்ணின் வீட்டுக்கு விரைவாள். அங்கே ரியாபவ்ஸ்கி இல்லை என்பது தெரிந்ததும் இன்னொரு பெண்ணிடம் ஓடுவாள், பிறகு வேறொரு பெண்... இந்த யாத்திரைகள் ஆரம்பத்தில் அவளை வெட்கப்படும்படியே செய்தன, ஆனால் சீக்கிரத்தில் இதெல்லாம் அவளுக்குப் பழக்கப்பட்டுவிட்டன. சில சமயம் அவள் ரியாபவ்ஸ்கியைத் தேடிக்கொண்டு தனக்குத் தெரிந்த எல்லாப் பெண்களின் வீடுகளுக்கும் போய் வந்து விடுவாள், அவர்கள் எல்லோருமே அவள் வந்து செல்வதன் நோக்கத்தைப் புரிந்து கொண்டு விடுவார்கள்.

ரியாபவ்ஸ்கியிடம் ஒரு தரம் அவள் தன் கணவரைப் பற்றிக் கூறினாள்:

"இம்மனிதரின் பெருந்தன்மை என்னை வதைக்கிறது."

இந்த வாக்கியம் அவளுக்குப் பரம திருப்தி அளித்தது, ரியாபவ்ஸ்கியுடன் தனக்குள்ள உறவின் இரகசியத்தை அறிந்த கலைஞர்களில் யாரையும் சந்திக்கும்தோறும் அவள் தனது கணவரைப்பற்றிக் குறிப்பிட்டுப் பலமாய்க் கையை ஆட்டியவாறு சொல்வாள்:

"இம்மனிதரின் பெருந்தன்மை என்னை வதைக்கிறது."

கடந்த ஆண்டில் நடைபெற்ற அதேவிதத்தில் அவர்களது வாழ்க்கை நடந்தேறியது. புதன்கிழமை அந்திப்பொழுதுகளில் வரவேற்புகள் நடைபெற்றன. நடிகர் வாசகம் ஓதினார், ஓவியர்கள் சித்திரம் தீட்டினர், வயலின் செலோ வித்வான் வாசித்தார், பாடகர் பாடினார், தவறாமல் பதினொன்றரை மணிக்குச் சாப்பாட்டு அறையின் கதவு திறக்கப்பட்டது, சிரித்த முகத்துடன் தீமவ் அறிவித்தார்: "கனவான்களே, சாப்பிடலாம் வாருங்கள்."

முன்பு போலவே ஓல்கா இவானவ்னா பிரபலஸ்தர்களைத் தேடினாள், அவர்களைக் கண்டு பிடித்தபிறகும் மனநிறைவின்றி

வேறு பல பிரபலஸ்தர்களைத் தேடிச் சென்றாள். முன்பு போலவே ஒவ்வோர் இரவிலும் நேரங்கழித்தே வீட்டுக்கு வந்து சேர்ந்தாள். ஆனால் கடந்த ஆண்டு போல தீமவ் அவள் திரும்பி வந்தபோது தூங்கிக் கொண்டிருக்கவில்லை, அவரது அறையில் வேலை செய்து கொண்டு உட்கார்ந்திருந்தார். மூன்று மணிக்குத்தான் படுத்துக் கொண்டார், காலையில் எட்டு மணிக்கு எழுந்தார்.

ஒரு நாள் அந்திப்பொழுதில் நாடகமன்றத்துக்குச் செல்லு முன் அவள் கடைசி முறையாய்க் கண்ணாடியில் தன்னைப் பார்த்துக் கொண்டு நின்றபோது நீள் கோட்டும் வெள்ளை டையும் அணிந்திருந்த தீமவ் படுக்கை அறைக்குள் வந்தார். அவரது அடக்கமான முறையில் புன்னகை புரிந்தவாறு முன்பெல்லாம் அவர் பார்ப்பாரே அவ்வாறு நேருக்குநேர் அவள் கண்களை உற்று நோக்கினார். அவர் முகம் மலர்ச்சியுற்று விளங்கிற்று.

“எனது ஆய்வுரையைச் சமர்ப்பித்துவிட்டு வந்திருக்கிறேன்” என்று கூறியவாறு உட்கார்ந்து கால் சட்டையின் முழங்கால்களைத் தடவி சரிசெய்து கொண்டார்.

“வெற்றிகரமாய் அமைந்ததா?” என்று கேட்டாள் ஓல்கா இவானவ்னா.

“ஓ, பெரிய வெற்றி ஆயிற்றே!” என்று அவர் சிரித்து மகிழ்ந்தவாறு கழுத்தை உயர்த்தி நீட்டி மனைவியின் முகத்தைக் கண்ணாடியில் பார்க்க முயன்றார், ஏனெனில் இன்னமும் அவள் முதுகுப்புறத்தைக் காட்டி நின்று கண்ணாடியில் பார்த்துத் தலைமுடிகளுக்குரிய இறுதி அலங்காரத்தை முடித்துக் கொண்டிருந்தாள். “பெரிய வெற்றி ஆயிற்றே!” என்று திரும்பவும் கூறினார் அவர். “என்னை அவர்கள் பொது நோய்க்குறி ஆய்வியலில் டோசன்டு [துணைப் பேராசிரியர்.] ஆக்கிவிடுவார்கள், நிச்சயம் எதிர்பார்க்கலாம் என்றே தெரிகிறது.”

அவருடைய ஆனந்தத்திலும் வெற்றியிலும் ஓல்கா இவானவ்னா பங்கு கொண்டிருந்தால் யாவற்றையும் மறந்து நிகழ்காலத்தில் மட்டுமின்றி வருங்காலத்திலும் அவளைப் பூரணமாய் மன்னித்திருப்பார் என்பது களிப்புற்று மலர்ந்திருந்த அவரது முகத்திலிருந்து தெளிவாய்ப் புலப்பட்டது. ஆனால் அவள் டோசன்டு என்பதன் பொருளையோ, பொது நோய்க்குறி ஆய்வியல் என்பது என்னவென்றோ அறியாதவள், தவிரவும் நாடகத்துக்கு நேரமாகிவிடுமோ என்று அவளுக்கு பயமாயிருந்தது. ஆகவே அவள் ஒன்றும் சொல்லவில்லை.

அவர் அங்கேயே சில நிமிடங்கள் உட்கார்ந்திருந்தார், பிறகு அசட்டுச் சிரிப்பு சிரித்துக் கொண்டு அறையைவிட்டு வெளியே சென்றார்.

7

அமைதியில்லாத அவலமான நாள் அது.

தீமவுக்குத் தலைவலி தாங்க முடியவில்லை. காலை உணவு அருந்தவில்லை அவர், மருத்துவமனைக்குப் போகவில்லை,

நாள் முழுதும் தமது அறையில் சோபாவில் படுத்துக் கிடந்தார். ஓல்கா இவானவ்னா பன்னிரண்டுக்கு சற்று பிற்பாடு வழக்கம்போல் ரியாபவ்ஸ்கியிடம் சென்றாள்; தான் தீட்டியிருந்த அசையா உருவச் சித்திரவரையை அவரிடம் காட்டுவதற்காகவும், முந்திய நாளன்று அவர் ஏன் தன்னை வந்து பார்க்கவில்லை என்று கேட்பதற்காகவும் சென்றாள் அவள். தனது சித்திரவரை நன்றாயில்லை என்பது அவளுக்குத் தெரியும், ரியாபவ்ஸ்கியிடம் போவதற்கு தனக்கு ஏதாவது ஒரு காரணம் வேண்டுமே என்றுதான் அவள் இதைத் தீட்டியிருந்தாள்.

கதவின் மணியை அடிக்காமலே அவள் உள்ளே சென்றாள். நடையிலே கால்களிலிருந்து அவள் பொதியுறைகளைக் கழற்றிக் கொண்டிருந்தபோது உள்ளே கலைக்கூடத்தில் மெல்லிய காலடிகளின் ஓசை கேட்பதாய் நினைத்தாள், அதனுடன் கூடவே பெண்ணின் ஆடை எழுப்பிய சலசலப்பும் கேட்டது. அவசரமாய் அவள் திரும்பி உள்ளே பார்த்தபோது பழுப்புநிறப் பாவாடை சட்டெனத் தெரியக் கண்டாள், கணப்பொழுதுக்கு அது அவள் கண்ணில் பளிச்சிட்டுவிட்டு மறுகணமே ஒரு பெரிய ஓவியக் கான்வசுக்குப் பின்னால் மறைந்துவிட்டது. இந்தக் கான்வசை மூடியிருந்த கறுப்புத் திரைச் சீலை நிலைச்சட்டம் முழுவதையும் மறைத்துத் தரையிலே படும்படித் தணிந்திருந்தது. அதற்குப் பின்னால் ஒரு பெண் மறைந்திருந்தாள் என்பதில் எந்தச் சந்தேகமும் இல்லை. ஓல்கா இவானவ்னாவும் இதே கான்வசுக்குப் பின்னால் எத்தனையோ தரம் ஒளிந்திருந்தவள் ஆயிற்றே! சங்கடத்தால் குழப்பமுற்றவராய் ரியாபவ்ஸ்கி அவளைக்கண்டு வியப்புற்று விட்டதுபோல் அவளை நோக்கி இரு கைகளையும் நீட்டி முகத்தில் சிரிப்பை வரவழைத்துக் கொண்டு கூறினார்:

ரா. கிருஷ்ணய்யா

“ஓகோ! மகிழ்ச்சி! என்ன சேதி?”

ஓல்கா இவனாவ்னாவின் கண்கள் பனித்துவிட்டன. அவளுக்கு அவமானமாகவும் தன் மீதே பரிதாபமாகவும் இருந்தது. அந்த இன்னொருத்தியின் முன்னால் வாய் திறந்து பேச அவளுக்கு மனம் வரவில்லை - அவளது எதிராளியான அந்த ஏமாற்றுக்காரி கான்வசுக்குப் பின்னால் நின்று இரகசியமாய்த் தன்னுள் சிரித்துக் கொண்டு அல்லவா இருப்பாள்?

“என்னுடைய சித்திர வரையைக் காட்டலாமென வந்தேன்” என்று அவள் கூச்சம் தொனிக்க ஒலித்த உச்சக் குரலில் உதடுகள் துடிக்கச் சொன்னாள். “அசையா உருவப் பாணியிலானது” என்றாள்.

“ஓகோ, சித்திர வரையா...”

கலைஞர் அதைத் தமது கைகளில் வாங்கி உற்று நோக்கியவாறு தம்மை அறியாமலே தற்செயலாய்ச் செல்வதுபோல் பக்கத்து அறைக்குள் சென்றார்.

ஓல்கா இவானவ்னா பணிவுடன் அவர் பின்னால் சென்றாள்.

“மிகச்சிறந்த வகையிலான அசையா உருவப் பாணி” என்று முணுமுணுத்தவாறு, “பாணி” என்னும் சொல்லுக்குத் தொடைநயமாய் அமைந்த பிற சொற்களை அவர் தேட முற்பட்டார்: “பாணி, ஆணி, ஏணி, காணி...”

கலைக்கூடத்திலிருந்து யாரோ அவசரமாய்ச் செல்லும் காலடி ஓசையும் பாவாடையின் சலசலப்பும் கேட்டன. அந்த இன்னொருத்தி போய்விட்டாள் என்பது தெரிந்தது. ஓல்கா இவானவ்னாவுக்கு வாய்விட்டுக் கதற வேண்டும், கனமான எதனாலாவது ரியாபவ்ஸ்கியின் மண்டையில் அடித்துவிட்டு ஓட வேண்டும் போலிருந்தது. ஆனால் கண்ணீர் அவள் பார்வையை மறைத்தது; அவமானத்தால் குமைந்து போய் விட்டாள்; ஓவியம் தீட்டும் ஓல்கா இவானவ்னாவாய் இல்லாமல் பரிதாபத்துக்குரிய அற்பப் பிறவியாய்த் தான் மாறிவிட்டதாய் நினைத்தாள் அவள்.

“எனக்குக் களைப்பாய் இருக்கிறது” என்று அந்தச் சித்திர வரையைப் பார்த்தவாறு, தலையை உலுக்கித் தமது களைப்பை உதறித்தள்ள முயன்றவாறு கூறினார் அந்தக் கலைஞர். “நன்றாய்த்தான் இருக்கிறது, ஆனால் இன்று ஒரு சித்திர வரை, கடந்த ஆண்டில் ஒரு சித்திர வரை, இன்னும் ஒரு மாதத்துக்குப் பிற்பாடு இன்னொரு சித்திர வரை... உனக்கு அலுக்கவில்லையா இந்தச் சித்திர வரைகள்?

நானாய் இருந்தால் ஓவியம் தீட்டுவதை விட்டொழித்து இசையிலோ அல்லது வேறொரு தக்கத் துறையிலோ கருத்து செலுத்துவேன். உனக்கு ஓவியக் கலை ஏற்ற துறையல்ல, இசைத் துறைதான் ஏற்றது. எப்படிக் களைத்துப் போயிருக்கிறேன் தெரியுமா? தேநீர் கொண்டுவரச் சொல்லட்டுமா?"

அறையிலிருந்து வெளியே சென்றார் அவர். தமது வேலையாளிடம் ஏதோ அவர் சொல்லிக் கொண்டிருந்தது ஓல்கா இவானவ்னாவுக்குக் காதில் விழுந்தது. விடை பெற்றுக்கொள்வதையும் ரகளையையும் தவிர்க்கும் பொருட்டும், யாவற்றிலும் முக்கியமாய் வாய்விட்டுத் தான் அழ நேர்ந்து விடுவதைத் தடுக்கும் பொருட்டும், ரியாபவ்ஸ்கி திரும்பி வருவதற்குள் அவள் வெளியே நடைக்கு ஓடித் தனது பொதியுறைகளைப் போட்டுக் கொண்டு தெருவுக்குச் சென்றாள். தெருவை வந்தடைந்த பிறகுதான் அவள் ஓரளவு அவஸ்தையின்றி மூச்சு விட முடிந்தது; ரியாபவ்ஸ்கியிடமிருந்தும் ஓவியக் கலையிலிருந்தும் கலைக்கூடத்தில் தான் அனுபவிக்க நேர்ந்த சகிக்கவொண்ணாத இழிநிலையிலிருந்தும் முடிவாய்த் துண்டித்துக் கொண்டு விட்டோமென்ற உணர்ச்சி அவளுக்கு நிம்மதியளித்தது. இவையாவும் இத்துடன் முடிவுற்றுவிட்டன என்று கூறிக் கொண்டாள்.

அவள் தனது ஆடை தயாரிப்பாளரிடமும், அதன்பின் அப்போதுதான் வந்திருந்த ஜெர்மன் நடிகராகிய பர்னாயிடமும், பர்னாயிடமிருந்து இசைக் கடைக்கும் சென்றாள். ரியாபவ்ஸ்கிக்குத்தான் எழுதப்போகும் இரக்கமற்ற, கடுகடுப்பான, கண்யமான கடிதங்குறித்தும், வசந்தத்திலேயோ, கோடையிலோ தீமவுடன் தான் கிரீமியாவுக்குச் சென்று கடந்த காலத்தை என்றென்றுக்குமாய் ஒழித்துக் கட்டிவிட்டுத் துவக்கப் போகும் புதிய வாழ்க்கை குறித்தும் முழு நேரமும் அவள் சிந்தித்துக் கொண்டிருந்தாள்.

நேரம் கழித்தே வீட்டுக்குத் திரும்பி வந்தாள். தனது அறைக்குச் சென்று ஆடைகளைக் களைவதற்குப் பதில், தான் திட்டமிட்டிருந்த கடிதத்தை எழுதி முடிப்பதற்காக நேரே வரவேற்பு அறைக்குச் சென்றாள். ஓவியத் துறை அவளுக்கு ஏற்றதல்ல என்றல்லவா அவளிடம் கூறினார் ரியாபவ்ஸ்கி, பழி தீர்க்க நினைத்த அவள் ஆண்டாண்டுக் காலமாய் இந்த ரியாபவ்ஸ்கி ஒரேமாதிரியான ஓவியம்தான் தீட்டுகிறார், நாள் தவறாமல் ஒரே விதமானவற்றைத்தான் கூறுகிறார், வளர்ச்சியற்றவராய் இருந்து வருகிறார், ஏற்கெனவே

சாதித்ததைத் தவிர இனி அவரால் ஒன்றும் செய்ய முடியப் போவதில்லை என்று எழுதுவாள். இவளுடைய சீரிய செல்வாக்குக்கு அவர் பெரிதும் கடமைப்பட்டவர், தற்போது அவர் மோசமாய் நடந்துகொள்கிறார், காரணம் என்னவெனில் அவரது செல்வாக்கு பலவகையான கேடுகெட்ட பிறவிகளால், ஓவியக் கான்வசுக்குப் பின்னால் இன்று மறைந்து கொண்டு நின்றாளே அம்மாதிரியான கண்யமில்லாப் பிறவிகளால் நாசமாக்கப்பட்டுவிட்டது என்பதாய்க் குறிப்பிட வேண்டுமென்று இருந்தாள் அவள்.

"அம்மா!" என்று தமது அறைக்கதவைத் திறக்காமலே உள்ளே இருந்தபடிக் கூப்பிட்டார் தீமவ். "அம்மா!"

"ஏன், என்ன வேண்டும்?"

"அம்மா, நீ உள்ளே என்னிடம் வராதே, கதவருகே வந்து நில்... அப்படித்தான்... ஓரிரண்டு நாட்களுக்கு முன்பு மருத்துவமனையில் திப்தீரியா தொத்திக் கொண்டுவிட்டது எனக்கு... நிலைமை நன்றாயில்லை, கடுமையாகி வருவதாய்த் தெரிகிறது. கரஸ்திலேவை வரும்படிச் சொல்லியனுப்பு."

ஓல்கா இவானவ்னா தனது ஆடவ நண்பர்கள் எல்லோரையும் அழைத்தது போலவே தன் கணவரையும் குடும்பப் பெயரைக் கொண்டே எப்போதும் அழைத்து வந்தாள். கணவரின் பெயர் ஓசீப், இது அவளுக்குப் பிடிக்கவில்லை, ஏனெனில் இது கோகலின் ஓசீப்பை அவளுக்கு நினைவுபடுத்திற்று, அதோடு ஓசீப், அர்ஹீப் இவ்விரு பெயர்களுக்கு இடையிலுள்ள ஒலி ஒற்றுமை அவளுக்கு அசட்டுச் சிலேடையாய்த் தோன்றிற்று. ஆனால் இப்போது அவள் கூவினாள்:

"ஓ, ஓசீப், அப்படி ஒன்றும் இருக்காது!"

"நீ அவருக்குச் சொல்லியனுப்பு. எனக்கு உடம்பு நன்றாயில்லை..." என்று அறைக்குள்ளிருந்து சொன்னார் தீமவ். சோபாவிடம் சென்று அதில் அவர் படுத்துக் கொண்ட சப்தம் அவள் காதுக்கு எட்டிற்று. "அவருக்குச் சொல்லியனுப்பு." அவர்குரல் மெலிந்து சன்னக் குரலாய் ஒலித்தது.

"ஐயோ, மெய்தானா இது?" என்று பீதியால் கலங்கியவாறு நினைத்தாள் அவள். "ஆபத்தான காய்ச்சல் ஆயிற்றே!"

ஏன் இப்படிச் செய்கிறோம் என்பது அறியாமலே அவள் மெழுகுவத்தியை ஏற்றித் தனது படுக்கை அறைக்கு எடுத்துச்

சென்றாள். இனி என்ன செய்யலாமென்று முடிவு செய்ய அவள் முயன்றபோது கண்ணாடியிலே தெரிந்த அவளது பிம்பம் அவள் கண்ணில்பட்டது. பீதியுற்று வெளிறிட்டிருந்த முகத்துடன் புஸ்ஸென உப்பி உயர்ந்திருந்த சட்டைக் கைகளோடும் முன்புறத்தில் மஞ்சள் சல்லாத் துணி ஒப்பனையோடும் பாவாடையில் கிறுக்குத்தனமான குறுக்குக் கோடுகளோடும் தெரிந்த அவளது தோற்றம் பார்க்கப் பயங்கரமாய் இருந்தது, சகிக்கமுடியாத அருவருப்பளிக்கும் பிறவியாய்த் தன்னை அவள் கண்ணுற்றாள். தீமவின்பால் அளவிலா பரிதாபம் அவள் நெஞ்சினுள் ஊற்றெடுத்தது, தன்னிடம் அவருக்கிருந்த எல்லையில்லாப் பரிவும் பாசமும், அவரது இளமையான வயதும் வாழ்க்கையும் எத்தனையோ நாட்களாய் அவர் படுத்திராத அந்தத் தனிக்கட்டிலுங்கூட அவளது மனக் கண் முன் தெரிந்தன. எப்போதும் அடக்கமான பணிவுமிக்க அவரது புன்னகையை அவள் நினைத்துக் கொண்டாள். மனம்நொந்து கண்ணீர்விட்டு அழுதாள் அவள், உடனே வரும்படி மன்றாடிக் கேட்டுக் கரஸ்திலேவுக்கு எழுதினாள். அப்போது காலை இரண்டு மணி.

8

ஓல்கா இவானவ்னா இரவில் தூக்கமின்றித் தலை கனத்துக் கிறுகிறுத்து, முடிகள் ஒழுங்கு செய்யப்படாமல் கலைந்து கிடக்க, குற்ற உணர்ச்சி முகத்திலே வெளிப்பட பார்ப்பதற்கு அழகில்லாதவளாய் மறுநாள் காலை ஏழுமணிக்குப் பிற்பாடு தனது படுக்கை அறையிலிருந்து வெளியே வந்தாள். கரிய தாடியுடையவர் ஒருவர் நடையில் அவளைக் கடந்து சென்றார், டாக்டராகவே இருக்க வேண்டுமென்பது தெரிந்தது. மருந்துகளின் நெடி வீசிற்று. தீமவின் அறைக் கதவுக்கு எதிரே கரஸ்திலேவ் இடப்பக்கத்து மீசை நுனியை வலக்கையால் திருகிக்கொண்டு நின்றிருந்தார்.

“மன்னிக்கணும், அவரிடம் போகக் கூடாது நீங்கள்” என்று கடுமையாய் ஒலித்த குரலில் அவளிடம் சொன்னார் அவர். “உங்களுக்கும் தொத்திக் கொண்டுவிடும். தவிரவும் இப்போது அவரிடம் போய்ப் பயனில்லை. சன்னி கண்டு நினைவிழந்த நிலையில் இருக்கிறார்.”

“மெய்யாகவே திப்தீரியாவா?” என்று முணுமுணுக்கும் குரலில் கேட்டாள் ஓல்கா இவானவ்னா.

“தேவையின்றித் தமக்குத் தாமே அபாயம் உண்டாக்கிக் கொள்வோருக்குச் சிறைத் தண்டனை அளிக்கவேண்டும்” என்று கரஸ்திலேவ் அவளது கேள்விக்குப் பதிலளிக்காமல் முனகிக் கொண்டார். “எப்படி அவருக்கு இந்தத் தொத்து உண்டாயிற்று தெரியுமா? திப்தீரியா கண்ட ஒரு சிறுவனின் தொண்டையிலிருந்து சீழை இவர் உறிஞ்சி வெளியே எடுத்தார். எதற்காக? முட்டாள்தனம், மடத்தனம்!”

“ஆபத்தான நிலையிலா இருக்கிறார்?” என்று கேட்டாள் ஓல்கா இவானவ்னா.

“ஆமாம், நிலைமை மிகவும் மோசமாயிருப்பதாய்ச் சொல்கிறார்கள். நாம் ஷிரேக்குக்குச் சொல்லியனுப்ப வேண்டும்.”

செந்தலையும் நீண்ட மூக்கும் கொண்டு யூதரைப் போல் பேசிய சிற்றுருவ மனிதர் ஒருவர் வந்தார். அடுத்து கொஞ்சம் கூனலாய், நெட்டையாய்ப் பரட்டைத் தலையுடன் பாதிரியார் போன்ற ஒருவரும், பிறகு மூக்குக் கண்ணாடி போட்டிருந்த குண்டான, சிவந்த முகமுடைய இளம் வயதினரான ஒருவரும் வந்தனர். இவர்கள் எல்லோரும் டாக்டர்கள், தமது தோழரின் படுக்கை அருகே முறை வைத்துக் கொண்டு அமர்ந்து அவரைக் கவனித்துக்கொள்வதற்காக வந்தவர்கள். படுக்கை அருகே கரஸ்திலேவ் அமர்ந்திருக்க வேண்டிய நேரம் முடிவுற்ற பிறகும் அவர் வீட்டுக்குப் போகாமல் பேய் உருவம் போல் இங்கேயே அறைகளில் திரிந்து கொண்டிருந்தார். வீட்டுப் பணிப்பெண் இந்த டாக்டர்களுக்குத் தேநீர் தயாரித்துக் கொடுத்தாள், எந்நேரமும் அவள் மருந்துக் கடைக்கு ஓடிச் சென்று கொண்டிருந்தாள். ஆகவே அறைகளை ஒழுங்கு செய்வதற்கு ஆள் யாருமில்லை. வீட்டுக்குள் மயான அமைதி நிலவிற்று. துயரார்ந்த சோர்வு குடிகொண்டிருந்தது.

ஓல்கா இவானவ்னா தனது படுக்கை அறையில் உட்கார்ந்து, கணவரைத் தான் ஏமாற்றியதற்காகக் கடவுள் தன்னைத் தண்டிப்பதாய்த் தன்னுள் கூறிக் கொண்டிருந்தாள். பேசாமல், தொணதொணக்காமல் யாவற்றையும் சகித்துக் கொண்டு, தமது இனிய சுபாவத்தால் தமது தனிச் சிறப்பை மாய்த்துக் கொண்டு, யாவற்றுக்கும் விட்டுக்கொடுத்து, அளவு மீறிய அன்பு உள்ளத்தால் பலமிழந்த விசித்திர மனிதராய் இருந்துள்ளவர் இப்போது சோபாவில் மௌனமாய் வதைபட்டுக் கொண்டு படுத்துக் கிடந்தார். அவர் வாய் திறந்து முறையிட்டிருந்தால், சன்னி கண்டிருந்த அவர் பிதற்றியிருந்தாலுங்கூட, அவருடைய இந்த நிலைக்குக்

காரணம் திப்தீரியா மட்டுமல்ல என்பது அவருக்கு அருகே இருந்து கவனித்துக் கொண்ட டாக்டர்களுக்குப் புரிந்திருக்கும். அவர்கள் கரஸ்திலேவிடம் விசாரித்திருப்பார்கள்; கரஸ்திலேவ் யாவற்றையும் அறிந்தவர், அவர் தமது நண்பரின் மனைவியைப் பார்த்த பார்வை ஒரு மாதிரியாக அல்லவா இருந்தது? காரணமின்றி அவர் அப்படிப் பார்க்கவில்லையே; அவளேதான் தம் நண்பருக்குச் சனியனாய் வாய்த்துவிட்டாள், திப்தீரியா அவளது கூட்டாளியாகவே செயற்பட்டது என்று கூறுவது போலல்லவா இருந்தது அவர் பார்த்த பார்வை? வோல்கா ஆற்றிலே நிலாவொளி பிரகாசித்த அந்த இரவை அவள் மறந்துவிட்டாள், காதல் மொழிகளையும் விவசாயிக் குடிசையில் கவிதை மணம் கமழ அமைந்த அந்த வாழ்வையும் அவள் மறந்துவிட்டாள், மேலெல்லாம் ஒட்டிக் கொண்டு பிசுபிசுக்கும் ஏதோவோர் அசிங்கத்தினுள் விழுந்தோம், இனி எவ்வளவு கழுவினாலும் ஒருபோதும் தன்னைச் சுத்தமாக்கிக்கொள்ள முடியாது என்பது மட்டுமே இப்போது அவள் நினைவில் இருந்தது. கணநேர மனவிருப்பத்தால் உந்தப்பட்டு அல்லவா, அற்ப வேடிக்கைக்காகவும் உல்லாசத்துக்காகவும் அல்லவா இவ்வளவு செய்தோம் என்று நினைத்துக் கொண்டாள்.

“எப்படிப்பட்ட ஏமாற்று புரிந்து வந்துள்ளேன்!” என்று ரியாபவ்ஸ்கிக்கும் தனக்கும் இருந்த அமைதியற்ற அந்தக் காதலை நினைத்துத் தனக்குத்தானே கூறிக் கொண்டாள். “எல்லாம் பொய்! நாசமாய்ப் போக!”

நான்கு மணிக்கு கரஸ்திலேவுடன் பகல் உணவுக்காக உட்கார்ந்தாள். அவர் ஒன்றும் சாப்பிடவில்லை, சிவப்பு ஒயின் மட்டும் கொஞ்சம் குடித்தவாறு முகத்தைச் சுளித்துக் கொண்டு உட்கார்ந்திருந்தார். அவளும் சாப்பிடவில்லை. மௌனமாய் மனத்துள் பிரார்த்தனை செய்துகொண்டாள், தீமவ் உடல் நலமடைந்து எழுந்துவிட வேண்டும், மீண்டும் தான் அவரைக் காதலித்து அவருக்கு விசுவாசமான மனைவியாய் இருப்பதாய் ஆண்டவனுக்கு வாக்களித்தாள். பிறகு சில கணங்களுக்குத் தன்னை அறியாமலே அவள் கரஸ்திலேவை உற்று நோக்கியவாறு தன்னுள் வியந்து கொண்டாள்: “இம்மாதிரி எந்தச் சிறப்புமின்றி ஊர் பேர் தெரியாத ஆசாமியாய், இப்படிச் சுருக்கம் விழுந்த முகத்துடன் நன்னயப் பாங்கு தெரியாதவராய் இருப்பது நிச்சயம் சகிக்க முடியாததாய் அல்லவா இருக்கும்!” பிறகு இதே கணத்திலே தெய்வம் தன்னைக் கடுமையாய்த் தண்டிக்கக் கூடும் என்பதாய் நினைத்தாள்; தொத்து

ஏற்பட்டுவிடுமே என்று ஒருதரம்கூடக் கணவரின் அறைக்குள் தான் போகாமலே அல்லவா இருந்தோமென நினைத்தாள். அவள் நெஞ்சு அவளைத் துன்புறுத்திற்று, கடுஞ்சோக உணர்ச்சியும் தனது வாழ்க்கை கெட்டழிந்துவிட்டது, சரிசெய்ய முடியாதபடிப் பாழ்பட்டுவிட்டது என்ற எண்ணமும் அவளை வதைத்தன...

சாப்பாட்டுக்குப் பிறகு விரைவில் இருட்ட ஆரம்பித்தது. ஓல்கா இவானவ்னா வரவேற்பு அறைக்குள் சென்றபோது சோபாவில் கரஸ்திலேவ் தூங்குவதைக் கண்டாள், சரிகைப் பூவேலை செய்யப்பட்ட பட்டுத் தலையணையில் தலையை வைத்துக் கொண்டு "ஊ - குர், ஊ - குர்" என்று குறட்டைவிட்டார் அவர்.

தீமவின் அறைக்குப் போவதும் வருவதுமாய் இருந்த டாக்டர்கள் இந்த ஒழுங்கீனத்தை எல்லாம் உணர்ந்தார்கள் இல்லை. வரவேற்பு அறையில் குறட்டைவிட்ட அந்த வினோத மனிதர், சுவர்களில் காணப்பட்ட படங்கள், விசித்திரமான தட்டுமுட்டுச் சாமான்கள், இல்லத் தலைவி முடிவாரிக்கொள்ளாமல், ஒழுங்கு குலைந்த ஆடையில் அங்குமிங்கும் சென்று கொண்டிருந்தது ஆகிய இவையாவும் இப்போது கிஞ்சிற்றும் கருத்துக்குரியனவையாய் இல்லை. டாக்டர்களில் ஒருவர் எக்காரணத்தாலோ சிரிக்க நேர்ந்தபோது அவருடைய சிரிப்பு வினோதமாய்க் கரகரத்து ஒலித்து எல்லோரையும் கலக்கமுறச் செய்தது.

ஓல்கா இவானவ்னா அடுத்தமுறை வரவேற்பு அறைக்குள் சென்றபோது கரஸ்திலேவ் சோபாவில் உட்கார்ந்து புகை பிடித்துக் கொண்டிருந்தார்.

"திப்தீரியா நாசிக் குழிகளுக்குப் பரவி வந்துவிட்டது" என்று அவர் குசுகுசுக்கும் குரலில் சொன்னார். "தாங்க முடியாமல் அவரது இருதயம் தத்தளிப்பதன் அறிகுறிகள் தெரிய ஆரம்பித்துவிட்டன. நிலைமை மிக மோசமாயிருக்கிறது."

"ஷிரேக்கை வந்து பார்க்கும்படிச் சொல்லியனுப்பவில்லையா?" என்று கேட்டாள் ஓல்கா இவானவ்னா.

"அவர் வந்து பார்த்துவிட்டுத்தான் சென்றார். திப்தீரியா மூக்குக்கும் பரவிவிட்டது என்பதை அவர்தான் கவனித்தார். ஷிரேக் மட்டும் என்னவாம்? அவர் ஷிரேக், நான் கரஸ்திலேவ், அவ்வளவுதான்."

தவியாய்த் தவிக்கும்படி நேரம் அவ்வளவு மெதுவாய்க் கழிந்து சென்றது. காலையிலிருந்து சரிசெய்யப்படாத படுக்கையில் ஓல்கா இவானவ்னா ஆடையுடன் அப்படியே படுத்துக் கண்ணுறங்கினாள். வீடே தரையிலிருந்து கூரைத் தளம் வரையில் மிகப்பெரிய இரும்புப் பாறையால் அடைக்கப்பட்டிருப்பது போல் தோன்றிற்று. இந்தப் பாறையை அகற்ற முடிந்தால் எல்லோருக்கும் உற்சாகம் ஏற்படும் என்பதாய் நினைத்தாள் அவள். திடுக்கிட்டு விழித்துக் கொண்ட அவள் தீமவின் நோயே அன்றி அது இரும்புப் பாறையல்ல என்பதை உணர்ந்து கொண்டாள்.

"அசையா உருவப் பாணி, ஆணி..." என்று மீண்டும் கண்ணயர்ந்து போய்த் தன்னுள் கூறிக் கொண்டாள். "ஏணி, காணி... யார் இந்த ஷிரேக்? ஷிரேக், திரேக்... பிரேக்... கிரேக். என் நண்பர்கள் எல்லோரும் எங்கே? இங்கே நாங்கள் உபத்திரவப்படுவது தெரியுமா அவர்களுக்கு? ஆண்டவன் எங்களைக் காப்பாற்ற வேண்டும், கருணை காட்ட வேண்டும்... ஷிரேக், திரேக்..."

மீண்டும் இரும்புப் பாறை... முடிவின்றி நேரம் மிக மெதுவாய்க் கழிந்தது, ஆனால் கீழ்த் தளவீட்டில் கடிகாரம் அடிக்கடி அடித்துக் கொண்டிருந்தது. அவ்வப்பொழுது வாயிற்கதவின் மணி ஒலித்தது, டாக்டர்கள் வந்தார்கள்... பணிப் பெண் காலி கிளாஸ் இருந்த தட்டை ஏந்திப் பிடித்துக்கொண்டு அறைக்குள் வந்தாள்.

"அம்மா, உங்கள் படுக்கையைச் சரிசெய்யட்டுமா?" என்று கேட்டாள் அவள்.

பதில் கிடைக்காததால் அவள் திரும்பிச் சென்றாள். கீழ்த் தள வீட்டில் கடிகாரம் மணி அடித்தது. வோல்காவில் மழை பெய்வதாய் ஓல்கா இவானவ்னா கனவு கண்டாள். யாரோ முன்பின் தெரியாதவர் தன் அறைக்குள் வருவதாய் நினைத்தாள். ஆனால் மறுகணமே அது கரஸ்திலேவ் என்பது தெரியவே அவள் எழுந்து உட்கார்ந்தாள்.

"மணி எவ்வளவு!" என்று கேட்டாள்.

"மூன்று இருக்கும்."

"எப்படி இருக்கிறார்?"

"எப்படி இருக்கிறார்? இறந்து கொண்டிருக்கிறார் என்பதைச் சொல்வதற்காகத்தான் இங்கே வந்தேன்."

ரா. கிருஷ்ணய்யா

விம்மலை விழுங்கிக் கொண்டு படுக்கையில் அவளுக்குப் பக்கத்தில் உட்கார்ந்து சட்டைக் கை முனையால் கண்ணீரைத் துடைத்தார். ஆரம்பத்தில் அவள் புரிந்துகொள்ளவில்லை, பிறகு திடுமென ஜில்லிட்டதுபோல் அவளுக்குச் சிலிர்த்தது, மெள்ளத் தன் மீது சிலுவைக் குறி இட்டுக்கொண்டாள்.

"இறந்து கொண்டிருக்கிறார்" என்று கீச்சுக் குரலில் திரும்பவும் கூறி, திரும்பவும் செறுமினார் கரஸ்திலேவ். "ஏன் இறந்து கொண்டிருக்கிறார் என்றால், தன்னைத்தானே காவு கொடுத்துக் கொண்டார். விஞ்ஞானத்துக்கு இது எத்தனை பெரிய இழப்பு தெரியுமா?" என்று நெஞ்சு குமுற அழுத்தம் திருத்தமாய்க் கேட்டார். "நம் எல்லாருடனும் ஒப்பிடுகையில் அவர் மிகப்பெரியவர், அற்புதமான மனிதர், பிரமாதமான ஆற்றல் படைத்தவர்! எங்கள் எல்லோரையும் எப்படி ஆர்வமடைய வைத்தார் தெரியுமா?" என்று கைகளைப் பிசைந்தவாறு கூறிச் சென்றார். "தெய்வமே! சிறந்த, அரிய விஞ்ஞானியாய்ப் பெயர் பெற்றிருப்பார்! ஓசீப் தீமவ், ஓசீப் தீமவ், என்ன காரியம் செய்துவிட்டீர்கள்? தெய்வமே தெய்வம்!"

துயரம் தாங்க மாட்டாமல் இரு கைகளாலும் முகத்தை மூடிக் கொண்டார் அவர்.

"அறத்தின் மாபெரும் சக்தியாய்த் திகழ்ந்தவர்!" என்று மேலும் மேலும் யார் மீதோ கோபங் கொண்டவராய்த் தொடர்ந்து கூறிச் சென்றார். "அன்பும் தூய்மையும் பாசமும் நிறைந்த ஆன்மா - பளிங்குபோல் தெள்ளத்தெளிவான ஆன்மா! விஞ்ஞானத்துக்கு அரும்பணி ஆற்றினார், விஞ்ஞானத்துக்காக உயிரையும் விட்டார். குதிரைபோல் அலுக்காது உழைத்தார், பகலும் இரவுமாய்ப் பாடுபட்டார், யாரும் அவரைச் சும்மாவிட்டு வைக்கவில்லை. வயதில் இளையவர், கல்வி ஞானம் மிக்கவர், வருங்காலப் பேராசிரியர் - இப்படிப்பட்டவர் தனியார் முறையில் வைத்தியத் தொழில் நடத்த வாய்ப்பு கிடைக்குமா என்று தேட வேண்டியிருந்தது! எதற்காக? இந்தக் கேடுகெட்ட கந்தல்களுக்கு வேண்டிய பணத்தைத் தருவதற்காக!"

வெறுப்புடன் ஓல்கா இவானவ்னாவை உற்று நோக்கினார், இரு கைகளாலும் படுக்கை விரிப்பைப் பிடித்து, அது தான் குற்றவாளி என்பது போல ஆத்திரமாய் அதைக் கிழித்தார்.

"அவர் தனக்குக் கருணை காட்டவில்லை, பிறத்தியாரும் அவருக்குக் கருணை காட்டவில்லை. ஆனால் பேசிப் பயன் என்ன?"

"ஆம், அவர் அதியற்புத மனிதர்" என்று ஆழ்ந்த குரல் ஒன்று வரவேற்பு அறையிலிருந்து ஒலித்தது.

ஓல்கா இவானவ்னா அவருடன் தான் வாழ்ந்த வாழ்வு அனைத்தையும், ஆதியிலிருந்து இறுதிவரை சிறு விவரமும் விடாது யாவற்றையும் நினைத்துப் பார்த்தாள். தான் அறிந்தவர்கள் அனைவரிலும் மெய்யாகவே அவர் அதியற்புதமானவர், அசாதாரணமானவர், மாமனிதர் என்பதைத் திடுமென உணர்ந்து கொண்டாள். காலஞ்சென்ற தனது தந்தையும், அவரது சகாக்கள் எல்லோரும் அவர்பால் நடந்து கொண்ட முறையை நினைத்துப் பார்த்தபோது, இவர்கள் எல்லோரும் அவரை வருங்காலத்தில் பெயரும் புகழும் பெறப் போகிறவராய்க் கருதினார்கள் என்பது அவளுக்கு விளங்கிற்று. சுவர்கள், கூரைத் தளம், விளக்கு, தரையிலே விரிக்கப்பட்டிருந்த இரத்தினக் கம்பளம் ஆகிய யாவும் அவளைப் பார்த்து "உனது வாய்ப்பை நீ நழுவ விட்டுவிட்டாய்!" என்று கூற முயலுவது போல் எள்ளி நகையாடிக் கண் சிமிட்டின. அழுது கொண்டு படுக்கை அறையிலிருந்து வெளியே ஓடிய அவள் வரவேற்பு அறையில் அவளுக்குத் தெரியாத ஒருவரைக் கடந்து சென்று தன் கணவரின் அறைக்குள் அடித்து மோதிக் கொண்டு புகுந்தாள். சோபாவில் அவர் அசைவற்றுக் கிடந்தார், மார்பு வரை அவர் மீது போர்வை போர்த்தப்பட்டிருந்தது. அவரது முகம் பயங்கரமாய் நீண்டு மெலிந்திருந்தது, உயிருள்ளவர்களிடம் காண முடியாத சாம்பல் நிற மஞ்சள் சாயல் அவர் முகத்தில் படிந்திருந்தது. அவரது நெற்றியும் கரிய புருவங்களும் வழக்கமான அவரது புன்னகையும்தான் அவர் தீமவ் என்பதைத் தெரியப்படுத்தின. ஓல்கா இவானவ்னா பரபரத்துக் கொண்டு அவரது மார்பையும் நெற்றியையும் கைகளையும் தொட்டுப்பார்த்தாள். மார்பு இன்னமும் கதகதப்பாகவே இருந்தது, ஆனால் நெற்றியும் கைகளும் ஜில்லிட்டு அவளை நடுங்கச் செய்தன. பாதியளவு மூடியிருந்த அவரது கண்கள் உற்று நோக்கின - ஓல்கா இவானவ்னாவை அல்ல, போர்வையை.

"தீமவ்!" என்று உரக்கக் கூப்பிட்டாள் அவள். "தீமவ்!"

நடந்ததெல்லாம் தவறு, எல்லாம் பாழ்பட்டுப் போய்விடவில்லை, இனியும் வாழ்க்கை எழில்மிக்கதாய், இன்பமானதாய் இருக்க முடியும் என்று அவரிடம் விளக்கிக் கூற விரும்பினாள் அவள். அவர் அசாதாரணமானவர், அதியற்புதமானவர், மாமனிதர், இனி வாழ்வெல்லாம் தான் அவரைப் போற்றவும்,

ரா. கிருஷ்ணய்யா

மண்டியிட்டு அவரைத் தொழவும், அவரிடம் புனித பக்தி கொண்டிருக்கவும் போவதாய்க் கூற விரும்பினாள்...

"தீமவ் என்று கூப்பிட்டு அவரது தோளை உலுக்கினாள்.

இனி எந்நாளும் அவர் விழித்தெழமாட்டார் என்பதை அவளால் நம்ப முடியவில்லை. "தீமவ், தீமவ்!"

அதே நேரத்தில் வரவேற்பு அறையில் கரஸ்திலேவ் பணிப்பெண்ணிடம் கூறிக் கொண்டிருந்தார்:

"கேட்பதற்கு என்ன இருக்கிறது? கோயிலுக்குப் போய் இறுதிச் சடங்குக்குத் தயார் செய்யும் பெண்கள் எங்கே இருக்கிறார்கள் என்று விசாரி. அவர்கள் வந்து உடம்பைக் கழுவி ஒழுங்கு செய்வார்கள் - எல்லாக் காரியங்களையும் செய்வார்கள்."

1881

மாடவீடு
ஓவியரின் கதை

1

இதெல்லாம் நடந்தது ஆறு, ஏழு ஆண்டுகளுக்கு முன்பு. அப்பொழுது நான் தி-மாநிலத்தில் ஒரு வட்டாரத்தில் பெலக்கூரவ் என்றொரு நிலப்பிரபுவின் பண்ணையில் வசித்து வந்தேன். பெலக்கூரவ் இளம் வயதுடையவர், அதிகாலையிலே எழுந்துவிடுவார், விவசாயியின் நீள் கோட்டு அணிந்திருப்பார், எப்போதாவது அந்திவேளையில் பீர் குடிப்பார், தமக்கு அனுதாபம் காட்டுவார் யாரும் இல்லை என்று எந்நேரமும் முறையிடுவார். தோட்டத்தில் தனிக்கட்டு ஒன்றில் அவர் வசித்து வந்தார். நான் பழைய பண்ணை வீட்டில் தூண்களோடு கூடிய பெரிய நடனக் கூடத்தில் குடியேறினேன். நான் படுத்துறங்கிய அகலமான சோபாவையும், தனியாள் சீட்டு ஆடிய மேஜையையும் தவிர அந்தப் பெருங்கூடத்தில் வேறு சாமான்கள் இல்லை. பண்டைக்காலத்துக் கணப்படுப்புகள் எந்நேரத்திலும், காற்றில்லாத அமைதியான நேரத்திலுங்கூட முனகிப் புலம்பின. இடியும் மழையுமான நேரங்களில் தகர்ந்து விழப்போவது போல் வீடு முழுவதுமே அதிர்ந்தாடிற்று; இந்த நிலைமை, அதுவும் புயல் வீசிய இரவுகளில் பத்துப் பெரிய சன்னல்களிலும் மின்னல் பளிச்சிடுகையில், கொஞ்சம் பீதியூட்டுவதாகவே இருந்தது.

சோம்பேறியாய் வாழும்படிச் சபிக்கப்பட்டிருந்த நான் ஒன்றும் செய்யாமலே சும்மாயிருந்தேன். மணிக்கணக்காய்ச் சன்னலுக்கு வெளியே வானத்தையும் பறவைகளையும் தோட்டப் பாதைகளையும் பார்த்துக் கொண்டிருந்தேன், தபாலில் வந்தவற்றைப் படித்தேன், தூங்கினேன். சிலசமயம் வீட்டைவிட்டு வெளியே சென்று இரவு நெடுநேரம் வரைச் சுற்றித் திரிந்தேன்.

ஒரு நாள் இப்படிச் சுற்றிவிட்டு வீட்டுக்குத் திரும்புகையில், நான் இதன் முன் கண்டிராத ஒரு பண்ணை வழியே செல்லலானேன். சூரியன் அஸ்தமித்துக் கொண்டிருந்தான், மலரும் ரை தானியப் பயிரின் மீது அந்தி நேர நிழல்கள் சாய்ந்திருந்தன. சுவர்கள் போல் அமையும்படி நெருக்கமாய் நடப்பட்ட நெடிதுயர்ந்த தொன்மையான பிர் மரங்களது இரு வரிசைகளுக்கு இடையே சென்றது, சோக எழில் தவழும் ஒரு நடைபாதை. எளிதில் நான் கிராதியடைப்பைத் தாண்டி இந்த நடைபாதை வழியே நடந்தேன். தரையின் மீது ஓரங்குல கனத்துக்கு விழுந்து கிடந்த ஊசி இலைகளது கம்பளத்தில் எனக்குக் கால் வழுக்கிற்று. மர உச்சிகளில் பிரகாசித்த வெயிலையும் சிலந்தி வலைகளில் தகதகத்த வெயிலினது வானவில் வண்ண ஜாலத்தின் தங்கத்தையும் தவிர்த்து, எங்கும் இருட்டும் அமைதியும் குடி கொண்டிருந்தன. பிர் மரங்கள் பரப்பிய நறுமணம் மயக்கம் தருவதாய் இருந்தது. விரைவில் நான் லிண்டன் மரங்களிடையே அமைந்த நீண்டசாலை வழியில் திரும்பினேன். இங்கும் யாவும் தமது முதுமையையும், கவனிப்பார் யாரும் இல்லாததையும் எடுத்தியம்பின. கடந்த ஆண்டின் இலைகள் காலுக்கடியில் சோகமாய்ச் சலசலத்தன; மரத்தடிகளுக்கு இடையே அந்தியொளியில் நிழல்கள் பதுங்கிக் கொண்டிருந்தன. எனக்கு வலப்புறத்தில் தொன்மையான கனிச் சோலையில் காஞ்சனப் புள்ளொன்று அயர்ந்துபோய் ஈன சுரத்தில் பண்ணிசைத்தது - இங்கிருந்த ஏனையவை யாவற்றையும் போல் இந்தப் புள்ளும் தொன்மையானதாகவே இருந்திருக்க வேண்டும். பிறகு லிண்டன் மரங்கள் தாழ்வாரமும் முன்மாடமும் கொண்ட ஒரு பழைய வீட்டிற்கு முன்னால் முடிவடைந்தன. திடுமென வீட்டின் முற்றமும் ஒரு பெரியகுளமும் கண் முன் தெரிந்தன. குளக்கரையில் குளிப்பிடம் ஒன்று இருந்தது. பசுமையான வில்லோ மரங்கள் சிறு திரளாய்க் குவிந்திருந்தன. குளத்தின் எதிர்ப் பக்கத்தில் ஒரு கிராமத்தின் நடுவில் உயரமான மெல்லிய மணிக்கூண்டும், மறையும் கதிரவனது இறுதி ஒளியில் அதன் உச்சியில் பளிச்சிட்ட சிலுவையும் தெரிந்தன. கணப்பொழுதுக்கு நான் சிந்தை மயங்கினேன்; இந்தக்

கண்கொள்ளாக்காட்சியை முன்னொரு காலத்தில் எனது பிள்ளைப் பிராயத்தில் கண்டிருந்தது போல், நன்கு பழக்கமான ஒன்றின், நெடுங்காலத்துக்கு முன்பு நான் அறிந்திருந்த ஒன்றின் இனிய நினைவால் மயங்கினேன்.

சிங்களால் அலங்கரிக்கப்பட்டுக் கல்லில் எழுப்பப்பட்ட வாட்டசாட்டமான ஒரு பெரிய வெண்ணிற வாயில் வழி வீட்டு முற்றத்திலிருந்து திறந்த வெளிகளுக்கு இட்டுச் சென்றது. இந்த வாயில்வழியில் இரு பெண்கள் நின்றிருந்தார்கள். இருவரில் மூத்தவள் வெளிறிய மேனியும் மெல்லுருவமுடையவள், கண்ணுக்கு இனியவள்; செம்பொன் சிகையை வாரி உச்சத் தலையில் பெரிய கொண்டையாய் முடிந்திருந்த இவள் பிடிவாதத்தை உணர்த்திய சிறிய வாயுடன் கண்டிப்பு மிக்கவளாய்த் தோன்றினாள்; என்னைக் கண்ணெடுத்தும் பாராதவளாய் நின்றாள். இன்னொருத்தி மிகவும் இளையவளாய், பதினேழு அல்லது பதினெட்டு வயதுக்கு மேற்படாதவளாய்த் தோன்றினாள்; இவளும் வெளிறிய மேனியும், மெல்லுருவமுடையவளே என்றாலும், இவளது வாய் மலர்ந்து பெரிதாயிருந்தது, கூச்சங் கொண்டவளாய்க் காணப்பட்டாள்; வியப்புடன் ஒளிர்ந்த பெரிய கண்களால் என்னைக் கூர்ந்து நோக்கினாள்; நான் நடந்து சென்றபோது இரண்டொரு ஆங்கிலச் சொற்கள் இவள் பேச்சில் தொனித்தன. இந்த இனிய முகங்களுங்கூட நெடுங்காலத்துக்கு முன்பு நான் அறிந்தவையே என்பதாய்த் தோன்றிற்று எனக்கு. இனிமையிலும் இனிமையான கனவு கண்டது போன்ற உணர்வோடு வீட்டுக்குத் திரும்பினேன் நான்.

சில நாட்களுக்குப் பிற்பாடு பிற்பகலில் பெலக்கூரவும் நானும் இந்த வீட்டின் முன்னால் நடந்து கொண்டிருக்கையில் முற்றத்துக்குள் திரும்பிய வில்வண்டி ஒன்றின் சக்கரங்களுக்கு அடியில் நெட்டைப் புற்கள் சலசலத்தன. முன்பு நான் கண்ட பெண்களில் மூத்தவள் இந்த வண்டியில் அமர்ந்திருந்தாள். தீ விபத்தால் அகதிகளானோருக்கு உதவுவதற்கான நிதிவசூல் பட்டியல் ஒன்றைக் கொண்டு வந்திருந்தாள் அவள். எங்களைப் பார்க்காமலே காரிய முனைப்போடு இதுபற்றிய விவரங்களை எங்களிடம் சொன்னாள்: சியானவோ கிராமத்தில் எத்தனை வீடுகள் தீக்கிரையாயின, ஆடவரும் பெண்டிரும் குழந்தைகளுமாய் எத்தனை பேர் அகதிகளாயினர். அவள் உறுப்பினளாய் இருந்த குழு இவர்களுக்கு உதவுவதற்காகத் திட்டமிட்ட தற்காலிக நடவடிக்கைகள் யாவை என்று விவரமாய்ச் சொன்னாள். பட்டியலில் நாங்கள்

கையெழுத்திட்டதும் அதை வாங்கி வைத்துக்கொண்டு எங்களிடம் உடனே விடை பெற்றுக்கொள்ள முற்பட்டாள்.

"பியோத்தர் பெத்ரோவிச், எங்களை அடியோடு மறந்துவிட்டீர்களா என்ன?" என்று பெலக்கூரவிடம் கேட்டு அவர் பக்கம் கையை நீட்டினாள் அவள். "எங்கள் வீட்டுக்கு நீங்கள் வர வேண்டும். முஸ்யே நெ-(என் பெயரைக் குறிப்பிட்டாள்) தமது ரசிகர்கள் சிலரைச் சந்திக்க விரும்புவாராயின் என் தாயும் நானும் மகிழ்ச்சியோடு அவரை வரவேற்போம்" என்றாள்.

தலைகுனிந்து வணக்கம் செலுத்தினேன் நான்.

அவள் போய்ச் சேர்ந்ததும் பியோத்தர் பெத்ரோவிச் அவளைப்பற்றி என்னிடம் கூறினார். அவள் பெயர் லீதியா வல்ச்சானினவா, உயர் குடியில் பிறந்தவள் என்றார். தாயுடனும் தங்கையுடனும் அவள் வசித்து வந்த பண்ணையும் குளத்துக்கு அப்பாலுள்ள கிராமமும் ஷெல்கோவ்கா என்றழைக்கப்பட்டன. அவளுடைய தந்தை மாஸ்கோவில் உயர் பதவி வகித்தவர், தனி ஆலோசகராய் இருந்தபின் இறந்தவர். வசதி படைத்தோராயினுங்கூட வல்ச்சானினவ் குடும்பத்தினர் ஆண்டு முழுதும் கிராமத்திலேயே வசித்தனர். லீதியா தனது சொந்த கிராமமான ஷெல்கோவ்காவில் இருபத்தைந்து ரூபிள் மாதச் சம்பளம் பெற்றுச் சேம்ஸ்த்வோ பள்ளியில் ஆசிரியையாய் வேலை செய்து வந்தாள். அவளுடைய சொந்தச் செலவுகளுக்கு இந்தப் பணமே போதுமானதாய் இருந்தது. தனக்கு வேண்டியதைத் தானே சம்பாதித்துக்கொள்வது குறித்து அவள் பெருமைப்பட்டுக் கொண்டாள்.

"உள்ளம் கவரும் குடும்பம்" என்றார் பெலக்கூரவ். "நாம் இவர்களுடைய வீட்டுக்குப் போய் வர வேண்டும். நீங்களும் வந்தால் மட்டில்லா மகிழ்ச்சியடைவார்கள்."

ஒரு நாள் மதிய உணவுக்குப் பிற்பாடு - ஏதோவொரு புனிதர் தினம் அது - வல்ச்சானினவ் குடும்பம் எங்கள் நினைவுக்குவரவே நாங்கள் ஷெல்கோவ்காவுக்குப் புறப்பட்டுச் சென்றோம். தாயும், இரு புதல்வியரும் வீட்டில் இருக்கக் கண்டோம். தாய் - எக்கத்தெரீனா பாவ்லவ்னா - ஒரு காலத்தில் கண்ணுக்கு இனியவராய் இருந்திருக்க வேண்டும்: ஆனால், பிற்பாடு அவர் வயதுக்கு ஏற்றதற்கும் கூடுதலாய்ப் பருத்துவிட்டார். திணறித் திணறி மூச்சுவிட்டார், துயரச் சாயல் கொண்டவராகவும் சுற்றிலும் நடைபெறுவதில் அதிக நாட்டமில்லாதவராகவும் இருந்தார். கலை குறித்துப் பேசி என்னை

மகிழ்விக்க முயன்றார். ஷெல்கோவ்காவுக்கு நான் வருவேன் என்று மகளிடமிருந்து தெரிந்து கொண்டதும், மாஸ்கோவில் ஓவியக் காட்சிகளில் அவர் பார்த்திருந்த எனது இயற்கைக் காட்சி ஓவியங்கள் இரண்டு மூன்றை அவசரமாய் நினைவுக்குக் கொண்டு வந்து ஆலோசித்து வைத்திருந்தார்; இவற்றின் மூலம் நான் வெளியிட விரும்பிய கருத்து என்னவென்று இப்பொழுது என்னை விசாரித்தார். லீதியா - வீட்டில் இவளை லீதா என்று அழைத்தனர் - என்னைக்காட்டிலும் பெலக்கூரவுடன்தான் அதிகம் பேசினாள். அவர் ஏன் சேம்ஸ்த்வோவில் வேலை செய்வதில்லை, அதன் கூட்டங்களில் ஒன்றிலேனும் கலந்துகொள்ளாமல் இருப்பது ஏன் என்று முகத்தில் சிரிப்புக் குறி சிறிதும் இல்லாமல் கருத்தூன்றிய கண்டிப்புடன் அவரைக் கேட்டுக் கொண்டிருந்தாள்.

"பியோத்தர் பெத்ரோவிச், இது நல்லாயில்லை" என்று கண்டனம் தொனிக்கும் குரலில் கூறினாள். "கொஞ்சங்கூட நல்லாயில்லை, வெட்கப்பட வேண்டும் நீங்கள்."

"மெய்தான், லீதா, நீ சொல்வது மெய்தான்" என்று அவள் தாய் உடன்பாடு தெரிவித்தார். "சரியல்ல இது."

"நமது வட்டாரம் முழுதுமே பலாகினது பிடிக்குள் இருக்கிறது" என்று என் பக்கம் திரும்பித் தொடர்ந்து கூறிச் சென்றாள் லீதா. "அவர்தான் வட்டார வாரியத்தின் தலைவர், வட்டாரப் பதவிகள் யாவற்றிலும் தமது மருமகன்களையும் மாப்பிள்ளைகளையும் அமர்த்தியிருக்கிறார், யாவற்றையும் தம் விருப்பம்போல் செய்து வருகிறார். இதை நாம் எதிர்த்தாக வேண்டும். இளந்தலைமுறையினரான நாம் வலுமிக்க கட்சியாய்ச் செயற்பட வேண்டும், ஆனால் நமது இளந்தலைமுறையினர் எப்படிப்பட்டவர்களாய் இருக்கிறார்கள், நீங்களே பாருங்கள்! பியோத்தர் பெத்ரோவிச், கொஞ்சங்கூட நல்லாயில்லை இது!"

சேம்ஸ்த்வோவைப் பற்றிய இந்த விவாதத்தின்போது, இளையவளாகிய ழேன்யா வாய் பேசாமல் இருந்தாள். குடும்பத்தினரால் வயது வராத சிறுமியாய்க் கருதப்பட்ட இவள் பெரியவர்களுக்குரிய உரையாடலில் பங்கு கொள்வதில்லை. சிறுமிக்குரிய செல்லப் பெயரான மிஸ்ஸி என்றே வீட்டில் எல்லோரும் இவளை அழைத்தார்கள், ஏனெனில் சின்னஞ்சிறுமியாய் இருந்தபோது இவள் தனது தாதியை இப்படித்தான் கூப்பிட்டு வந்தாள். அடங்காத ஆவலோடு என்னை இவள் கூர்ந்து கவனித்தாள். நான் புரட்டிப் பார்த்துக் கொண்டிருந்த குடும்பப் புகைப்பட

ஆல்பத்தின் படங்களை எனக்கு விளக்கிக் கூறினாள். விரலால் படங்களைத் தொட்டுக் காட்டி "இது என் மாமா... இது என் பெயரீட்டுத் தந்தை" என்று அறியாப் பிள்ளையாய்த் தன் தோளால் என் தோளில் உராய்த்துக் கொண்டு சொன்னாள்; அவளது பூம்பிஞ்சு மார்பும் மெலிந்த தோள்களும் சடையும் இடைக்கச்சால் இறுக்கப்பட்ட அவளது மெல்லிய உருவம் முழுதுமே தெளிவாய்த் தெரிந்தன.

"நாங்கள் மரப் பந்தாட்டமும் டென்னிசும் ஆடினோம், தேநீர் குடித்தோம், பிறகு நெடுநேரம் அமர்ந்து இரவு சாப்பாடு சாப்பிட்டோம். தூண்களோடு கூடிய மிகப்பெரிய காலி நடனக் கூடத்தில் இருந்து வந்த எனக்கு இந்த வசதியான சிறிய வீடு மிகவும் இதமாய் இருந்தது. இங்கு சுவர்களில் எண்ணெய் வண்ண அச்சுப் படங்கள் இல்லை, வேலைக்காரர்களை "நீ, வா" என்று சொல்லாமல் "நீர், வாரும்" என்று சொன்னார்கள். லீதாவும் மிஸ்ஸியும் இங்கு நிலைமையைத் தூய்மைமிக்கதாய், இளமைத் துடிப்புள்ளதாய் ஆக்கினர். யாவும் இங்கு நேர்மையின் மணம் கமழ்வதாய் இருந்தது. சாப்பாட்டின்போது லீதா மீண்டும் சேம்ஸ்த்வோவையும் பலாகினையும் பள்ளிக்கூட நூலகங்களையும் பற்றி பெலக்கூரவுடன் பேசினாள். அவள் உயிர்த் துடிப்பும் உள்ளத் தூய்மையும் கொண்டவள், தனது கருத்துக்களில் அசைக்க முடியாத திட நம்பிக்கையுடையவள். சுவையாகவே பேசினாள் என்றாலும், நிரம்பப் பேசினாள், அதுவும் பலத்த குரலில் பேசினாள் - வகுப்புகளில் பேசிப் பழக்கப்பட்டவள் என்பது இதற்குக் காரணமாய் இருந்திருக்கலாம். ஆனால் எனது நண்பர் பியோத்தர் பெத்ரோவிச் எந்த உரையாடலையும் ஒரு வாக்குவாதமாக்கிவிடும் தமது மாணவக் காலத்திய பழக்கத்தை இன்னும் விட்டொழிக்காமல் அனுசரிக்க முயன்றார். அதிக நாட்டமின்றி அலுப்பு தட்டும் விதத்தில் விடாமல் வாதாடினார், தமது கெட்டிக்காரத்தனத்தையும் முற்போக்குக் கருத்துக்களையும் வெளிக் காட்டிக்கொள்ள விரும்பினார் என்பது நன்றாகவே தெரிந்தது. ஆடம்பரமாய்க் கையை ஆட்டிக் கொண்டு பேசினார். சட்டைக் கையின் மணிக்கட்டு முனையால் பச்சடிக் கிண்ணம் ஒன்றைத் தட்டிவிட்டார், மேஜை விரிப்பில் பெரிய திட்டாய்க் கரையாகிவிட்டது. ஆனால் என்னைத்தவிர யாரும் இதைக் கவனித்ததாய்த் தெரியவில்லை.

நாங்கள் வீட்டுக்குப் புறப்பட்டபோது இருட்டாகவும் அமைதியாகவும் இருந்தது.

“நன்னயப் பாங்கு அடங்கியிருப்பது மேஜையிலுள்ள பச்சடியைத் தட்டி விடாமலிருப்பதில் அல்ல, யாராவது தட்டிவிடும் போது அதைக் கண்டுகொள்ளாதிருப்பதில் தான் அடங்கியிருக்கிறது” என்று சொல்லிப் பெருமூச்சு விட்டுக்கொண்டார் பெலக்கூரவ். “ஆம், இவர்கள் இனிமையான, பண்பாடு மிகுந்த குடும்பத்தினர். மேன் மக்களுடன் தொடர்பு அறுந்துபோய் விட்டது எனக்கு - நயமில்லாதவனாய்ச் சீரழிந்து விட்டேன்! எதற்கும் நேரமில்லை, எந்நேரமும் வேலை! ஓயாத வேலை!”

முன்மாதிரியான பண்ணையாராய் இருக்க வேண்டுமானால் ஓயாமல் செய்தாக வேண்டியிருக்கும் வேலைகளைப் பற்றிப் பேசினார் அவர். எப்படிப்பட்ட சோம்பேறி இவர், நிர்வகிக்க முடியாத ஆள் என்பதாய் நான் நினைத்துக்கொண்டேன். முக்கிய விவகாரம் எதைப்பற்றிப் பேசினாலும் சங்கடமான முறையில் அடிக்கொரு தரம் அழுத்தமாய் “ஊ - ஆ” என்று இழுப்பார். பேசிய இதே முறையில்தான் யாவற்றையும் செய்வார் - எதையும் மெதுவாகவே செய்வார், எப்போதும் பின்தங்கி விடுவார், ஒரு வேலையையும் நேரத்தில் முடிக்க மாட்டார். அவருடைய வேலைத்திறனில் எனக்கு நம்பிக்கையே இருந்ததில்லை, ஏனெனில் தபாலில் சேர்ப்பதற்காக அவரிடம் நான் கொடுத்த கடிதங்களை வாரக் கணக்கில் அப்படியே சட்டைப் பையில் வைத்திருப்பார்.

“படுமோசமானது என்னவெனில், ஓயாமல் எவ்வளவுதான் வேலை செய்தாலும் அனுதாபம் காட்டுவார் யாருமில்லை. ஒருவர்கூட இல்லை!” என்று முனகியவாறு என்னுடன் நடந்து வந்தார்.

2

வல்ச்சானினவ் வீட்டுக்குப் போய் வருவது எனது அன்றாட பழக்கமாகிவிட்டது. தாழ்வாரப் படிகளில், கீழ்ப்படிதான் அங்கு எனக்குரிய வழக்கமான இடம். மன உறுத்தலால் நான் வதைப்பட்டு வந்தேன், இப்படி என் வாழ்வு அற்பமாகவும் அதி வேகமாகவும் கழிகிறதே என்று நொந்து கொண்டேன். பெருஞ் சுமையாய் என்னை வருத்திய என் இதயத்தைப் பிடுங்கியெறிய முடிந்தால் எவ்வளவு நன்றாயிருக்குமென ஓயாமல் என்னுள் கூறிக் கொண்டிருந்தேன். அப்பொழுது தாழ்வாரத்திலிருந்து எந்நேரமும் பேச்சுக் குரல் கேட்கும், பாவாடைகளின் சலசலப்பும் புத்தகம் புரட்டப்படும்

சப்தமும் காதில் விழும். லீதா நோயாளிகளைத் தன் வீட்டுக்கு வரச்சொல்லி மருந்து கொடுத்தாள், பலருக்கும் புத்தகங்கள் கொடுத்து உதவினாள், திறந்த தலைக்கு மேல் கைக் குட்டையைப் பிடித்துக் கொண்டு பகற்பொழுதில் அடிக்கடி கிராமத்துக்குப் போய் வந்தாள், அந்திவேளையில் சேம்ஸ்த்வோவையும் பள்ளிகளையும் பற்றிப் பலத்த குரலில் பேசினாள் - இவையாவும் விரைவில் எனக்குப் பழக்கப்பட்ட விவரங்களாயின. மெல்லுருவினளாய், கண்ணுக்கு இனியவளாய், நளினமாய் வளைந்த சிறிய வாயுடையவளாய், எப்போதும் கண்டிப்புடன் இருந்த இந்தப் பெண் நடைமுறைக் காரியங்கள் குறித்துப் பேச முற்படும்போதெல்லாம் தான் கூறுவதற்குப் பீடிகையாய் என்னிடம் கடுப்பாய்ச் சொல்வாள்:

"உங்களுக்கு இவற்றில் நாட்டமிருக்காது."

என்னைப் பிடிக்கவில்லை அவளுக்கு. நான் இயற்கைக் காட்சி ஓவியனாய் இருந்ததாலும், மக்களுடைய தேவைகளை எனது சித்திரங்களில் வெளிப்படுத்திக் காட்ட முயலவில்லை என்பதாலும், மற்றும் அவள் உறுதியாய் நம்பிக்கை கொண்டிருந்தவை யாவற்றிலும் எனக்குக் கருத்தில்லை என்பதாய் அவள் நினைத்ததாலும் என்னை அவளுக்குப் பிடிக்கவில்லை. நான் பைக்கால் ஏரிக் கரைகளில் போய்க் கொண்டிருந்த போது சாய்வரி நீலச் சட்டையும் கால் சட்டையும் அணிந்து இருபுறத்தும் கால்களைத் தொங்கவிட்டுக் கொண்டு குதிரை மீது வந்த புர்யாத் பெண் ஒருத்தியைச் சந்தித்தது நினைவுக்கு வருகிறது. அவளுடைய குழலை எனக்கு விற்கும்படி நான் அவளைக் கேட்டேன். ஆனால் அவள் எனது ஐரோப்பிய முகபாவத்தையும் தொப்பியையும் இகழ்ச்சியோடு ஏறிட்டுப் பார்த்துவிட்டு நிமிட நேரத்துக்கு மேல் என்னுடன் பேசிக் கொண்டு நிற்க மனம் சகியாதவளாய்க் கூக்குரல் எழுப்பிக் குதிரையிலே பறந்தோடிவிட்டாள். லீதாவுங்கூட இதேபோல என்னிடம் ஏதோ அந்நியச் சாயல் இருப்பதாய் நினைத்தாள். வெளிப்படையாய் அவள் எந்த அறிகுறியும் காட்டவில்லை என்றாலும் என்னை அவளுக்குப் பிடிக்கவில்லை என்பதை நான் உணர முடிந்தது. தாழ்வாரத்தின் கீழ்ப் படியில் உட்கார்ந்து கொண்டு நான் எரிச்சல் பட்டுக் கொண்டேன்; டாக்டராய் இல்லாத ஒருவர் விவசாயிகளுக்குச் சிகிச்சை அளிப்பது அவர்களை ஏமாற்றுவதற்கே ஒப்பானதாகும், ஏக்கர் ஏக்கராய் நிலங்கள் ஏராளமாய்க் கையில் இருக்குமாயின் தர்மவானாய் இருப்பது சுலபம்தான் என்று கூறிக் கொண்டேன்.

ஆனால் இவளது தங்கையான மிஸ்ஸி உலகில் எந்தக் கவலையும் இல்லாதவள். என்னைப்போலவே இவளும் வேலையில்லா முழுச் சோம்பேறியாய்க் காலமோட்டியவள். காலையில் விழித்தெழுந்ததும் தாழ்வாரத்தில் ஆழமான நாற்காலியில் அமர்ந்து கொண்டு புத்தகம் படிக்க ஆரம்பித்தவிடுவாள், அவளது பாதங்கள் தரையில் பட்டதும் படாததுமாய்த் தொங்கும். இல்லையேல் லிண்டன் மர நடைபாதையில் தன்னந்தனியே புத்தகமும் கையுமாய் ஒதுங்கி விடுவாள், அல்லது வாயில்வழியைக் கடந்து திறந்த வெளிகளுக்குச் சென்றுவிடுவாள். பகல் முழுதும் படித்துக் கொண்டிருப்பாள், உருக்கமாய் அவள் பார்வை புத்தகத்தின் பக்கங்களில் பதிந்திருக்கும். களைத்துப்போய்ச் சோர்வுடன் எப்போதாவது கணப்பொழுதுக்கு வேறு எங்காவது திரும்பும் அந்தப் பார்வையும், வெள்ளையாய் வெளிறிட்டுவிடும் அவள் முகமும் தான் படிப்பது அவளுக்குச் சிந்தையை அயரச் செய்யும் கடின பணியாய் இருப்பதை அறிவிக்கும். நான் அங்கே போய்ச் சேர்ந்து அவள் பார்வையில் தென்பட்டதும், அவள் முகம் இலேசாய்ச் சிவந்துவிடும். உடனே ஆர்வமுற்றவளாய்ப் புத்தகத்தைத் துறந்துவிட்டுத் தனது பெரிய விழிகளை என் மீது பதித்து, கடந்தமுறை அவள் என்னைச் சந்தித்ததற்குப் பிற்பாடு அங்கு நடைபெற்றவற்றை எனக்குச் சொல்லத் தொடங்குவாள். வேலைக்காரர்களது வசிப்பிடத்தில் புகைபோக்கியில் தீ பிடித்துவிட்டது, குளத்திலிருந்து ஒரு வேலையாள் ஒரு பெரிய மீனைப் பிடித்தான் என்று வரிசையாய்ச் சொல்லுவாள். வார நாட்களில் அவள் வெள்ளைச் சட்டையும் கருநீலப் பாவாடையும் அணிந்துகொள்வது வழக்கம். அவளும் நானும் காலாறச் சுற்றித்திரிவோம், ஜாம் செய்வதற்கு வேண்டிய செர்ரிப் பழங்கள் பறிப்போம், அல்லது படகோட்டிச் செல்வோம். செர்ரி பறிப்பதற்காக அவள் எம்பித் தாவும்போது, அல்லது துடுப்புகளை அழுத்திச் சாயும்போது அகன்ற சட்டைக் கைகளினுள் அவளது மெல்லிய பூங்கரங்கள் தெரியும். அல்லது நான் சித்திர உருவரை தீட்டுவேன், அவள் என் அருகே நின்று வியந்து பார்த்துக் கொண்டிருப்பாள்.

ஜூலை மாத முடிவில் ஒரு ஞாயிறன்று காலை சுமார் ஒன்பது மணிக்கு நான் வல்ச்சானினவ் வீட்டுக்குப் புறப்பட்டுச் சென்றேன். வீட்டிலிருந்து கூடுமான தொலைவு ஒதுங்கிப் பூங்காவில் நடந்து குடைக் காளான்கள் தேடினேன். அவ்வாண்டு கோடையில் அவை ஏராளமாய் இருந்தன. பிற்பாடு ழேன்யாவுடன் சேர்ந்து பறித்துச் செல்வதற்காக, அவை இருந்த இடங்களைக் கம்புகள்

கொண்டு அடையாளமிட்டுச் சென்றேன். கதகதப்பான காற்று வீசிக் கொண்டிருந்தது. ழேன்யாவும் அவள் தாயும் ஞாயிற்றுக் கிழமைக்குரிய விழாநாள் ஆடைகளில் கோயிலிலிருந்து வீட்டுக்குத் திரும்பி வரக் கண்டேன். ழேன்யா தனது தொப்பியைக் காற்றிலிருந்து காப்பதற்காக அழுத்திப் பிடித்திருந்தாள். பிறகு தாழ்வாரத்தில் அவர்கள் தேநீர் அருந்தியதைக் குறிக்கும் சப்தங்கள் என் காதில் விழுந்தன.

வேலை செய்யாமல் சும்மாயிருப்பதற்குக் காரணம் தேடியலையும் என்போன்ற கவலையற்ற ஆளுக்கு நமது கிராமப்புறத்துப் பண்ணைகளில் கோடை பருவ ஞாயிறு காலைகள் தனிக்கவர்ச்சி வாய்ந்தவை. பசுமையாகவும் பனிநீரில் பளிச்சிட்டுக் கொண்டும் இருக்கும் தோட்டம் கதிரவனது ஒளியில் சுடர்ந்து இன்பத்தில் திளைக்கின்றது; வீட்டுக்கு அருகிலுள்ள மலர்ப் பாத்திகளில் பசுமஞ்சரியும் அலரியும் நறுமணம் பரப்புகின்றன; கோயிலுக்குச் சென்றுவிட்டு வந்திருக்கும் இளம் மக்கள் தோட்டத்திலே அமர்ந்து தேநீர் அருந்துகிறார்கள்; எல்லோரும் கண்கவரும்படியான ஆடைகள் அணிந்து களிப்பு மிக்கோராய் இருக்கிறார்கள்; நன்கு உண்டு உடல் நலம் வாய்ந்தோராயும் கண்ணுக்கு இனியோராயும் இருக்கும் இவர்கள் நாள் முழுதும் வேலையின்றிச் சும்மாயிருப்பார்களென என்னுள் கூறிக்கொள்கிறேன் - காலமெல்லாம் வாழ்வு இம்மாதிரியே இருக்க வேண்டுமென்ற அடங்காத ஆசை என்னை அப்பொழுது ஆட்கொள்கிறது. அன்று காலையில் இதே எண்ணங்கள் என்னுள் அலைமோத நான் அந்தத் தோட்டத்தில் நடந்து கொண்டிருந்தேன், குறிக்கோள் ஏதுமின்றி, வேலை ஏதுமின்றி நாள் முழுதும், கோடைப் பருவம் முழுதும் சுற்றிக் கொண்டிருக்கத் தயாராயிருந்தேன்.

ழேன்யா கையில் ஒரு கூடையுடன் வந்து சேர்ந்தாள். தோட்டத்தில் நான் இருப்பதை அவள் அறிந்திருந்தாள், அல்லது எப்படியும் உணர்ந்திருந்தாள் என்பது அவளது முகபாவத்திலிருந்தே தெரிந்தது. நாங்கள் குடைக் காளான்கள் சேகரித்தவாறு பேசிச் சென்றோம். என்னிடம் அவள் கேள்வி கேட்டபோது என் முகத்தைப் பார்க்கும் பொருட்டு எனக்கு முன்னால் சென்றாள்.

“கிராமத்தில் நேற்று ஓர் அதிசயம் நிகழ்ந்தது” என்றாள் அவள். “நொண்டியான பெலகேயா ஓராண்டாய் நோய் வாய்ப்பட்டிருந்தாள், டாக்டர்களாலும் மருந்துகளாலும் ஒன்றும் செய்ய முடியவில்லை,

ஞானியான ஓர் அம்மை நேற்று அவள் மீது குனிந்து ஏதோ ஓதியதும் உடனே அவளுக்கு உடம்பு சரியாகிவிட்டது.''

''இது ஒரு பெரிய காரியமல்ல'' என்றேன் நான். ''மக்கள் நோய் வாய்ப்பட்டிருக்கும்போது மட்டும், அல்லது கிழமாகிவிடும்போது மட்டும் அதிசயங்களை எதிர்பார்ப்பது சரியல்ல. உடல் நலத்தோடு இருப்பதே ஓர் அதிசயமல்லவா? வாழ்வே ஓர் அதிசயமல்லவா? நமக்குப் புரியாத ஒவ்வொன்றும் ஓர் அதிசயம்தான்.''

''உங்களுக்குப் புரியாதவை குறித்து உங்களுக்கு அச்சமாய் இருப்பதில்லையா?''

''இல்லை. எனக்குப் புரியாத நிகழ்ச்சிகளை நான் துணிவுடன் அணுகுகிறேன், அவற்றுக்கு நான் பணிந்து விடுவதில்லை. நான் அவற்றுக்கு மேம்பட்டவனாவேன். மனிதனாய்ப் பிறந்தவன் தன்னைச் சிங்கங்களுக்கும் புலிகளுக்கும் விண்மீன்களுக்கும் மேலானவனாய் மதிப்பிட வேண்டும், இயற்கை அனைத்துக்குமே மேலானவனாய், நம்மால் புரிந்துகொள்ள முடியாத அதிசயங்களாய்க் கருதுகிறோமே அவற்றுக்கும் மேலானவனாய் மதிப்பிட வேண்டும். இல்லையேல் அவன் மனிதனல்ல, யாவும் குறித்து அஞ்சி நடுங்கும் சுண்டெலியே ஆவான்.''

கலைஞனாகிய எனக்கு நிறையத் தெரியும், எனக்குத் தெரியாததையும் பிழையின்றி நுணுக்கமாய் என்னால் ஊகித்துக் கொண்டுவிட முடியுமென ழேன்யா நினைத்துக் கொண்டாள். அழிவின்றி என்றும் நிரந்தரமாயிருக்கும் ஏதோ ஓர் அதியற்புத கோளுக்கு, எனக்குப் பழக்கப்பட்டதாய் அவள் நம்பிய, மேல் உலகுக்கு அப்படியே மாயமாய் அவளை நான் தூக்கிச் சென்றுவிட வேண்டுமென விரும்பினாள். கடவுளைப்பற்றியும், என்றும் நிலைத்திருக்கக் கூடியதான வாழ்க்கையைப்பற்றியும், அதிசயங்களைப்பற்றியும் என்னிடம் கேட்டாள். மரணத்துக்குப் பிற்பாடு நானும் எனது கற்பனையும் அடியோடு ஒழிந்தாக வேண்டுமென்று ஒத்துக்கொள்ள விரும்பாத நான் ''ஆம், மனிதர்கள் அழிவின்றி நிலைத்திருப்பவர்கள்'' என்பதாய்ப் பதிலளிப்பேன். ''ஆம், என்றும் நீடிக்க வல்லதான வாழ்வு நமக்குக் கிடைக்கப் போகிறது'' என்பேன். அவள் கவனமாய்க் கேட்டுக் கொண்டிருப்பாள், நான் சொல்வதற்கு நிரூபணம் தரும்படிக் கேட்காமல் அப்படியே யாவற்றையும் நம்புவாள்.

வீட்டுக்கு நாங்கள் திரும்பிச் சென்ற போது திடுமென அவள் நடையை நிறுத்திக் கொண்டு கூறினாள்:

“லீதா அற்புதமானவள், இல்லையா? அவளை நான் போற்றிப் பாராட்டுகிறேன், அவளுக்காக என் வாழ்வையே வேண்டுமானாலும் எந்நேரத்திலும் தியாகம் புரிவேன். ஆனால் இதைச் சொல்லுங்கள்...” என்று எனது கோட்டுக் கையின் மேல் தன் விரலை வைத்தாள் ழேன்யா. “இதைச் சொல்லுங்கள், ஏன் இப்படி நீங்கள் எந்நேரமும் அவளுடன் வாதாடுகிறீர்கள்! உங்களுக்கு ஏன் இப்படி எரிச்சல் வருகிறது?”

“ஏனென்றால் அவள் சொல்வது சரியல்ல.”

ழேன்யா இதை ஆமோதிக்க முடியாதவளாய்த் தலையை அசைத்தாள், அவள் கண்களில் கண்ணீர் ததும்பிற்று.

“புரிந்துகொள்ள முடியவில்லை” என்றாள் அவள்.

அந்நேரத்தில் எங்கிருந்தோ திரும்பி வந்திருந்த லீதா கையில் சவாரிச் சவுக்குடன் மெல்லியவளாய், கண்கவர் எழிலுருவாய், கதிரவன் ஒளியில் பளிச்சிட்டுக் கொண்டு, வேலையாளிடம் ஏதோ உத்தரவிட்டவாறு வாயில் வழியில் நின்றிருந்தாள். சிகிச்சைக்காக வந்திருந்த இரண்டு மூன்று பேரை அவசரமாய் விசாரித்துப் பலத்த குரலில் பேசினாள். பிறகு ஒவ்வோர் அறையாய்ச் சென்றாள், கருமமே கண்ணாய்க் காரிய முனைப்பு மிக்கவளாய்த் தோன்ற ஒன்றன்பின் ஒன்றாய்ப் பல அலமாரிகளைத் திறந்தாள், பிறகு மச்சு அறைக்குப் போனாள். சாப்பிடுவதற்குக் கூப்பிடுவதற்காக நீண்ட நேரம் அங்குமிங்கும் சென்று அவளைத் தேடினார்கள். அவள் வந்து சேர்வதற்குள் நாங்கள் சூப்பு சாப்பிட்டு முடித்து விட்டோம். ஏனோ தெரியவில்லை இந்த அற்ப விவரங்களை எல்லாம் மறக்காமல் பாசமோடு நினைத்துப் பார்க்கிறேன். விசேஷமாய் அன்று ஒன்றும் நடைபெற்றுவிடவில்லை என்றாலும் அந்த நாள் பற்றிய நினைவு உயிர்ச் சோபையுடன் பசுமையாய் என் மனத்துள் இருந்து வருகிறது. சாப்பாட்டுக்குப் பிற்பாடு ழேன்யா ஆழமான நாற்காலியில் சாய்ந்து கொண்டு படித்தாள், நான் தாழ்வாரத்தின் அடிப்படியில் உட்கார்ந்திருந்தேன். யாரும் பேசவில்லை. வானத்தை மேகங்கள் மூடியிருந்தன, இலேசாய்த் தூறிக் கொண்டிருந்தது. வெதுவெதுப்பாய் இருந்தது; காற்று நின்று நெடுநேரமாகிவிட்டது; இந்த நாள் முடிவின்றி நீடித்துக் கொண்டிருக்கும் போல் தோன்றியது. எக்கத்தெரீனா பாவ்லவ்னா

தூக்கக் கலக்கத்திலிருந்து இன்னும் விடுபடாதவராய் ஒரு விசிறியைக் கையில் பிடித்துக் கொண்டு தாழ்வாரத்துக்கு வந்தார்.

"அம்மா!" என்று கூவி, ழேன்யா தன் தாயின் கையில் முத்தமிட்டாள். "பகற்பொழுதில் தூங்குவது உனக்குநல்லதல்ல!"

இருவரும் ஒருவர் மீது ஒருவர் உயிரை வைத்திருந்தனர். இருவரில் ஒருவர் தோட்டத்துக்குச் செல்வாராயின் இன்னொருவர் நிச்சயம் தாழ்வாரத்தில் வந்து நின்று மரங்களுக்கு அடியில் உற்று நோக்கியவாறு "ஏய், ழேன்யா?" என்றோ, "அம்மா, எங்கே இருக்கே?" என்றோ கூப்பிடுவதைக் காணலாம். இருவரும் எப்போதும் சேர்ந்துதான் பிரார்த்தனை செய்தனர், இருவரும் ஒருங்கே தெய்வ பக்தி மிக்கோராய் இருந்தனர். வாய் திறந்து ஒரு வார்த்தை சொல்லாத போதுங்கூட இருவரும் ஒருவரையொருவர் முழு அளவுக்குப் புரிந்து கொண்டனர். ஏனையோரைப் பற்றி இவர்கள் கொண்டிருந்த அபிப்பிராயங்களுங்கூட ஒரே மாதிரியானவைதான். எக்கத்தெரீனா பாவ்லவ்னாவும் விரைவில் என் மீது பற்றுதல் கொண்டு விட்டார்; இரண்டு மூன்று நாட்களுக்கு நான் வரவில்லையானால், நன்றாயிருக்கிறேனா என்று விசாரித்து ஆள் அனுப்புவார். அவரும் எனது சித்திர உருவரைகளைப் போற்றிடும் கண்களால் பார்வையிடுவார்; நடந்தவை யாவற்றையும் மிஸ்ஸியைப் போலவே, தயக்கமில்லாமல் ஒளிவுமறைவின்றி என்னிடம் கூறுவார்; பல நேரங்களில் தமது வீட்டு இரகசியங்களையும் என்னிடம் சொல்லி வைப்பார்.

மூத்த மகளிடம் அவர் பயபக்தியுடன் நடந்து கொண்டார். லீதா கொஞ்சிக் குலாவும் சுபாவம் சிறிதும் இல்லாதவள், முக்கியமான விவகாரங்களைப் பற்றி மட்டுமே பேசி வந்தாள். அவளுக்குரிய தனிப்பட்ட வாழ்க்கையை அவள் வாழ்ந்து வந்தாள். கப்பலின் மாலுமிகளுக்கு மேலறையில் தனித்திருக்கும் அட்மிரல் எப்படியோ அதுபோல அவளது தாய்க்கும் தங்கைக்கும் அவள் புனிதமான, ஓரளவு விளங்கா விந்தையான பிறவியாகவே இருந்து வந்தாள்.

"எங்களுடைய லீதா அற்புதமானவளாய் இருக்கிறாள், இல்லையா?" என்று இவ்வன்னை அடிக்கடி சொல்வார்.

பொசபொசவெனத் தூறிக் கொண்டிருந்த இந்த நேரத்தில் நாங்கள் லீதாவைப் பற்றிப் பேசினோம்.

"ஒப்புயர்வற்றவளாகவே இருக்கிறாள்" என்றார் இவ்வன்னை. அச்சத்துடன் சுற்றிலும் பார்த்துக் கொண்டு இரகசியக் குரலில்

தொடர்ந்து கூறினார்: "இவளைப்போன்ற ஒரு பெண்ணைக் காண்பதற்கில்லை, ஆயினும் எனக்குக் கொஞ்சம் கலக்கம் ஏற்பட ஆரம்பிக்கிறது. பள்ளிக்கூடங்கள், மருந்தகங்கள், புத்தகங்கள் - எல்லாம் நல்லதுதான், ஆனாலும் எல்லை மீறிப் போகலாமா? ஏறத்தாழ இருபத்துநான்கு வயதாகிறது இவளுக்கு, இனி எதிர்காலங் குறித்துத் தக்கவாறு சிந்திக்க வேண்டும். காலம் கழிந்து செல்வதை இந்தப் புத்தகங்கள், மருந்தகங்கள் எல்லாம் கண்ணில்படாதபடி மறைக்கின்றன... இவள் மணம் புரிந்து கொண்டாக வேண்டும்."

படித்ததால் முகம் வெளிறிட்டு, தலைமுடி கலைந்துவிட்ட ழேன்யா தலையை உயர்த்தித் தனக்குத்தானே கூறிக்கொள்வது போன்ற குரலில் தன் தாயைப் பார்த்துச் சொன்னாள்:

"அம்மா, எல்லாம் ஆண்டவன் சித்தம் போல் நடைபெறும்."

உடனே அவள் மீண்டும் புத்தகத்தில் ஆழ்ந்துவிட்டாள்.

பெலக்கூரவ் தமது விவசாயிக் கோட்டும் பூ பின்னிய சட்டையும் போட்டுக் கொண்டு வந்து சேர்ந்தார். நாங்கள் மரப் பந்தாட்டமும் டென்னிசும் ஆடினோம். இருட்டியதும் சாப்பிட்டுக் கொண்டு நெடுநேரம் உட்கார்ந்திருந்தோம். லீதா மீண்டும் பள்ளிக்கூடங்களைப் பற்றியும் வட்டாரம் பூராவையும் தன் கைக்குள் கொண்டுவந்துவிட்ட பலாகினைப் பற்றியும் பேசினாள். எந்த வேலையும் இல்லாத நீண்ட, மிக நீண்ட பகற்பொழுதைக் கழித்தோமென்ற நினைப்போடு அன்று அந்தியில் நான் வல்ச்சானினவ் வீட்டிலிருந்து புறப்பட்டேன். எவ்வளவுதான் நீண்டதாய் இருப்பினும் யாவும் இவ்வுலகில் முடிவு எய்தியாக வேண்டியிருக்கிறதெனச் சோகமாய் என்னுள் கூறிக் கொண்டேன். ழேன்யா எங்களுடன் வாயில்வழி வரை வந்து வழியனுப்பினாள். காலையிலிருந்து அந்தி வரை பகல் நேரம் முழுவதையும் நான் அவளுடன் கழித்தது காரணமாய் இருந்திருக்கலாம், அவளின்றி நான் தனிமையால் வாட நேருமென்று நினைக்கலானேன், கவர்ச்சி வாய்ந்த இந்தக் குடும்பம் அனைத்துமே என் நேசத்துக்கும் பாசத்துக்கும் உரியதாகுமென்று உணரலானேன். ஓவியம் ஒன்று தீட்ட வேண்டுமென்ற ஆவல் அவ்வாண்டு கோடையில் முதன்முதலாய் இப்போது என்னுள் எழுந்தது.

"உங்கள் வாழ்க்கை ஏன் சோபையற்றதாய், சலிப்பூட்டுவதாய் இருக்க வேண்டுமாம்?" என்று, நாங்கள் இருவருமாய் வீட்டுக்கு நடந்தபோது பெலக்கூரவைக் கேட்டேன் நான். "என்னுடைய வாழ்க்கை சுவையற்றதாய், சலிப்பூட்டுவதாய், மாற்றமின்றி

ஒரே மாதிரி சப்பென்று இருக்கிறது; ஏனென்றால் நான் ஒரு கலைஞன், பித்துக்குளி, இளமைப் பருவம் முதற்கொண்டே பொறாமையாலும் மன உறுத்தலாலும் எனது பணியில் எனக்குள்ள நம்பிக்கையின்மையாலும் அலைக்கழிக்கப்பட்டு வந்துள்ளேன். எக்காலத்திலும் நான் ஏழையாகவே இருப்பவன், நிலைத்து எங்கும் தங்காமல் சுற்றியலைகிறவன். ஆனால் நீங்கள் அப்படியல்ல; நீங்கள் ஆரோக்கியமான, பாங்கான மனிதர், நிலப்பிரபு, கனவானாய் இருப்பவர் - நீங்கள் ஏன் இப்படிச் சுவையற்ற வாழ்க்கை வாழ்கிறீர்கள்? வாழ்க்கையிடமிருந்து உங்களுக்குக் கிட்டுவது இவ்வளவு சொற்பமாய் இருப்பானேன்? எடுத்துக்காட்டாய் லீதாவின் மீதோ , ழேன்யாவின் மீதோ நீங்கள் காதல் கொள்ளலாமே, உங்களைத் தடுத்து நிறுத்துவது எது?"

"நான் வேறொரு பெண்ணைக் காதலிப்பதை மறந்து விடுகிறீர்கள் நீங்கள்" என்று பதிலளித்தார் பெலக்கூரவ்.

அவர் குறிப்பிட்ட இந்தப் பெண் லியுபோவ் இவானவ்னா என்பது தெரியும் எனக்கு. தனிக்கட்டில் அவருடன் வசித்து வந்தவள் அவள். நாள்தோறும் நான் இந்தச் சீமாட்டியைப் பார்த்து வந்தேன். பருத்த உடல், குண்டு முகம், தடபுடலாய்ப் பண்டிகை வாத்து போலிருப்பாள்; ருஷ்ய நாட்டு உடைகள் உடுத்தி, மணிமாலைகள் அணிந்து, கைக்குட்டை ஒன்றை எப்போதும் பிடித்துக்கொண்டு தோட்டத்தில் உலாவுவாள்; சாப்பிடவோ, தேநீர் அருந்தவோ வருமாறு எப்போதும் வேலையாள் யாராவது வந்து கூப்பிடுவது வழக்கம். மூன்று ஆண்டுகளுக்கு முன்பு கோடைப் பருவத்துக்காக தனிக்கட்டுகளில் ஒன்றை வாடகைக்கு எடுத்துக் கொண்டாள்; அங்கேயே பெலக்கூரவுடன் தங்கிவிட்டாள், என்றென்றைக்குமாய் என்றே சொல்ல வேண்டும். பெலக்கூரவைவிட அவள் பத்துவயது மூத்தவள், அவரைச் சரியானபடித் தன் பிடிக்குள் இருத்தி வைத்திருந்தாள். வெளியே எங்கும் போகுமுன் அவளிடம் அவர் அனுமதி கேட்க வேண்டியிருந்தது. அடிக்கடி அவள் கரகரப்பான ஆண் குரலில் விக்கிவிக்கி அழுவாள்; அழுகையை நிறுத்தாவிடில் நான் வீட்டைக் காலி செய்துவிட்டுப் போய் விடுவேன் என்று அவளுக்குச் சொல்லியனுப்ப வேண்டியிருக்கும்; அதன் பிறகுதான் அழுகையை நிறுத்துவாள் அவள்.

நாங்கள் வீட்டுக்குப் போய்ச் சேர்ந்ததும் பெலக்கூரவ் புருவங்களை நெரித்துக் கொண்டு சிந்தித்தவாறு எனது சோபாவில் அமர்ந்திருந்தார்; நான் கூடத்தில் மேலும் கீழுமாய் நடந்தேன். காதல்

கொண்டு விட்டாற்போல் உணர்ச்சிவயப்பட்டுக் கலங்கினேன். வல்ச்சானினவ் குடும்பத்தைப் பற்றிப் பேச வேண்டுமென்ற ஆவல் என்னுள் எழுந்தது.

“லீதாவால் யாராவது சேம்ஸ்த்வோ உறுப்பினரைத் தான், தன்னைப் போலவே மருத்துவமனைகளிலும் பள்ளிக்கூடங்களிலும் ஆர்வம் கொண்டுள்ளவரைத்தான் காதலிக்க முடியும்” என்றேன் நான். “ஆனால் இம்மாதிரியான ஒரு பெண்ணுக்காகச் சேம்ஸ்த்வோ உறுப்பினராவதென்ன, நாட்டுக் கதையில் கூறப்படும் காதலனைப் போல் இரும்பு மிதியடிகள் போட்டுக் கொண்டு நடக்கவுங்கூட எவரும் மகிழ்ச்சியோடு முன்வருவாரே. மிஸ்ஸியைப் பற்றிச் சொல்லவும் வேண்டுமா? எவ்வளவு இனிமையானவள் இந்த மிஸ்ஸி!”

இடையிடையே பலதரம் “ஊ - ஆ” என்று இழுத்தவாறு பெலக்கூரவ் நமது காலத்துக்குரிய பிணியான நம்பிக்கை வறட்சிகுறித்து தமது கருத்துக்களை நீட்டி வளர்த்துக் கூற முற்பட்டார். அவருடைய குரலின் தொனியிலிருந்து பார்த்தபோது நான் அவருடன் வாதாடியதாகவே யாருக்கும் தோன்றியிருக்கும். வெயிலில் பொசுங்கி ஒரே பொட்டலாய் எல்லையின்றிச் செல்லும் பாலை வெளியுங்கூடத் தனி ஆளாய் அறையில் அமர்ந்து முடிவின்றி ஓயாமல் பேசிச் செல்கிறவரைக் காட்டிலும் அதிகமாய் அலுப்பூட்டுவதாய் இருக்காது.

“நம்பிக்கை வறட்சியோ நம்பிக்கைச் செழிப்போ அல்ல பிரச்சினை” என்று எரிச்சலாகவே கூறினேன் நான். “விவகாரம் என்னவென்றால் நூற்றுக்குத் தொண்ணூறு பேர் மூளையில்லாதவர்களாய் இருக்கிறார்கள்.”

இது தன்னைப் பற்றிக் கூறப்பட்டதாய்க் கருதிக் கொண்டு, கோபமாய் வெளியே போய்ச் சேர்ந்தார் பெலக்கூரவ்.

3

“கோமகன் மலஸேமவோவில் வந்து தங்கியிருக்கிறார், உனக்கு வணக்கம் தெரிவிக்கச் சொன்னார்” என்றாள் லீதா அவளுடைய தாயிடம். எங்கோ சென்றுவிட்டு அப்பொழுதுதான் திரும்பி வந்து தனது கையுறைகளைக் கழற்றிக் கொண்டிருந்தாள். “மிகவும் சுவையாய்ப் பேசினார் அவர். மாநிலக் குழுவின் அடுத்த கூட்டத்தில் மலஸேமவோவில் மருத்துவச் சாவடி நிறுவும் பிரச்சினையை

எழுப்புவதாய் வாக்களித்தார். ஆனால் நம்பிக்கை அதிகமில்லை என்றார்.'' உடனே என் பக்கம் திரும்பி, ''என்னை மன்னிக்க வேண்டும், இம்மாதிரி விவகாரங்களில் உங்களுக்கு நாட்டமிருக்காது என்பதை நான் மீண்டும் மீண்டும் மறந்து விடுகிறேன்.''

எனக்கு எரிச்சல் வந்துவிட்டது.

''நாட்டமில்லாமல் என்ன?'' என்று தோள்களை உலுக்கிக் கொண்டு கேட்டேன் நான். ''என் அபிப்பிராயத்தைத் தெரிந்துகொள்ள வேண்டுமென நீ கவலைப்படவில்லை. ஆனால் இந்தப் பிரச்சினையில் எனக்கு நாட்டம் நிறைய உண்டென்று வலியுறுத்திச் சொல்கிறேன்.''

''அப்படியா?''

''ஆம், அப்படித்தான். என்னுடைய அபிப்பிராயத்தில் மலஸேமவோவில் மருத்துவச் சாவடி வேண்டியதில்லை.''

எனது எரிச்சல் அவளையும் பீடித்துக் கொண்டது. கண்களைச் சுளித்துக் கொண்டு என்னை உற்று நோக்கியவாறு கேட்டாள் அவள்:

''வேறு என்ன வேண்டுமாம் - இயற்கைக் காட்சி ஓவியங்களா?''

''இயற்கைக் காட்சி ஓவியங்களும் வேண்டியதில்லை. அங்கே எதுவுமே வேண்டியதில்லை.''

கையுறைகளை அவள் கழற்றியெடுத்துவிட்டாள், தபால் நிலையத்திலிருந்து அப்போதுதான் எடுத்து வரப்பட்ட செய்தியேட்டைப் பிரித்துக் கொண்டிருந்தாள். அவள் தனது உணர்ச்சிகளைக் கட்டுப்படுத்திக்கொள்ள முயன்றது தெரிந்தது; ஒரு நிமிடத்துக்குப் பிற்பாடு அமைதியாகவே கூறினாள்:

''சென்ற வாரம் ஆன்னா பிள்ளைப்பேறின் போது இறந்துவிட்டாள். இப்பகுதியில் மருத்துவச்சாவடி ஒன்று இருந்திருந்தாள் இப்பொழுது அவள் உயிரோடு இருப்பாள். இயற்கைக் காட்சி ஓவியர்களுங்கூட இது சம்பந்தமாய்க் கருத்துடையோராய் இருப்பது நல்லதென்று தோன்றுகிறது எனக்கு.''

''இது சம்பந்தமாய் நான் திட்டவட்டமான கருத்துடையவன்தான்'' என்று பதிலளித்தேன் நான். ஆனால் அவள் நான் சொன்னதைக் கேட்க விரும்பாதவளாய் என் பார்வையில் படாமல் செய்தியேட்டுக்குப் பின்னால் மறைந்து கொண்டாள். ''என்னுடைய அபிப்பிராயத்தில் மருத்துவச்சாவடிகள், பள்ளிக்கூடங்கள், நூலகங்கள், மருந்தகங்கள்

ஆகியவை எல்லாம் தற்போதுள்ள நிலைமைகளில் அடிமை நிலையை உறுதி செய்யவே பயன்படுகின்றன. கனத்த சங்கிலிகளால் மக்கள் கட்டுண்டு கிடக்கிறார்கள்; நீ இவற்றை உடைத்தெறிய முயலாமல் புதிய கரணைகளைச் சேர்த்துச் செல்கிறாய் - நான் திடமாய் நம்பும் கருத்துக்களைச் சொல்லி விட்டேன், தெரிந்துகொள்!"

கண்களை உயர்த்தி அவள் என் முகத்தைப் பார்த்துவிட்டு இளக்காரமாய் நகைத்துக் கொண்டாள். ஆனால் நான் எனது அடிப்படைக் கருத்தைத் தெளிவாய் உணர்த்த விரும்பித் தொடர்ந்து பேசினேன்.

"இங்கு முக்கியமாய்க் கூறப்பட வேண்டியது ஆன்னா பிள்ளைப்பேறின் போது இறந்துபோனதல்ல; ஆன்னாவும் மாவ்ரர்வும் பெலகேயாவும் விடிந்ததிலிருந்து இரவு வரை நிமிராமலே வேலை செய்து, இந்தக் கடின உழைப்பாலேயே நலமிழந்து நோய் வாய்ப்பட்டு, பட்டினியால் வாடிப் பிணியால் வதைபடும் குழந்தைகள் குறித்து கவலையுற்று, வாழ்வெல்லாம் சாவையும் நோயையும் கண்டு அஞ்சி, ஆயுள் முழுதும் மருந்துண்டு சிகிச்சை பெற்று, காலத்துக்கு முன்னதாகவே வதங்கிப் போய் வயோதிகமடைந்து அழுக்கிலும் நாற்றத்திலும் மடிய வேண்டியிருக்கிறதே இதைத்தான் இங்கு முக்கியமாய்க் கூற வேண்டும். இவர்களது குழந்தைகள் வளர்ந்து பெரியவர்களானதும், அவர்களுக்கும் இதே கதிதான் ஏற்படுகிறது. எத்தனையோ நூறு ஆண்டுகள் இம்மாதிரி கழிந்து வருகின்றன, கோடிக்கணக்கான மக்கள் கவள உணவுக்காக வேண்டி மிருகங்களுக்கும் கேடான நிலைமைகளில் அவதியுறுகிறார்கள், முடிவின்றி அஞ்சி அஞ்சிக் காலமோட்டுகிறார்கள். இவர்களது இந்த நிலைமையின் மிகவும் பயங்கரமான விளைவு என்னவெனில், தமது ஆத்மாவைப் பற்றி நினைக்கவே, தெய்வத்தின் பிம்பமாகிய தம்மைப் பற்றி நினைக்கவே இவர்களுக்கு நேரம் இருப்பதில்லை. பசி, குளிர், உயிர் வாழ்வின் கொடுமை, ஓயாமல் வருத்தும் உழைப்பு ஆகிய இவை சரிந்து விழும் பனிப் பாறைகள் போல் ஆன்மிகச் செயற்பாடுகளுக்கான எல்லாப் பாதைகளையும், விலங்குகளிலிருந்து மனிதர்களை வேறுபடுத்தி வாழ்க்கையை வாழத் தக்கதாக்கும் யாவற்றுக்குமான எல்லாப் பாதைகளையும் மூடிப் புதைத்துவிடுகின்றன. மருத்துவமனைகளையும் பள்ளிக்கூடங்களையும் கொண்டு நீ இவர்களுக்கு உதவப் பார்க்கிறாய். ஆனால் இதன் மூலம் நீ இவர்களது அடிமைச் சங்கிலிகளிலிருந்து இவர்களை விடுவிக்கவில்லை; மாறாக

மேலும் கடுமையாய் இவர்களை அடிமைப்படச் செய்கிறாய். எப்படி என்றால் இவர்களுடைய வாழ்வில் நீ புதிய மூடநம்பிக்கைகளைப் புகுத்தி, இவர்களுடைய தேவைகளை அதிகமாக்குகிறாய்; இதன்றி, குறுதி அட்டைகளுக்காகவும் புத்தகங்களுக்காகவும் இவர்கள் சேம்ஸ்த்வோவுக்குத் தொகைகள் செலுத்த வேண்டி வருகிறது; இவற்றின் விளைவாய் இவர்கள் மேலும் கடுமையாய் வேலை செய்ய வேண்டியதாகிவிடுகிறது.''

''உங்களுடன் நான் வாதாடப் போவதில்லை'' என்று சொல்லி, செய்தியேட்டை முகத்துக்குக் கீழே தணித்துக் கொண்டாள் லீதா. ''இதெல்லாம் முன்பே நான் கேட்டிருக்கும் பேச்சுதான். ஒன்றை மட்டும் சொல்ல விரும்புகிறேன்: கையைக் கட்டிக் கொண்டு சும்மா இருக்கலாகாது. மெய்தான், நாங்கள் மனிதக்குலத்தைப் பாதுகாத்துவிடவில்லை; நாங்கள் தவறுகள் பலவும் செய்வோராகவே இருக்கலாம். ஆயினும் எங்களால் முடிந்ததைச் செய்கிறோம், ஆம் - இதுதான் சரியானது. பண்பாடுடைய எவருக்கும் மிக உன்னதமான, புனிதமான கடன், அவரது அண்டை அயலாருக்குப் பணி புரிவதுதான். எங்கள் ஆற்றலுக்கு இயன்றதைச் செய்ய முயலுகிறோம். நாங்கள் செய்வது உங்களுக்குப் பிடிக்கவில்லை, ஆனால் எல்லார்க்கும் பிடிக்கும்படி யாராலும் நடந்து கொள்ள முடியாது.''

''மெய்தான், லீதா, நீ சொல்வது மெய்தான்'' என்றாள் அவள் தாய்.

லீதாவின் முன்னிலையில் எப்போதுமே இவ்வன்னை மிரண்ட நிலையில்தான் இருப்பது வழக்கம். முட்டாள்தனமாய் அல்லது பொருத்தமற்றதாய் ஏதாவது சொல்லி விடுவோமோ என்று பயந்து கலக்கத்துடன் லீதாவின் பக்கம் திரும்பிப் பார்த்துக் கொண்டுதான் பேசுவார். லீதா சொல்வதற்கு மாறாய் ஒன்றுமே சொல்லமாட்டார், எப்போதும் அவளுக்கு ஒத்து ஊதுவார்: ''மெய்தான், லீதா, நீ சொல்வது மெய்தான்.''

''விவசாயிகளுக்கு எழுத்தறிவித்தலும், வருந்தத்தக்கப் புத்திமதிகளும் மூதுரைகளும் அடங்கிய புத்தகங்களும், மருத்துவச் சாவடிகளும் அவர்களது அறியாமையையோ, மரண விகிதத்தையோ குறைத்துவிடப்போவதில்லை, எப்படி உன்னுடைய சன்னல்களிலிருந்து வெளிப்படும் வெளிச்சம் இந்தப் பெரிய பூங்காவை ஒளி பெறச் செய்துவிட முடியாதோ அதுபோல'' என்றேன் நான். ''இவர்களுக்கு நீ எதுவும் கிடைக்கச் செய்துவிடவில்லை,

இம்மக்களுடைய வாழ்வில் தலையிட்டு நீ இவர்கள் வேலை செய்வதற்காகப் புதிய தேவைகளை, புதிய காரணங்களைத்தான் உண்டு பண்ணுகிறாய்."

"அட கடவுளே, ஒன்றுமே செய்யாமல் சும்மாயிருந்தால் சரியாகி விடுமோ!" என்று சிடுசிடுப்பாய்க் கூறினாள் லீதா. என்னுடைய வாதங்களை அவள் அற்பமான, அருவருக்கத்தக்க வாதங்களாய்க் கருதினாள் என்பது அவளுடைய குரலின் தொனியிலிருந்து புலப்பட்டது.

"கடினமான உடல் உழைப்பிலிருந்து மக்களை விடுவிக்க வேண்டும்" என்றேன் நான். "அவர்கள் மீதுள்ள சுமை குறைக்கப்பட வேண்டும், மூச்சுவிட நேரம் கிடைக்கச் செய்தாக வேண்டும்; அப்பொழுதுதான் வாழ்நாள் முழுதும் அவர்கள் அடுப்படியிலும் சலவைத் தொட்டியிலும் கழிக்க வேண்டியிராமல், அல்லது வயலில் வேலை செய்ய வேண்டியிராமல், தமது ஆத்மாவையும் கடவுளையும் பற்றி சிந்திக்க அவகாசம் பெற முடியும், தமது ஆன்மிக ஆற்றலை வெளிப்படுத்த வாய்ப்புடையோராக முடியும். ஒவ்வொரு ஆளுக்கும் ஆன்மிகப் பணி ஒன்று இருக்கிறது - ஓயாமல் உண்மையைத் தேடுவதுதான், வாழ்வின் உட்பொருள் முக்கியத்துவத்தைத் தேடுவதுதான் அந்தப் பணி. முரட்டுத்தனமான உடல் உழைப்பிலிருந்து அவர்களை விடுவி, தாம் சுதந்திரமுடையவர்கள் என்பதை அவர்கள் உணரட்டும், பிறகு இந்தப் புத்தகங்களும் மருந்தகங்களும் வெறும் கேலிக் கூத்தேயாகும் என்பதை நீ காண்பாய். எம்மனிதனும் தனது மெய்யான வாழ்க்கைப் பணியை உணருவானாயின், அவனுக்கு மனநிறைவு அளிக்கவல்லவை சமயமும் விஞ்ஞானமும் கலையும் மட்டுமே அன்றி, மேற்கூறிய அற்பத்தனங்கள் அல்ல."

"உழைப்பிலிருந்து அவர்களை விடுவிப்பதாவது!" என்று லீதா கேலி செய்தாள். "முடியுமா இது?"

"முடியும். மக்களிடமிருந்து அவர்களது வேலைகளில் ஒரு பகுதியை நாமே ஏற்றுக்கொள்ள வேண்டும். உடல் தேவைகளைப் பூர்த்தி செய்வதற்காக மனிதக் குலத்தின் மிகப்பெரும் பகுதியோர் தமது நேரத்தைச் செலவிட வேண்டியிருக்கும். உழைப்பில் நகரத்திலும் கிராமத்திலும் வசிக்கும் நாம் எல்லோரும், விதிவிலக்கின்றி எல்லோரும், நமக்குரிய பங்கை ஏற்க உடன்படுவோமாயின், நாம் ஒவ்வொருவரும் அப்பொழுது நாள் ஒன்றுக்கு இரண்டு மூன்று மணிநேரத்துக்கு மேல் வேலை செய்ய வேண்டியில்லாமற்

போகலாம். பணக்காரர்களும் ஏழைகளுமான நாம் எல்லோரும் நாள்தோறும் மூன்று மணிநேரம் மட்டுமே வேலை செய்து எஞ்சிய நேரம் நமக்கே உரியதாகும்போது எப்படி இருக்கும், நீயே ஆலோசித்துப் பார்! நமது உடலை நாம் இன்னும் குறைந்த அளவுக்கே சார்ந்தோராய் இருந்து, இன்னும் குறைந்த அளவுக்கு வேலை செய்யும் பொருட்டு, நமது உழைப்புக்குப் பதிலாய் அமையக் கூடிய இயந்திர சாதனங்களைக் கண்டுபிடிப்போமானால், மற்றும் நமது தேவைகளின் எண்ணிக்கையைக் குறைந்தபட்ச அளவுக்குக் குறைத்துக்கொள்ள முயலுவோமானால் எப்படி இரக்கும் என்பதையும் ஆலோசித்துப் பார்! நம்மையும் நமது குழந்தைகளையும் நாம் வலிவுடையோராய் ஆக்கிக் கொள்வோம்; இவர்கள் பசி என்றும் குளிர் என்றும் அஞ்ச வேண்டியிருக்காது: ஆன்னாவும் மாவ்ராவும் பெலகேயாவும் கவலைப்படுகிறார்களே அதுபோல் நமது உடல் நலம் குறித்து ஓயாது நாம் கவலைப்பட வேண்டியிருக்காது. நாம் மருந்துகள் சாப்பிடாவிட்டால், மருந்தகங்களும் புகையிலை ஆலைகளும் சாராய ஆலைகளும் நடத்த வேண்டியிராவிட்டால், இதன் விளைவாய் எவ்வளவு அதிகமாய் நமக்கு நேரம் மிச்சமாகுமென்று சிந்தித்துப் பார்! இந்த நேரத்தை நாம் விஞ்ஞான, கலைத் துறைகளிலான ஒன்றுபட்ட வேலைகளுக்குச் செலவிடலாம். விவசாயிகள் எல்லோருமாய்ச் சேர்ந்து சில சமயம் சாலைகளைப் பழுது பார்க்கிறார்களே, அதேபோல நாம் எல்லோருமாய்ச் சேர்ந்து பொது உடன்பாட்டின் பேரில் உண்மையையும் வாழ்வின் கருப்பொருளையும் தேட முடியும், அப்பொழுது - எனக்கு எந்தச் சந்தேகமும் இல்லை- விரைவில் உண்மை கண்டுபிடிக்கப்பட்டுவிடும், மனிதக்குலம் மரணத்திடம் கொண்டுள்ள இந்த வாட்டிவதைத்துப் படுத்தி வைக்கும் தீராத அச்சத்திலிருந்து விடுவிக்கப்பட்டுவிடும் - ஏன் மரணத்திலிருந்தேகூட விடுவிக்கப்பட்டுவிடும்.”

“முன்னுக்குப்பின் முரணாய்ப் பேசுகிறீர்கள்” என்றாள் லீதா. “விஞ்ஞானம் வேண்டுமென்று பிரசாரம் செய்கிறீர்கள், அதேபோது எழுத்தறிவு வேண்டுமென்ற கருத்தை எதிர்க்கிறீர்கள்.”

“மதுவிடுதிகளது பெயர்களை எழுத்துக் கூட்டிப் படிப்பதற்குமேல், தமக்குப் புரியாத புத்தகங்களை எப்போதாவது சில நேரம் படிப்பதற்கு மேல் அதிகமாய் மக்களுக்கு வல்லமை அளித்துவிடாத இந்த எழுத்தறிவு நம் நாட்டில் ரூரிக்கின் காலம் முதலாகவே இருந்து வந்துள்ளதுதான்; கோகலின் பெத்ரூஷ்காவுக்கு

[பெத்ரூஷ்கா - நிக்கலாய் வசீலியெவிச் கோகலின் மரித்த ஆத்மாக்கள் (*Dead Souls*) நாவலில் வரும் ஒரு பாத்திரம். பணியாளான இவன் என்ன படிக்கிறோம் என்று புரிந்துகொள்ளாமலே எழுத்துக்கூட்டிப் படிக்கத் தெரிந்தவன்.] நெடுங்காலமாகவே படிக்கத் தெரியும்: ஆயினும் கிராமப்புறம் ரூரிக்கின் [ரூரிக் - ஸ்காண்டினேவிய நாடோடிகளது அரசன். 862-ஆம் ஆண்டில் நவ்கோரதின் மீது (ருஷ்யாவின் வட மேற்கில் இருந்த பழைய ருஷ்யக் குறுநில அரசு) படையெடுத்து அதன் அரசரானார்.] காலத்திலிருந்த அதே நிலையில்தான் மாற்றமின்றி இன்னமும் இருந்து வருகிறது. நமக்கு வேண்டியது எழுத்தறிவல்ல, நமது ஆன்மிக ஆற்றலை முழு அளவுக்கு வெளிப்படச் செய்வதற்கான ஓய்வு நேரம்தான் நமக்கு வேண்டும். தேவைப்படுகிறவை பள்ளிக்கூடங்களல்ல, பல்கலைக்கழகங்கள்தான் வேண்டும் நமக்கு.''

''மருத்துவத்தை நீங்கள் எதிர்க்கிறீர்கள்.''

''ஆம். இயற்கை நிகழ்வாகிய நோய் குறித்து ஆராய்ந்து அறிந்துகொள்ள மட்டுமே மருத்துவம் வேண்டுமே ஒழிய, நோயைக் குணப்படுத்துவதற்காக அல்ல. சிகிச்சை தேவையாய் இருந்தால், நோயின் காரணங்களுக்கான சிகிச்சையாய் இருக்கட்டும் அது, நோய்க்கான சிகிச்சையாய் இருக்க வேண்டாம்.

பிரதான காரணமாய் இருக்கும் உடல் உழைப்பை அகற்றுங்கள், பிறகு நோய்களுக்கு இடமில்லாமற் போய்விடும். குணப்படுத்த நினைக்கும் விஞ்ஞானத்தை நான் அங்கீகரிக்கவில்லை'' என்று பரபரப்புற்றுத் தொடர்ந்து பேசினேன். ''மெய்யான விஞ்ஞானமும் கலையும் தற்காலிகமான அரைகுறை நடவடிக்கைகளை நோக்கமாய்க் கொள்வதில்லை: என்றைக்கும் நிலையானவையும் பொதுவானவையுமே அவற்றின் குறிக்கோள். அவை உண்மையையும் வாழ்வின் உட்பொருளையும் தேடுகிறவை; தெய்வத்தையும் ஆத்மாவையும் நாடுகிறவை. அவற்றைப்போய் நொடிப் பொழுதுக்கான தேவைகளுடன், மருந்தகங்களோடும் நூலகங்களோடும் பிணைத்து இருத்தும்போது அவை வாழ்க்கையைச் சிக்கலாக்கிச் சுமையாக்கவே செய்யும். மருத்துவர்களும் இரசாயனவியலினரும் வழக்கறிஞர்களும் நம்மிடம் ஏராளம் இருக்கிறார்கள், எழுத்தறிந்தோரும் ஏராளமாய் இருக்கிறார்கள், ஆனால் உயிரியலாளர்களும் கணிதவியலாளர்களும் தத்துவவியலினரும் கவிஞர்களும் இல்லை. நமது மூளையும் நமது ஆன்மிக ஆற்றலும் தற்காலிக, கண நேரத் தேவைகளுக்காக

விரயமாக்கப்படுகின்றன... விஞ்ஞானிகளும் எழுத்தாளர்களும் ஓவியர்களும் வைராக்கியமாய் வேலை செய்கிறார்கள், இவர்களுடைய பணிகளின் பயனாய் வாழ்க்கையின் வசதிகள் நாள்தோறும் அதிகரிக்கின்றன, நமது உடலின் தேவைகள் பெருகுகின்றன. ஆயினும் நாம் உண்மையிடமிருந்து நெடுந்தொலைவிலேதான் இருக்கிறோம், மனிதன் இன்னமும் மிகப்பெரிய கொள்ளைக்காரனாகவே, விலங்குகளில் மிகவும் அசுத்தமான விலங்காகவே இருக்கிறான். மொத்தத்தில் மனித குலம் சீரழிவதையும் ஜீவ ஆற்றல் மீட்கப்பட முடியாதபடிச் சேதமாவதையும் நோக்கியே யாவற்றின் போக்கும் இருந்து வருகிறது. இப்படிப்பட்ட நிலைமைகளில் கலைஞனின் வாழ்க்கை அர்த்தமற்றதாகிவிடுகிறது. அவன் எவ்வளவுக்கு எவ்வளவு ஆற்றல் படைத்தவனாய் இருக்கிறானோ, அவ்வளவுக்கு அவ்வளவு அவனுடைய நிலை மோசமாயிருக்கிறது, அவ்வளவுக்கு அவ்வளவு புரியாத ஒன்றாகிறது அவன் ஆற்றும் பணி. ஏனெனில் மேம்போக்காய்ப் பார்க்கையில் அவன் தற்போதுள்ள நிலவரங்களை ஆதரிப்பதன் மூலம் கொள்ளைக்கார, அசுத்த விலங்கின் களியாட்டத்துக்காக வேலை செய்கிறவனாகவே தோன்றுகிறான். இந்த நிலையில் நான் வேலை செய்ய விரும்பவில்லை, வேலை செய்யவும் மாட்டேன்... எதுவும் வேண்டியதில்லை, உலகம் தடதடத்துச் சுக்குநூறாய்த் தகரட்டும்..."

"மிஸ்ஸி, நீ எழுந்து போ" என்று லீதா தன் தங்கையிடம் சொன்னாள், என்னுடைய பேச்சு அவ்வளவு இளையவளாகிய அவள் கேட்பதற்கு ஏற்றதல்ல என்பதாய் லீதா கருதினாள்.

ழேன்யா அழாக் குறையாய்த் தன் அக்காளிடமிருந்து அம்மா வரை பார்த்துவிட்டு வெளியே போய்ச் சேர்ந்தாள்.

"தமது கருத்தின்மைக்கு நியாயம் கூறிக்கொள்ள விரும்புவோர் இம்மாதிரி உன்னதமானவற்றை எல்லாம் சொல்வது வழக்கம்தான்" என்றாள் லீதா. "சிகிச்சை செய்வதையும் கல்வி போதிப்பதையும் காட்டிலும் மிகச் சுலபமே, மருத்துவமனைகள், பள்ளிக்கூடங்கள் இவற்றின் பயன்பாட்டை மறுத்துப்பேசுவது..."

"மெய்தான், லீதா, நீ சொல்வது மெய்தான்" என்றாள் அவள் தாய்.

"ஓவியம் தீட்டுவதை விட்டொழித்துவிடப் போவதாய்க் கூறுகிறீர்கள்" என்று தொடர்ந்து கூறினாள் லீதா. "உங்களுடைய வேலையை நீங்கள் மிக உயர்ந்ததாகவே மதிப்பிடுகிறீர்கள்,

இது நன்றாகவே தெரிகிறது. விவாதித்தது போதும், நிறுத்திக்கொள்வோம் - ஒருபோதும் நாம் உடன்பாட்டுக்கு வர முடியாது. ஏனெனில் சற்றுமுன் நீங்கள் அவ்வளவு இளக்காரமாய்க் குறிப்பிட்டீர்களே, அந்த நூலகங்களிலும் மருந்தகங்களிலும் மிகவும் குறைபாடானவற்றையுங்கூட உலகிலுள்ள இயற்கைக் காட்சி ஓவியங்கள் யாவற்றைவிட உயர்ந்தவையாய் நான் மதிப்பிடுகிறேன்.'' இதைச் சொல்லிவிட்டு அவள் சட்டெனத் தன் தாயின் பக்கம் திரும்பி முற்றிலும் மாறான ஒரு குரலில் அவளிடம் பேச ஆரம்பித்தாள். "கோமகன் பெரிதும் மெலிந்து போய்விட்டார், முன்பு அவர் இங்கே வந்தபோது இருந்ததுபோல் இல்லை, வெகுவாய் மாறிவிட்டார். அவரை சிகிச்சைக்காக விச்சீயிற்கு அனுப்பப் போகிறார்கள்.''

என்னுடன் பேசுவதைத் தவிர்த்துக்கொள்வதற்காக அவள் தன் தாயுடன் கோமகனைப் பற்றிப் பேசினாள். அவள் முகம் செக்கச் சிவந்திருந்தது: தனது மனக்கிளர்ச்சியை மறைத்துக்கொள்ளும் பொருட்டு, கிட்டப் பார்வையுடையவள் போல் மேஜைமீது கவிழ்ந்து கொண்டு செய்தியேட்டைப் படிப்பதாய்ப் பாவனை செய்தாள். நான் இருந்தது அவளுக்குப் பிடிக்கவில்லை, இது வெளிப்படையாகவே தெரிந்தது. நான் விடைபெற்றுக் கொண்டு வீட்டுக்குப் புறப்பட்டேன்.

4

முற்றத்தில் அமைதி நிலவிற்று. குளத்துக்கு எதிர்க் கரையிலிருந்த கிராமம் தூங்கிக் கொண்டிருந்தது. அனேகமாய்க் கண்ணுக்குப் புலப்படாதவாறு குளத்தின் நீரில் மினுமினுத்த மங்கலான விண்மீன் பிம்பங்களைத் தவிர்த்து வேறு ஒளி எதுவும் தெரியவில்லை. என்னை வழியனுப்புவதற்காக, சிங்கங்களையுடைய வாயில்வழியில், மேன்யா அசையாது நின்றிருந்தாள்.

"கிராமத்தில் எல்லாரும் தூங்குகிறார்கள்'' என்றேன் நான். இருட்டில் அவளது முகத்தோற்றத்தை உற்று நோக்க முயன்ற எனக்கு என் முகத்தின் மீது பதிந்திருந்த துயரம் தோய்ந்த இரு கரு விழிகள் மட்டுமே தெரிந்தன. "சத்திரக்காரரும் குதிரைத் திருடர்களும் அமைதியாய்த் தூங்குகிறார்கள், ஆனால் மதிப்புக்குரியோரான நாம் ஒருவருக்கொருவர் எரிச்சல் மூட்டி வாதம் புரிகிறோம்.''

ஆகஸ்டு மாதத்தின் சோர்வான இரவு அது; ஏன் சோர்வானதெனில், காற்றிலே கூதிர்ப் பருவத்தின் மூச்சு

கலந்திருந்தது. கருஞ்சிவப்பு மேகத்தின் மறைவிலிருந்து வெண்மதி எழுந்து கொண்டிருந்தது, ஆனால் இரு மருங்கிலும் கூதிர்ப் பருவ வயல்கள் விரிந்திருந்த சாலையை அதனால் ஒளிபெறச் செய்ய முடியவில்லை. எரி நட்சத்திரங்கள் ஓயாமல் வானத்திலே பாய்ந்தோடின. ழேன்யா என் பக்கத்தில் சாலையிலே நடந்து வந்தாள். எரி நட்சத்திரங்கள் கண்ணில் படாமலிருக்கும் பொருட்டு அவள் மேலே பார்க்காமலிருக்க முயன்றாள், எக்காரணத்தாலோ எரி நட்சத்திரங்கள் அவளை மிரளச்செய்தன.

“நீங்கள் சொன்னது எனக்குச் சரியென்றே படுகிறது” என்று அந்திப்பொழுதின் ஈரத்தில் நடுங்கியவாறு சொன்னாள் அவள். “நாம் எல்லோரும் ஒன்றுசேர்ந்து ஆன்மிகச் செயற்பாடுகளில் முழு மூச்சுடன் ஈடுபடுவோமாயின் விரைவில் யாவற்றையும் நாம் கண்டுபிடித்து விடலாம்.”

“ஆமாம். நாம் உயர்வகைப் பிறவிகள், மனித அறிவாற்றலின் சக்தியை உண்மையில் நாம் மதித்துப் போற்றுவோராய் இருந்து உயர்வான குறிக்கோள்களுக்காக வாழ்வோமானால், முடிவில் நாம் தெய்வங்களைப் போன்றோராகி விடுவோம். ஆனால் அது எந்நாளும் நடக்கப்போவதில்லை - மனிதகுலம் சீரழிந்து செல்கிறது, சீக்கிரத்தில் அறிவாற்றலானது தடமற்று மறைந்து போய்விடும்.”

வாயில்வழி பார்வையிலிருந்து மறையும் தொலைவுக்கு நடந்ததும், ழேன்யா அசையாது நின்றாள்; பிறகு அவசரமாய் என் கையை அழுத்தினாள்.

“வணக்கம்” என்று நடுங்கியபடிச் சொன்னாள். தோள்களை மூடியிருந்த மெல்லிய சட்டைக்கு மேல் அவள் ஒன்றும் போட்டிருக்கவில்லை, குளிர் அவளைக் குறுகிக் குமையச் செய்தது. “நாளைக்கு வாருங்கள்” என்றாள்.

என் மீதும் ஏனையோர் மீதும் கசப்பு உண்டாக்கிய இந்த எரிச்சலான மன நிலையில் நான் தனியே இருந்தாக வேண்டுமே என்று நினைத்துக் கதிகலங்கினேன். நானும் எரி நட்சத்திரங்களைப் பார்க்காமலிருக்க முயன்றேன்.

“இன்னும் சற்றுநேரம் என்னுடன் இருந்துவிட்டுப் போகலாம்” என்றேன். “உன்னை வேண்டுகிறேன்.”

ழேன்யாவின் மீது எனக்குக் காதல். என்னை அவள் வரவேற்ற முறைக்காகவும், வழியனுப்பிய முறைக்காகவும், என் மீது அவள்

பதித்து வந்த அன்பு கனிந்த, வியந்து போற்றும் பார்வைக்காகவும் அவள் மீது நான் காதல் கொண்டிருக்க வேண்டும். அவளுடைய வெளிறிய முகம், மெல்லிய கழுத்து, மென்கரங்கள், அவளது மெல்லியல்பு, வேலையற்றவளாய்ச் சும்மாயிருக்கும் அவளது நிலை, அவளுடைய புத்தகங்கள் ஆகிய யாவும் என்னை மயங்கிச் சொக்கச் செய்தன. அவளது மனம் எப்படிப்பட்டது? அவள் கூரறிவு படைத்தவள் என்பதாய் உள்ளுக்குள் எனக்கு ஓர் எண்ணம் இருந்து வந்தது. அவளது விசாலமான மனப்பான்மையை நான் பாராட்டி வந்தேன்; என்னிடம் பற்றுதல் இல்லாத, கண்டிப்பு வாய்ந்த, கவர்ச்சிகரமான லீதாவைப் போலல்லாது அவள் வேறுவிதமான சிந்தனைகள் உடையவளாய் இருந்ததால் நான் இப்படி அவளைப் பாராட்டியிருக்கலாம். கலைஞன் என்ற முறையில் என்னை ழேன்யாவுக்குப் பிடித்திருந்தது, எனது கலைத்திறனால் நான் அவளது உள்ளத்தைக் கவர்ந்து கொண்டுவிட்டேன். அவளுக்காக மட்டுமே ஓவியம் தீட்ட வேண்டுமென நான் அடங்காத ஆவல் கொண்டிருந்தேன்; அவள் எனது இன்னரும் அரசியாய் அமைந்து, என்னுடன் சேர்ந்து இந்தக் கிராமங்கள், கழனிகள், இந்தப் பனிமூட்டம், அந்தி ஒளிர்வு, இந்த இயற்கைச் சூழல் ஆகிய யாவற்றின் மீதும் - இதுகாறும் எவற்றினிடையே நான் நம்பிக்கைக்கே இடமின்றித் தன்னந்தனியனாய், வேண்டாதவனாய் இருப்பது போன்ற உணர்வால் பீடிக்கப்பட்டிருந்தேனோ அவை யாவற்றின் மீதும் - கோலோச்சுவதாய்க் கனவு கண்டேன்.

"இன்னும் சற்றுநேரம் காத்திருக்க வேண்டும் நீ" என்றேன். "மன்றாடிக் கேட்டுக்கொள்கிறேன்."

என்னுடைய கோட்டைக் கழற்றி குளிர்ந்துவிட்ட அவள் தோள்கள் மீது போர்த்தினேன். ஆடவர் கோட்டில் தன்னைப் பார்ப்பதற்கு வேடிக்கையாகவும் அவந்தரையாகவும் இருக்குமென பயந்த அவள் சிரித்துக் கொண்டு அதை உதறித் தள்ளினாள். அவளை நான் கட்டியணைத்து அவள் முகத்திலும் தோள்களிலும் கைகளிலும் முத்தங்கள் சொரிய ஆரம்பித்தேன்.

"நாளை சந்திப்போம் மீண்டும்" என்று என் காதுக்குள் முணுமுணுத்து, இரவின் அமைதி குலைந்துவிடுமோ என்று அச்சங்கொண்டாற் போல் எச்சரிக்கையுடன் என்னைக் கட்டித்தழுவிக் கொண்டாள். "வீட்டில் நாங்கள் எதையும் ஒருவருக்கொருவர் சொல்லிக்கொள்ளாமல் இரகசியமாய் வைத்துக்கொள்வதில்லை, என் தாயிடமும் அக்காளிடமும் யாவற்றையும் உடனே நான் சொல்லியாக

வேண்டும்... எனக்குத் திகிலாய் இருக்கிறது! அம்மாவைப்பற்றி அச்சமில்லை, அம்மாவுக்கு உங்கள் மீது பிரியம்தான், ஆனால் லீதா!"

அவள் வாயில்வழியை நோக்கி ஓடினாள்.

"வருகிறேன், வணக்கம்!" என்று கூவினாள்.

அவள் ஓடிய சப்தத்தைக் கேட்டுக்கொண்டு இரண்டொரு நிமிடம் நான் நின்றிருந்தேன். என் வீட்டுக்குத் திரும்ப விருப்பமில்லை எனக்கு, அங்கு நான் திரும்புவதற்குக் காரணம் ஏதுமில்லை. சிறிதுநேரம் சிந்தனையில் ஆழ்ந்தவனாய் நின்றிருந்தேன், பிறகு மெதுவாய்த் திரும்பி நடந்தேன், அவள் வசித்த அந்த வீட்டை இன்னொரு தரம் கண்கொண்டு பார்க்க விரும்பி நடந்தேன். அருமையான பழைய வீடு, அதன் முன்மாடத்து சன்னல்கள் கண்களே போல், யாவற்றையும் புரிந்து கொண்டு விட்ட மாதிரி மேலிருந்து என்னைப் பார்த்தன. நான் தாழ்வாரத்தைக் கடந்து சென்று டென்னிஸ் ஆட்ட அரங்குக்கு அருகே தொன்மையான வில்லோ மரத்துக்கடியில் இருட்டில் ஒரு பெஞ்சின் மீது அமர்ந்து, அங்கிருந்து அந்த வீட்டை உற்று நோக்கினேன். மிஸ்ஸியின் அறை இருந்த அந்த முன்மாடத்தின் சன்னல்களில் விளக்கின் வெளிச்சம் பளிச்சிட்டது. பிறகு இந்த வெளிச்சம் இளம் பச்சையாய் மாறிற்று - யாரோ அந்த விளக்கின் மேல் மூடாக்கைப் பொருத்தியிருக்க வேண்டும். நிழல்கள் நடமாடின... என்னுள் கனிவும் அமைதியும் மனநிறைவும் - காதல் கொள்ளக் கூடியவனே நான் என்பது அறிந்து எனக்கு உண்டான அந்த மன நிறைவும் - நிரம்பி வழிந்தன. அதேபோது இந்தக் கணத்தில் என்னிடமிருந்து சில தப்படிகளுக்கு அப்பால், இந்த வீட்டின் அறைகளில் ஒன்றினுள் லீதா வசித்து வந்தாள், அவளுக்கு என்னைப் பிடிக்காது, என் மீது அவளுக்கு வெறுப்பாகவுங்கூட இருக்கும் என்னும் எண்ணம் எனக்குக் கவலை தருவதாய் இருந்தது. ழேன்யா வெளியே வருவாள் என்று காத்திருந்தேன், காதுகளைத் தீட்டிக் கொண்டு உட்கார்ந்திருந்தேன். முன்மாடத்தின் பேச்சுக் குரல் என் காதில் விழுவதாய்த் தோன்றியது எனக்கு.

ஏறத்தாழ ஒரு மணிநேரம் கழிந்திருக்கும். பச்சை விளக்கு அணைக்கப்பட்டது. இதன்பின் நிழல்களைக் காண முடியவில்லை. வெண்ணிலா இப்பொழுது அந்த வீட்டுக்கு மேல் உயர ஏறிச் சென்று விட்டது; உறங்கும் பூங்காவையும் ஆளரவமற்ற நடைபாதைகளையும் அது ஒளி வெள்ளத்தில் மூழ்கச் செய்தது. வீட்டின் முன்னால் பாத்தியில் மலர்ந்திருந்த டாலியாவும் ரோஜாவும் எடுப்பாய்க்

கண்ணுக்குத் தெரிந்தன, ஆனால் இம்மலர்கள் யாவும் ஒரே வண்ணமுடையனவாய்த் தோன்றின. குளிர் கடுமையாகிவிட்டது. பூங்காவிலிருந்து வெளியே சென்றேன், சாலையிலிருந்து எனது கோட்டை எடுத்துக்கொண்டு என் வீட்டை நோக்கி மெதுவாய் நடந்தேன்.

மறுநாள் பிற்பகலில் நான் வல்ச்சானினவ் வீட்டுக்குப் போனபோது பூங்காவின் பக்கத்தில் அமைந்த கண்ணாடிக் கதவு விரியத் திறந்திருந்தது. டென்னிஸ் ஆட்ட அரங்கிலோ, ஏதாவது ஒரு பாதையிலோ திடுமென ழேன்யா நடந்து வருவாளென எதிர்பார்த்த நான் தாழ்வாரத்தில் உட்கார்ந்து கொண்டேன். வீட்டிலிருந்து அவளுடைய குரலின் ஒலி காதில் விழுகிறதா என்று கவனித்தேன். பிறகு வரவேற்பு அறைக்கும் அங்கிருந்து சாப்பாட்டு அறைக்கும் போய்ப் பார்த்தேன். அங்கு யாருமே இல்லை. சாப்பாட்டு அறையிலிருந்து நீண்ட நடையின் வழியே கூடத்துக்குச் சென்று பார்த்துவிட்டுத் திரும்பினேன். நடையிலிருந்த சில அறைக் கதவுகளில் ஒன்றின் பின்னாலிருந்து லீதாவின் குரல் கேட்டது.

“காக்கைக்கு... எங்கிருந்தோ... கிடைத்தது...” என்று அவள் பலத்த குரலில் நிறுத்தி இழுத்துக் கூறிக் கொண்டிருந்தாள் - எழுதுவதற்காகச் சொல்லிக் கொண்டிருந்தாள் என்பது தெரிந்தது. “...ஒரு பாலாடைக் கட்டி... காக்கைக்கு... யார் அங்கே?” என்று திடுமெனக் கூவினாள், எனது காலடி ஓசையைக் கேட்ட அவள்.

“நான்தான்.”

“நீங்களா? என்னை மன்னிக்க வேண்டும், இப்பொழுது நான் வருவதற்கில்லை, தாஷாவுக்குப் பாடம் சொல்லித் தருகிறேன்.”

“எக்கத்தெரீனா பாவ்லவ்னா பூங்காவிலா இருக்கிறார்?”

“இல்லை. என் அத்தையைப் பார்ப்பதற்காக இன்று காலை அவரும் என் தங்கையும் பென்சா மாநிலத்துக்குப் புறப்பட்டுச் சென்றிருக்கிறார்கள். குளிர்காலத்தில் அனேகமாய் இருவரும் வெளிநாடு செல்வார்கள்,” என்று கூறிச் சற்று மௌனமாய் இருந்தபின், பாடத்தைத் தொடர்ந்து சொல்லிச் சென்றாள்:

“காக்கைக்கு... எங்கிருந்தோ... கிடைத்தது... ஒரு பாலாடைக் கட்டி... எழுதி விட்டாயா?”

நான் கூடத்துக்குச் சென்று அங்கே நின்று குளத்தையும் தொலைவிலிருந்த கிராமத்தையும் வெறிக்கப் பார்த்துக்

கொண்டிருந்தேன். இன்னமும் என் காதில் அந்தச் சொற்கள் ஒலித்துக் கொண்டிருந்தன: "...ஒரு பாலாடைக் கட்டி... காக்கைக்கு எங்கிருந்தோ கிடைத்தது ஒரு பாலாடைக் கட்டி..."

முதன்முதல் நான் இங்கு வந்த அதே பாதை வழியே இந்தப் பண்ணையிலிருந்து வெளியே சென்றேன் - ஆனால் இம்முறை எதிர்த் திசையில், முற்றத்திலிருந்து பூங்காவுக்குச் சென்று, வீட்டைக் கடந்து லிண்டன் மரங்களிடையே அமைந்த சோலை வழிக்குச் சென்றேன்... இங்கே ஒரு சிறு பையன் என் பின்னால் ஓடி வந்து என்னிடம் ஒரு காகிதத்தைக் கொடுத்தான். "யாவற்றையும் அக்காளிடம் சொன்னேன், நாம் பிரிந்துவிட வேண்டுமென்று அவள் வற்புறுத்துகிறாள்" என்று அதில் படித்தேன் நான். "அவள் சொல்வதைக் கேட்க மறுத்து, அவளை வருத்தத்தில் ஆழ்த்த எனக்கு மனம் துணியவில்லை. கடவுள் கிருபையால் உங்களுக்கு இன்பவாழ்வு கிடைக்க வேண்டும் - என்னை மன்னியுங்கள்! அம்மாவும் நானும் உள்ளம் வெதும்பிக் கண்ணீர் வடிக்கிறோம்."

பிறகு பிர் மரநடைபாதை வந்தது, அதன் பின் உடைந்து போன கிராதித் தடுப்புகள்... முன்பு ரை தானியப் பயிர் பூத்திருந்த வயல்வெளிகளில் கௌதாரி கூவிக் கொண்டிருந்த இடத்தில் இப்பொழுது பசுக்களும் கால் கட்டு போடப்பட்ட குதிரைகளும் திரிந்தன. குன்றுகளில் அங்கும் இங்குமாய்க் குளிர்காலப் பயிர்கள் பச்சைப் பசேலென்று இருந்தன. சித்தம் தெளிந்து நான் சோபையற்ற வழக்கமான மனப்பாங்கால் பீடிக்கப்பட்டேன். வல்ச்சானினவ் வீட்டில் நான் கூறியவைகுறித்து வெட்கப்பட்டுக் கொண்டேன். மீண்டும் வாழ்க்கை எனக்குச் சப்பிட்டுப் போய்ச் சலிப்பூட்டிற்று. வீட்டுக்கு வந்ததும் எனது உடைமைகளை மூட்டை கட்டிக் கொண்டு அன்று மாலை பீட்டர்ஸ்பர்கிற்குப் புறப்பட்டேன்.

திரும்பவும் நான் வல்ச்சானினவ் குடும்பத்தினரைப் பார்க்கவே இல்லை. சிறிது காலத்துக்கு முன்பு நான் கிரீமியாவுக்குப் போய் கொண்டிருந்தபோது ரயிலில் பெலக்கூரவைச் சந்தித்தேன். இன்னும் அவர் விவசாயி நீள்கோட்டும் பூ பின்னிய சட்டையும்தான் போட்டிருந்தார். எப்படி இருக்கிறீர்கள் என்று நான் விசாரித்ததும், "உங்கள் பிரார்த்தனையின் பலனாய் நல்லபடியாகவே இருக்கிறேன்!" என்றார். நாங்கள் பேசிக் கொண்டிருந்தோம். அவர் தமது பண்ணையை விற்றுவிட்டு, கொஞ்சம் சிறியதாய் வேறொன்றை வாங்கிக் கொண்டுவிட்டார் - லியுபோவ் இவானவ்னாவின் பெயரில். வல்ச்சானினவ் குடும்பத்தாரைப் பற்றி அவரால் எனக்கு

அதிகம் சொல்ல முடியவில்லை. லீதா இன்னும் ஷெல்கோவ்கா கிராமத்தில்தான் வசித்து வந்தாள், கிராமப் பள்ளியில் ஆசிரியையாய் வேலை செய்து வந்தாள். தனது கருத்துக்களுக்கு ஆதரவான கோஷ்டியோரைச் சிறிது சிறிதாய்த் தன்னைச் சுற்றித் திரட்டிக் கொண்டு விட்டாள் அவள். இதுகாறும் அந்த வட்டாரம் அனைத்தையுமே தன் பிடிக்குள் வைத்திருந்த பலாகினைக் கடந்த சேம்ஸ்த்வோ தேர்தலில் இவர்கள் மண் கவ்வச் செய்துவிட்டனர். ழேன்யா அந்த வீட்டில் வசிக்கவில்லை என்பதற்கு மேல் அவளைப் பற்றி அவரால் ஒன்றும் சொல்ல முடியவில்லை; அவள் எங்கே இருக்கிறாளென்று தெரியவில்லை அவருக்கு.

மாடவீட்டை நான் மறக்க ஆரம்பித்து விட்டேன். ஆயினும் ஓவியம் தீட்டிக் கொண்டோ, படித்துக் கொண்டோ இருக்கையில் எப்போதாவது சில சமயம் எக்காரணமும் இன்றி நினைவுக்கு வருகின்றன - சன்னலில் தெரிந்த பச்சை விளக்கொளியும், அன்று இரவு நான் காதல் கொண்டவனாய், எனது குளிர்ந்த கைகளைத் தேய்த்துக் கதகதப்பாக்கிக் கொண்டு வீட்டுக்குத் திரும்பியபோது இரவு நேர வெளிகளில் எதிரொலித்த எனது காலடி ஓசையும் நினைவுக்கு வருகின்றன. இன்னும் அரிதாய், தனிமையாலும் சோர்வாலும் வாடியிருக்கும் தருணங்களில் மங்கலான நினைவுகள் என்னை ஆட்கொள்கின்றன; சிறிது சிறிதாய் என்னுள் ஓர் உணர்வு உருவாகி எழுகிறது: நானும் மறக்கப்பட்டுவிடவில்லை, எனக்காகக் காத்திருக்கிறாள், நாங்கள் சந்திப்போம்...

மிஸ்ஸி... எங்கே இருக்கிறாய் நீ?

1896

இயோனிச்

1

எஸ். நகருக்குப் புதிதாய் வருவோர் வாழ்க்கை இங்கு அலுப்பு தட்டுவதாய், மாற்றமின்றி ஒரே மாதிரியாய் இருக்கிறதென்று முறையிடும்போது, இதை எதிர்த்துத் தமது ஊரைப் பாதுகாத்துக்கொள்ளும் உள்ளூர்வாசிகள் எஸ். நகரில் வாழ்க்கை நன்றாகவே இருக்கிறது, இங்கு நூலகமும் நாடக அரங்கும் பொழுதுபோக்கு மன்றமும் உள்ளன, நடன விருந்துகள் நடைபெறுகின்றன என்பார்கள்; மற்றும் இங்கு மதிநுட்பம் வாய்ந்த சுவையான இனிய குடும்பங்கள் இருப்பதாகவும் இவற்றுடன் பரிச்சயம் பெறலாமென்றும் கூறுவார்கள். கல்வி கேள்வியின் சிறப்புக்கும் தேர்ந்த ஆற்றலுக்கும் எடுத்துக்காட்டாய்த் தூர்க்கின் குடும்பத்தை இவர்கள் குறிப்பிடுவார்கள்.

தூர்க்கின் குடும்பத்தார் நகரின் பிரதான வீதியில் கவர்னரது வீட்டுக்கு அருகே தமது சொந்த வீட்டில் வசிக்கின்றனர். குடும்பத் தலைவரான இவான் பெத்ரோவிச் வாட்டசாட்டமானவர், கருநிற முடிகளும் கிருதாவுமுடையவர், கண்ணுக்கு இனியவர், தரும காரியங்களுக்காக அமெச்சூர் நாடக நிகழ்ச்சிகளுக்கு ஏற்பாடு செய்து இவற்றில் வயதான ஜெனரல்களின் பாத்திரத்தை ஏற்று நடிப்பார், இருமி இருமி எல்லோரையும் விழுந்து விழுந்து சிரிக்க வைப்பார்.

அவருக்கு தெரிந்த விகடங்களுக்கும் வேடிக்கையான அங்க சேஷ்டைகளுக்கும் முதுமொழிகளுக்கும் அளவே இருக்காது. நகைச்சுவையிலும் வேடிக்கைப் பேச்சுகளிலும் மிகுந்த ஈடுபாடு கொண்டவர். பேசும்போது அவருடைய முகபாவத்தைப் பார்த்து உண்மையைத்தான் சொல்கிறாரா, அல்லது விளையாட்டாய்ப் பேசுகிறாரா என்று புரிந்துகொள்ள முடியாது. அவரது மனைவியான வேரா இயோசிபவ்னா மெலிந்த உருவும் இனிய முகமுமுடையவள், வில் பிடிப்பு மூக்குக் கண்ணாடி போட்டிருக்கிறாள், கதைகளும் புதினங்களும் எழுதுகிறாள், வீட்டுக்கு வரும் விருந்தினர்களுக்கு இவற்றை ஆர்வமாய்ப் படித்துக் காட்டுகிறாள். இவர்களுடைய மகளின் பெயர் எக்கத்தெரீனா இவானவ்னா, இந்த இள நங்கை பியானோ வாசிக்கத் தெரிந்தவள். சுருக்கமாய்ச் சொல்வதெனில் குடும்பத்தின் ஒவ்வோர் உறுப்பினரும் ஏதேனும் ஒரு தனித்திறமை கொண்டவர். தூர்க்கின் குடும்பத்தார் விருந்தோம்பும் பண்பில் சிறந்தவர்கள். விருந்தினர்களுக்குத் தமது தனித் திறமைகளை மனம் மகிழ்ந்து ஒளிவு மறைவற்ற வெகுளித்தனத்துடன் வெளிப்படுத்திக் காட்டுகின்றனர். அந்தப் பெரிய கல் வீடு விசாலமாகவும் கோடையில் குளுமையாகவும் இருக்கும், அதன் பின்புறத்து சன்னல்கள் நிழல்கள் அடர்ந்த ஒரு பழைய தோட்டத்தைப் பார்க்க அமைந்தவை, இந்தத் தோட்டத்தில் வசந்தத்தில் குயில்கள் கீதமிசைக்கும். வீட்டுக்கு விருந்தினர்கள் வந்திருக்கையில் சமையலறையில் கத்திகள் தடதடத்துச் சப்தம் எழுப்பும், வறுக்கப்படும் வெங்காயத்தின் கமகமப்பு மூக்கைத் துளைக்கும்படி முற்றத்திலே வீசும் - இரவில் சாப்பாடு பலமாகவும் சுவையாகவும் இருக்கப்போவதன் முன்னறிவிப்புகள் இவை.

டாக்டர் திமீத்ரி இயோனிச் ஸ்தார்த்செவ் புதிய மாவட்ட மருத்துவராய் நியமிக்கப்பட்டு, எஸ். நகரிலிருந்து ஒன்பது கிலோமீட்டர் தொலைவிலுள்ள தியலீஷில் குடியேறியதுமே, நாகரிக நயமும் பண்பாடுமுடைய அவர் தூர்க்கின் குடும்பத்தாரைத் தெரிந்துகொள்வது மிகவும் அவசியமென்று பலரும் அவரிடம் கூறினர். குளிர்காலத்தில் ஒரு நாள் தெருவிலே அவர் இவான் பெத்ரோவிச்சுக்கு அறிமுகம் செய்து வைக்கப்பட்டார். இருவரும் பருவ நிலையையும் நாடக அரங்கையும் காலரா நோயையும் பற்றிப் பேசிக் கொண்டார்கள். இதைத்தொடர்ந்து இவான் பெத்ரோவிச் அவரைத் தமது வீட்டுக்கு வருமாறு அழைத்தார். வசந்தப் பருவத்தில் ஒரு விழா நாளன்று நோயாளிகளைப் பார்த்து முடித்தபின், அவர் பொழுதுபோக்காய் நகருக்குப் போய் வரலாம், தமக்கு

வேண்டிய சில சாமான்களையும் அப்படியே வாங்கி வரலாம் என்று புறப்பட்டார். அவசரமின்றிச் சாவதானமாய் நடந்தார் அப்போது அவர் சொந்தத்தில் கோச் வண்டி வைத்திருக்கவில்லை, வழிநெடுக வாய்க்குள் பாட்டு பாடிச் சென்றார்:

வாழ்க்கையெனும் கிண்ணியிலே
கண்ணீரைப் பானமெனப்
பருக நான் பழகுமுன்னே...

நகரில் மதிய உணவருந்தியபின் பூங்காவில் உலாவினார், பிறகு இவான் பெத்ரோவிச்சின் அழைப்பு நினைவுக்கு வரவே தூர்க்கின் குடும்பத்தாரின் வீட்டுக்குச் சென்று அவர்கள் எப்படிப்பட்டவர்கள் என்று பார்க்கலாமென முடிவு செய்தார்.

“வணக்கமே வணக்கம்!” என்றார், வாயில் முகப்புக்கு வந்து அவரை எதிர்கொண்ட இவான் பெத்ரோவிச். “அருமையிலும் அருமையான விருந்தினரைக் கண்டு மட்டற்ற மகிழ்ச்சியடைகிறேன்! வாருங்கள், எனது அகமுடையாளிடம் அறிமுகம் செய்து வைக்கிறேன். வேரா, இவரிடம் நான் என்ன சொல்கிறேன் என்றால்” - மனைவிக்கு டாக்டரை அறிமுகம் செய்தவாறு கூறிச் சென்றார் அவர் - “என்ன சொல்கிறேன் என்றால், எந்நேரமும் மருத்துவமனையில் அடைந்து கிடப்பது நியாயமாகாது, ஓய்வு நேரத்தைச் சமுதாயத்துக்கு வழங்குவது இவருக்குள்ள கடமையாகும் என்கிறேன். நீ என்ன சொல்கிறாய்?”

“இப்படி உட்காருங்கள்” என்று வேரா இயோசிபவ்னா தனக்குப் பக்கத்திலிருந்த நாற்காலியைச் சுட்டிக் காட்டினாள். “என்னுடன் நீங்கள் சல்லாபமாய்ப் பேசலாம். என் கணவர் மனம் பொறாதவர் - ஒத்தெல்லோவேதான். [ஒத்தெல்லோ (Othello) - இதே பெயரிலான ஷேக்ஸ்பியர் துன்பியல் நாடகத்தின் தலைமை பாத்திரம்.] ஆனால் அவர் எதையும் கண்டுகொள்ள முடியாதபடி நாம் சாமர்த்தியமாய் நடந்துகொள்வோம்.”

“பொல்லாத குறும்புக்காரி!” என்று மெல்லிய குரலில் அருமையாய்க் கூறி இவான் பெத்ரோவிச் அவளுடைய நெற்றியில் முத்தமிட்டார்.

“சரியான நேரத்தில் நீங்கள் வருகை தந்திருக்கிறீர்கள்” என்று மீண்டும் தமது விருந்தினரின் பக்கம் திரும்பியவாறு சொன்னார். “எனது அகமுடையாள் ஒரு பெரிய புதினத்தை எழுதி

முடித்திருக்கிறாள், இன்று மாலை நம் எல்லோருக்கும் அதைப் படித்துக் காட்டப் போகிறாள்."

"தங்கமே தங்கம்" என்றாள் வேரா இயோசிபவ்னா தன் கணவரிடம். "Dites que L'on nous donne du the. ["தேநீர் தருவோம் என்று சொல்லுங்கள்." - (பிரெஞ்சு).]

ஸ்தார்த்செவுக்கு இதன்பின் எக்கத்தெரீனா இவானவ்னாவை அறிமுகம் செய்தனர். பதினெட்டு வயது நங்கையான இவள் அப்படியே தன் தாயைப் போல் அதே மெலிந்த உருவமும் இனிய முகமும் கொண்டவள். ஆனால் குழந்தையின் முகபாவம் இன்னமும் மாறவில்லை, பிடி இடையுடன் துவளும் கொடி போன்றிருந்தாள். அறியாப் பருவத்துக்குரியனவாய்த் திரட்சியுற்று வந்த அவளது மார்பகங்களின் வனப்பும் செழிப்பும் வசந்தத்தை, மெய்யான வசந்தத்தை உணர்த்தின. இதற்குப் பிற்பாடு அவர்கள் தேநீர் அருந்தினார்கள், தேநீருடன் ஜாமும் தேனும் மிட்டாயும் வாயில் வைத்ததும் கரையும்படியான இன்னரும் பிஸ்கட்டும் சாப்பிட்டார்கள். அந்திப் பொழுதானதும் வரிசையாய் விருந்தினர்கள் வர ஆரம்பித்தார்கள். கண்களில் புன்னகை பளிச்சிட இவான் பெத்ரோவிச்.

"வணக்கமே வணக்கம்!" என்று இவர்கள் ஒவ்வொருவரையும் வரவேற்றார்.

எல்லோரும் வரவேற்பறையில் உட்கார்ந்து கொண்டு மிகவும் உருக்கமான முகபாவத்துடன் கேட்கத் தயாரானதும், வேரா இயோசிபவ்னா தனது புதினத்தைப் படித்துக் காட்டினாள். "கடுங்குளிராயிருந்தது..." என்று ஆரம்பித்தது, இந்தப் புதினம். சன்னல்கள் விரியத் திறந்திருந்தன, சமையலறையில் கத்திகள் தடதடப்பது காதில் விழுந்தது, வறுக்கப்படும் வெங்காயத்தின் கமகமப்பு மூக்கில் ஏறிற்று... வரவேற்பறையில் அந்தி இருட்டில் விளக்குகள் கண்சிமிட்டிக் கொஞ்சு மொழி பேச, பஞ்சணைச் சாய்வு நாற்காலிகளில் அமர்ந்திருப்பது சுகமாய் இருந்தது.

தெருவிலே பேச்சுக் குரலும் சிரிப்பொலியும் கேட்டன, செந்நீல மலர்களின் மணம் தோட்டத்திலிருந்து மிதந்து வந்தது - இத்தகைய ஒரு கோடைகால அந்திப்பொழுதில் "கடுங்குளிராயிருந்தது" என்றோ, அஸ்தமனச் சூரியன் வெண்பனி மூடிய வெளி மீதும் தன்னந்தனியனாய்ச் சாலையிலே சென்ற வழிப்போக்கன் மீதும் தனது குளிர்ந்த ஒளியை வீச முடியுமென்றோ நினைப்பது கடினமாகவே

இருந்தது. எழிலார்ந்த இளங் கோமகள் தனது கிராமத்தில் எப்படிப் பள்ளிக்கூடங்களும் மருத்துவமனைகளும் நூலகங்களும் அமைத்தாள் என்றும், ஊர் ஊராய்ச் சுற்றித் திரிந்த கலைஞன் மீது எப்படிக் காதல் கொண்டாள் என்றும் வேரா இயோசிபவ்னா படித்துச் சென்றாள். வாழ்க்கையில் ஒருபோதும் நடைபெறாதவற்றை எல்லாம் விவரித்துச் சென்றாள், ஆயினும் அவள் படித்ததைக் கேட்பதற்கு இனிமையாகவும் பரம சுகமாகவும் இருந்தது, எழுந்து செல்ல வேண்டுமென யாரும் நினைக்கவில்லை...

"கெட்டபடியாய் இல்லை!" என்றார் மெல்லிய குரலில் இவான் பெத்ரோவிச்.

நினைவுகள் எங்கோ நெடுந்தொலைவில் இருக்க, இங்கே அமர்ந்து கேட்டுக் கொண்டிருந்த விருந்தினர் ஒருவர் அனேகமாய் யார் காதிலும் விழாத குரலில் கூறினார்:

"ஆமாம், ஆமாம்..."

ஒரு மணிநேரம் கழிந்தது, பிறகு இன்னொரு மணிநேரம். அருகே நகரப் பூங்காவில் வாத்தியக் குழு இசைத்தது, பாட்டுக் குழு பாடிற்று. வேரா இயோசிபவ்னா தனது நோட்டுப் புத்தகத்தை மூடியபின் ஐந்து நிமிடம் வரை யாரும் பேசவில்லை, எல்லோரும் பூங்காவில் பாட்டுக் குழு பாடிய "லுச்சினூஷ்கா" பாட்டைக் கேட்டுக் கொண்டிருந்தார்கள். அறையில் படித்துக் காட்டப்பட்ட புதினத்தில் இல்லாமல், மெய்யான வாழ்க்கையில் நடைபெறுகின்றவற்றை அவர்களுக்கு இந்தப் பாட்டு தெரியப்படுத்திற்று.

"உங்களுடைய படைப்புகளைப் பத்திரிகைகளில் வெளியிடுகிறீர்களா?" என்று வேரா இயோசிபவ்னாவைக் கேட்டார் ஸ்தார்த்செவ்.

"இல்லை" என்று பதிலளித்தாள் அவள். "இவற்றை நான் வெளியிடுவதே இல்லை. எழுதி அலமாரியில் பூட்டி வைக்கிறேன். எதற்காக அவற்றை வெளியிட வேண்டும்? வாழ வழி இல்லாதவர்கள் அல்லவே நாங்கள்" என்று விளக்கம் கூறினாள்.

ஏனோ எல்லோரும் பெருமூச்சு விட்டுக் கொண்டார்கள்.

"கண்ணு, இப்போது நீ ஏதாவது வாசித்துக் காட்டு" என்று தம் மகளிடம் சொன்னார் இவான் பெத்ரோவிச்.

பியானோவின் மூடி உயர்த்தப்பட்டது. இசையேடு தாங்கியில் இசையேடுகள் தயாராய் வைக்கப்பட்டிருந்தன. எக்கத்தெரீனா இவானவ்னா உட்கார்ந்து கொண்டு இரு கைகளாலும் கட்டைகளை அழுத்தினாள், திரும்பத் திரும்ப அழுத்திச் சென்றாள். அவளது தோள்களும் மார்பகங்களும் அதிர்ந்தாடின. விடாப்பிடியாய் ஒரே இடத்தில் கட்டைகளை அழுத்தித் தட்டினாள், அவை பியானோவுக்குள் அழுந்திப் புதைந்து போகும் வரை ஓய்வதில்லையென உறுதி பூண்டு விட்டது போல் அப்படித் தட்டினாள். வரவேற்பறையில் ஓயாமல் இடி இடித்தது; தரை, கூரைத் தளம், நாற்காலி, மேஜை... யாவும் அதிர்ந்தன. எக்கத்தெரீனா இவானவ்னா சிக்கலான ஒரு பகுதியை வாசித்துக் கொண்டிருந்தாள், இதன் முக்கியத்துவமே இதை வாசிப்பதிலுள்ள சிரமத்தில்தான் அடங்கியிருந்தது. இப்பகுதி நீளமானது, சலிப்பூட்டும்படியானது. இதைக் கேட்டுக் கொண்டிருந்த ஸ்தார்த்செவ் உயரமான ஒரு மலையின் உச்சியிலிருந்து பாறைகள் விழுந்து உருளுவதாய்க் கற்பனை செய்து கொண்டார். ஒன்றன் பின் ஒன்றாய் அவை தடதடத்து உருண்டோடி வந்தன. இந்தக் களேபரம் முடிவுற வேண்டுமென்றுதான் விரும்பினார் அவர். ஆயினும் எக்கத்தெரீனா இவானவ்னா கடுமுயற்சியால் விறுவிறுத்துப் போய் மேனி சிவந்து, முடிச் சுருள் ஒன்று அவள் நெற்றியிலே சரிந்து விழ, வலிவும் துடிப்பும் மிக்கவளாய் அவர் உள்ளத்தைக் கவர்ந்து வந்தாள். தியலீஷில் நோய் வாய்ப்பட்டோரிடையிலும் விவசாயிகளிடையிலும் அவர் கழித்திருந்த குளிர் காலத்துக்குப் பிற்பாடு இப்படி வரவேற்பறையில் உட்கார்ந்து, நாகரிக மேம்பாடுடைய, சந்தேகத்துக்கு இடமின்றித் தூய பிறவியான இந்த இளம் நங்கையைப் பார்த்துக் கொண்டும், கர்ணகடூரமாய் ஒலித்து அயரச் செய்தாலுங்கூடப் பண்பாட்டில் உயர்ந்தவையான இந்த ஒலிகளைக் கேட்டுக் கொண்டும் இருப்பது அவருக்குப் பரம சுகமாய் இருந்தது, புத்தனுபவமாய் இருந்தது...

"சபாஷ்! கண்ணு! என்றையும்விட பிரமாதமாய் வாசித்தாய்!" என்று இவான் பெத்ரோவிச், தமது மகள் வாசித்து முடித்துவீட்டு எழுந்ததும் விழிகளில் கண்ணீர் ததும்பக் கூறினார். "தெனிஸ் உயிரையே விடுவதாயினும் இதனை மிஞ்சுவது முடியாத காரியம்."

எல்லோரும் அவளைச் சூழ்ந்து கொண்டு வாழ்த்தினார்கள், இம்மாதிரியான இசையைக் கேட்டு எவ்வளவோ காலமாகிறது என்று வியந்து போற்றினார்கள், அறுதியிட்டுக் கூறினார்கள். யாவற்றையும் அவள் மௌனமாய்க் கேட்டுக் கொண்டாள், அவள்

முகத்தில் மெல்லியப் புன்முறுவல் தவழ்ந்தது, அவள் உருவம் அனைத்திலுமே வெற்றிக்களிப்பு மின்னிற்று.

"பலே, பலே! பிரமாதம்!"

எல்லோரது உற்சாகத்தாலும் உந்தப்பட்டு ஸ்தார்த்செவும் "பலே, பலே!" என்று கூவினார். "நீ இசைப் பயிற்சி பெற்றது எங்கே? இசைக் கல்லூரியிலா?" என்று எக்கத்தெரீனா இவானவ்னாவைக் கேட்டார்.

"இல்லை, இசைக் கல்லூரியில் சேர்வதற்காகத்தான் தயார் செய்து வருகிறேன், தற்போது இங்கேதான் சவ்லோவ்ஸ்கயா அம்மையாரிடம் பயிற்சி பெறுகிறேன்."

"இங்கேதான் பள்ளியில் உயர்நிலைப் படிப்பை முடித்தாயா?"

"இல்லை, இல்லை!" என்று அவளுக்குப் பதிலாய் வேரா இயோசிபவ்னா பதிலளித்தாள். "ஆசிரியர்களை அமர்த்தி வீட்டுக்கு வந்து பாடம் சொல்லித்தர ஏற்பாடு செய்தோம்; உயர்நிலைப் பள்ளி, போர்டிங் பள்ளி இவற்றில் எல்லாம் கெட்ட சகவாசம் ஏற்பட்டுவிடலாம் பாருங்கள். வளரும் பெண்ணை அவளுடைய அம்மாவைத்தவிர வேறு யாருடைய செல்வாக்கிலும் விடக்கூடாது."

"எப்படியும் நான் இசைக் கல்லூரியில் சேரத்தான் போகிறேன்" என்றாள் எக்கத்தெனா இவானவ்னா.

"அதெல்லாம் இல்லை, எங்கள் கண்ணுக்கு அம்மா மேல் உயிர். அப்பாவையும் அம்மாவையும் ஒரு நாளும் வருந்தச் செய்ய மாட்டாள், எங்கள் கண்ணு."

"என்ன ஆனாலும் நான் சேரத்தான் போகிறேன்? நிச்சயம் சேரத்தான் போகிறேன்!" என்று அடம் பிடிக்கும் சிறுமியாய்க் காலால் தரையைத் தட்டிக் கொண்டு சொன்னாள் எக்கத்தெரீனா இவானவ்னா.

இரவு சாப்பாட்டின்போது இவான் பெத்ரோவிச் தமது தனித் திறமைகளைக் காட்டி மகிழ்வித்தார். கண்களை மட்டும் கொண்டு நகைத்துக் காட்டினார், விகடத் துணுக்குகள் கூறினார், தமாஷ் புரிந்தார், வேடிக்கையான புதிர்கள் போட்டு அவற்றுக்கு அவரே விடையும் அளித்தார், வினோதமான சொற்பிரயோகங்களைக் கொண்ட அவருக்கே உரிய தனி மொழியில் பேசினார், நீண்ட கால விகடம் பேசிப் பழகியதன் மூலம் உருவாக்கப்பட்ட

இவை இப்போது இவரது அன்றாடப் பேச்சில் அடிபடும் பிரயோகங்களாகிவிட்டன: மறதி சக்தி அதிகமுடையவர், கெட்டபடியாய் இல்லை, கைதேர்ந்தவன் அகப்பட்டுக்கொள்ள கால்தேர்ந்தவன் தப்பியோடினான்....

இதோடு முடிவுற்றுவிட்டதாய் நினைக்க வேண்டாம். விருந்தினர்கள் மகிழ்ச்சியும் மனநிறைவும் கொண்டோராய் நடைக்குச் சென்று தமது கோட்டுகளையும் கைத்தடிகளையும் எடுத்துக் கொண்டு புறப்பட்டபோது, மொட்டைத் தலையும் குண்டுக் கன்னங்களுமுடைய பதினான்கு வயதுச் சிறுவனாகிய வேலைக்காரப் பையன் பாவெல் (அல்லது இங்கு இவர்கள் இவனை அழைத்த மாதிரிச் சொல்வதெனில் பாவா) பரபரப்புற்றவனாய் அங்கே வந்து நின்றான்.

“பாவா, செய்து காட்டு நீ!” என்றார் இவான் பெத்ரோவிச்.

உடனே பாவா நாடகப் பாணியில் நின்று ஒரு கையை உயர்த்தித் துன்பியல் நாடகக் குரலில் கூவினான்:

“துர்ப்பாக்கியவதியே, மடிந்தொழி நீ!”

எல்லோரும் வாய்விட்டுச் சிரித்தார்கள்.

“வேடிக்கைதான்!” என்று நினைத்துக் கொண்டார், தெருவை வந்தடைந்த ஸ்தார்த்செவ்.

சிற்றுண்டி சாலைக்குச் சென்று பீர் குடித்தார், பிறகு தியலீஷுக்குத் திரும்பி நடந்தார். வழிநெடுக வாய்க்குள் பாடிச் சென்றார்.

கொஞ்சும் உன் குரல் கேட்டு

நெஞ்சம் குழையுதடீ...

ஒன்பது கிலோமீட்டர் நடந்தபிறகும் கொஞ்சங்கூடக் களைப்பு தெரியாதவராய்ப் படுத்துக் கொண்டார், இன்னொரு ஆறு கிலோமீட்டருங்கூட மனம் மகிழ்ந்து நடந்திருக்க முடியுமெனக் கூறிக் கொண்டார்.

“கெட்டபடியாய் இல்லை!...” என்று நினைத்தார், அப்படியே தூங்கிவிட்டார், அவர் முகத்தில் புன்னகை தவழ்ந்தது.

2

ஸ்தார்த்செவ் திரும்பவும் தூர்க்கின் குடும்பத்தாரிடம் போய் வர வேண்டுமென்றுதான் இருந்தார், ஆனால் மருத்துவமனையில் வேலை அதிகமாய் இருந்தது, ஒரு மணிநேரங்கூட அவகாசம் கிடைக்கவில்லை. இப்படி ஓராண்டுக்கு மேல் வேலையிலும் தனிமையிலும் கழிந்தது. பிறகு ஒரு நாள் நகரிலிருந்து நீல மேலுறையில் அவருக்கு ஒரு கடிதம் வந்தது...

வேரா இயோசிபவ்னாவுக்கு நீண்டகாலமாய் ஒற்றைத் தலைவலி. இப்போது அவளது கண்ணு கட்டாயம் தான் இசைக் கல்லூரிக்குப் போக வேண்டுமென்று நாள் தவறாமல் கூறி அச்சுறுத்தி வந்ததால் இந்தத் தலைவலி கடுமையாகிவிட்டது. நகரிலுள்ள எல்லா டாக்டர்களும் வந்து பார்த்துச் சென்றார்கள், இறுதியில் மாவட்ட டாக்டரையும் அழைப்பதென முடிவு செய்து வேரா இயோசிபவ்னா அவருக்கு உருக்கமான கடிதம் எழுதினாள், அவர் வர வேண்டுமென்றும் வந்து தனது உபாதைக்கு நிவாரணம் அளிக்க வேண்டுமென்றும் கேட்டுக் கொண்டாள். ஸ்தார்த்செவ் அவளை வந்து பார்த்துச் சென்றார், இதன்பின் அடிக்கடி, மிகவும் அடிக்கடி தூர்க்கின் வீட்டாரிடம் வந்து செல்ல முற்பட்டார்... அவரது சிகிச்சையால் வேரா இயோசிபவ்னாவுக்கு ஓரளவு நிவாரணம் கிடைத்தது. அவர் கைதேர்ந்தவர், அதியற்புதமான மருத்துவர் என்பதாய்த் தமது வீட்டுக்கு வரும் எல்லா விருந்தினர்களுக்கும் அறிவித்தாள். ஆனால் இதன் பிறகும் ஸ்தார்த்செவ் தவறாமல் தூர்க்கின் குடும்பத்தாரின் வீட்டுக்குச் சென்றதற்கு அவளுடைய ஒற்றைத் தலைவலியல்ல காரணம்...

அன்று விடுமுறை தினம். எக்கத்தெரீனா இவானவ்னா பியானோவில் நெடுநேரம் வாசித்தாள். சலிப்பூட்டும் அவளது பயிற்சிகள் முடிவுற்றதும் எல்லோருமாய்ச் சாப்பாட்டு அறையில் மேஜையைச் சுற்றியமர்ந்து நெடுநேரம் தேநீர் அருந்தினர். இவான் பெத்ரோவிச் ஒரு விகடத் துணுக்கைக் கூறிக் கொண்டிருந்தார், அத்தருணத்தில் வாயிற்கதவின் மணி ஒலிக்கவே, வீட்டுக்கு வந்தவரைச் சந்திப்பதற்காக அவர் அறையிலிருந்து செல்ல வேண்டியதாயிற்று. இந்தச் சந்தடியான நேரத்தைப் பயன்படுத்திக் கொண்டு ஸ்தார்த்செவ் உணர்ச்சி மேலிட்ட குரலில் எக்கத்தெரீனா இவானவ்னாவின் காதுக்குள் கூறினார்:

“உனக்குப் புண்ணியமுண்டு, உன்னைக் கேட்டுக்கொள்கிறேன், என்னைச் சித்திரவதைச் செய்யாதே. எழுந்து வா, தோட்டத்துக்குப் போவோம்.”

அவர் விரும்பியது என்னவென்று புரியாமல் வியப்புற்றவளைப் போல் தோள்களை உலுக்கிக் கொண்டாள் அவள். ஆயினும் எழுந்து வெளியே சென்றாள்.

“ஓயாமல் மூன்று நான்கு மணி நேரம் பியானோ வாசிக்கிறாய்” என்று அவளைப் பின்தொடர்ந்து வெளியே வந்து கூறினார் அவர். “பிறகு அம்மாவுடன் உட்கார்ந்து கொண்டு விடுகிறாய், உன்னுடன் பேச எனக்கு வாய்ப்பு இல்லாமலே போய்விடுகிறது. நான் அதிகமாய்க் கேட்கவில்லை, கால் மணிநேரம் கொடு போதும்!”

இலையுதிர் காலம் நெருங்கி வந்து கொண்டிருந்தது, அந்தப் பழைய தோட்டத்தில் அமைதியும் துயரமும் குடி கொண்டிருந்தன, நடைபாதைகளில் கருநிற இலைகள் விழுந்துகிடந்தன. பகற்பொழுது குறுகி வந்தது.

“நான் உன்னைப் பார்த்து முழுதாய் ஒரு வாரமாகிறது” என்று கூறிச் சென்றார் ஸ்தார்த்செவ். “எப்படி நான் வதைபடுகிறேன் தெரியுமா? இப்படி உட்காருவோம். உன்னுடன் பேச வேண்டும் நான்.”

தோட்டத்தில் அவர்களுக்குப் பிடித்தமான இடம் ஒன்று இருந்தது - பரவலாய்க் கிளைகள் விரித்து நின்ற வயது முதிர்ந்த ஒரு மேப்பிள் மரத்துக்கு அடியிலிருந்த பெஞ்சுதான் அந்த இடம். இருவரும் இப்போது அந்தப் பெஞ்சில் உட்கார்ந்து கொண்டார்கள்.

“உங்களுக்கு வேண்டியது என்ன, சொல்லுங்கள்” என்று கண்டிப்பு தொனிக்கும் காரியார்த்த தோரணையில் கேட்டாள் அவள்.

“உன்னை நான் பார்த்து முழுதாய் ஒரு வாரமாகிறது, உன் குரலைக் கேட்டு எத்தனையோ யுகங்களாகின்றன! உன் குரலைக் கேட்க வேண்டுமென்று தவங்கிடக்கிறேன், ஏங்கித் தவிக்கிறேன்! பேசு நீ!”

அவளது புதுமை குலையாத மலர்ச்சியும், கண்களிலும் கன்னங்களிலும் ஒளிர்ந்த அப்பாவித்தனமும் அவர் உள்ளத்தைக் கவர்ந்து கொண்டு விட்டன. அவளுக்கு மிகவும் பாந்தமாய் அமைந்திருந்த அவளது ஆடைகளின் அந்த இசைவிலுங்கூட அதிமதுர இனிமைவாய்ந்த ஏதோ ஒன்று இருக்கக் கண்டார்.

அவற்றின் எளிமையான, வெகுளியான சௌந்தரியம் அவரை மதிமயங்கச் செய்தது. அதேபோது இந்த அப்பாவித்தனத்தையும் மீறி அவளது வயதுக்கு மிஞ்சிய மதிநுட்பமும் விவேகமும் வாய்ந்தவளாய் இருப்பதாய் நினைத்தார் அவர். உருக்கமாய் இருவரும் உரையாடிக் கொண்டிருக்கையில் சில சமயம் அவள் சிறிதும் பொருத்தமின்றித் திடுமெனச் சிரிக்கத் தொடங்குவாள், அல்லது வீட்டுக்குள் ஓடி விடுவாள் என்ற போதிலும், அவளுடன் அவர் கலை, இலக்கியம், அல்லது தாம் விரும்பும் எதைப் பற்றியும் பேச முடிந்தது; வாழ்க்கையையும் நகரவாசிகளையும் பற்றி முறையிட முடிந்தது. எஸ். நகரிலிருந்த மிகப் பெரும்பகுதிப் பெண்களைப் போல் அவளும் நிறையப் படித்து வந்தாள் (எஸ். நகரில் மிகவும் சொற்பமானோர்தான் புத்தகங்கள் படித்தனர், பெண்களும் இளம் யூதர்களும் இல்லையேல் நூலகத்தை மூடியே விடலாமென்று உள்ளூர் நூலகத்தினர் கூறி வந்தனர்). அவள் இப்படிப் படிப்பது குறித்து ஸ்தார்த்செவ் அளவிலா ஆனந்தமடைந்தார். அவளைச் சந்திக்கும்போதெல்லாம் கடந்த சில நாட்களில் அவள் என்னென்ன புத்தகங்கள் படித்தாள் என்று ஆவலுடன் விசாரிப்பார், அவள் கூறும் பதிலைச் சொக்குண்டு போய்க் கேட்டுக் கொண்டிருப்பார்.

"கடந்த முறை நாம் சந்தித்தபின் இந்த ஒரு வாரத்தில் நீ படித்தது என்ன?"

"பீசெம்ஸ்கியின் [பீசெம்ஸ்கி, அலெக்சேய் பியாபிலாக்தொவிச் (1820 - 1881) - ருஷ்ய எழுத்தாளர்.] புத்தகம் படித்தேன்."

"என்ன புத்தகம் அது?"

"ஆயிரம் ஆத்மா" என்று பதிலளித்தாள் கண்ணு. "பிசெம்ஸ்கியின் பெயர் எவ்வளவு வேடிக்கையானது - அலெக்சேய் பியாபிலாக்திச்!"

"எங்கே போகிறாய்?" - அவள் திடுமென எழுந்து வீட்டை நோக்கிச் சென்றதைக் கண்டு திடுக்குற்றுப்போய்க் கேட்டார் ஸ்தார்த்செவ். "உன்னுடன் நான் பேசியாக வேண்டும், உனக்கு நான் ஒன்று சொல்ல விரும்புகிறேன்... போகாதே நீ, இன்னும் ஐந்தே ஐந்து நிமிடம் இரு, உன்னை வேண்டிக்கொள்கிறேன்!"

ஏதோ சொல்லப் போகிறவளைப் போல் நின்றாள் அவள், பிறகு கூச்சப்பட்டுத் தடுமாறியபடி அவர் கையினுள் ஒரு துண்டுக் காகிதத்தை வைத்துவிட்டு வீட்டுக்குள் ஓடினாள், அங்கே உடனே மீண்டும் பியானோவின் முன்னால் உட்கார்ந்து வாசிக்க ஆரம்பித்தாள்.

"இன்று இரவு பதினொரு மணிக்கு இடுகாட்டில் திமெத்தியின் நினைவுச் சின்னத்துக்கு அருகே காத்திருக்கவும்" என்று ஸ்தார்த்செவ் அந்தக் காகிதத்தில் படித்தார்.

"இது என்ன அசட்டுத்தனம்!" வியப்பு நீங்கி நிதானமடைந்ததும் அவர் இவ்வாறு நினைத்துக் கொண்டார்.

"ஏன் இடுகாட்டில் காத்திருக்கச் சொல்கிறாள்? எதற்காக இது?"

தெளிவாகவே விளங்கிற்று: தன்னை முட்டாளாக்கி வேடிக்கை பார்க்க விரும்புகிறாள் என்பது தெரிந்தது. தெருவிலோ அல்லது நகரப் பூங்காவிலோ எவ்வளவு சுலபமாய்ச் சந்திக்கலாம், அதற்குப் பதில் நகரிலிருந்து நெடுந்தொலைவில் இடுகாட்டிலே இப்படி இரவில் சந்திக்க வேண்டும் என்பாளா ஒருத்தி? பைத்தியக்காரத்தனமாய் அல்லவா இருக்கிறது? இம்மாதிரி செய்வது தமக்குத்தான் பாந்தமாய் இருக்குமா? மாவட்ட மருத்துவர், கூர்மதி கொண்டவர், மதிப்புக்குரியவர், ஒரு பெண்ணுக்காக ஏங்கித் திரிவதும், துண்டுக்காகிதக் குறிப்புகள் பெறுவதும், இடுகாடுகளில் காத்துக் கொண்டு நிற்பதும், இக்காலத்துப் பள்ளிக்கூட மாணவர்களுங்கூட எள்ளி நகையாடத்தக்க அசட்டுக் காரியங்களில் ஈடுபடுவதும் அழகாகுமா? இந்த விவகாரத்தின் முடிவுதான் என்ன? தமது சகாக்களுக்குத் தெரிய வருமாயின் என்ன சொல்வார்கள்? பொழுதுபோக்கு மன்றத்தில் மேஜைகளுக்கு இடையே நடந்து சென்ற ஸ்தார்த்செவின் மனத்துள் அலைமோதிய எண்ணங்கள் இப்படித்தான் இருந்தன. ஆயினும் பத்தரை மணிக்குத் திடுமெனப் புறப்பட்டு இடுகாட்டுக்குக் கிளம்பினார்.

இப்போது அவர் சொந்த வண்டியும் குதிரை ஜோடியும் வைத்திருந்தார்; வெல்வெட் மார்புக் கோட்டு போட்டுக் கொண்ட பந்தெலைமோன் என்றொரு வண்டிக்காரனும் அவரிடம் இருந்தான். சந்திரன் ஒளிவீசிக் கொண்டிருந்தான். அமைதி நிலவிற்று; கதகதப்பாயிருந்தது - ஆனால் இலையுதிர்காலக் கதகதப்பு அது. நகரச் சுற்றுப்புறத்தில் இறைச்சிக் கொட்டிலுக்கு அருகே நாய்கள் குரைத்தன. நகரச் சுற்று வட்டாரத்தில் ஸ்தார்த்செவ் தமது வண்டியை இருக்கச் சொல்லிவிட்டு ஒரு சந்தின் வழியே இடுகாட்டை நோக்கி நடந்தார். "ஒவ்வொருவருக்கும் அவருக்குரிய அதிசய இயல்புகள் இருக்கவே செய்கின்றன" என்று தமக்குத்தாமே கூறிக் கொண்டார். "கண்ணு விபரீதமான நங்கையாவாள். யார் அறிவார்? - வேடிக்கையாய் இல்லாமல் மெய்யாகவே அவள் விரும்பி இதைச் செய்திருக்கலாம், இங்கே என்னைச் சந்திக்க அவள் வந்து

சேரலாம்.'' இப்படி அவர் ஒரு மங்கலான, வீணான நம்பிக்கைக்கு அடி பணியவே, அது அவரை மதிமயங்கச் செய்தது.

அவரது பாதையின் கடைசிப் பகுதி ஒரு திடலின் குறுக்கே சென்றது. இடுகாடு தொலைவிலே கரிய திட்டாய் ஒரு காடு அல்லது பெரிய பூங்கா போலத் தெரிந்தது. வெண்ணிறக் கற்சுவர் கண்ணெதிரே தோன்றியது, பிறகு வாயில் வழி... வாயில் வழியின் உச்சியில் பொறிக்கப்பட்டிருந்த வாசகத்தை நிலாவொளியில் படிக்க முடிந்தது: ''உங்களுக்கும் ஒரு நேரம் வரும்...'' புழைக் கதவைத் திறந்துகொண்டு உள்ளே சென்ற ஸ்தார்த்செவ் அகலமான நடைபாதையின் இருமருங்கிலும் வெண்ணிறச் சிலுவைகளும் நினைவுச் சின்னங்களும் உயரமான நெட்டிலிங்க மரங்களும் நிற்கக் கண்டார், இவையாவும் அவரது பாதையில் நெடிய கருநிழல்கள் பதித்திருந்தன. சுற்றிலும் நெடுந்தொலைவுக்கு யாவும் கறுப்பும் வெள்ளையுமாய்த் தெரிந்தன, கனவிலாழ்ந்திருந்த மரங்கள் வெள்ளைக் கற்களுக்கு மேல் தமது கிளைகளை விரித்து நீட்டியிருந்தன. வெளியே திடலில் இருந்ததைவிட இங்கே வெளிச்சமாய் இருப்பதாய்த் தோன்றிற்று. மேப்பிள் மரங்களின் இலைகள் பாதங்களைப் போல் கண்ணுக்குத் தெரிந்தன, நடைபாதையின் மஞ்சள் மணலையும் வெண்ணிறக் கல்லறைக் கற்களையும் பின்னணியாய்க் கொண்டு இந்த இலைகள் தெளிவான உருவரைகளுடன் காட்சியளித்தன. நினைவுச் சின்னங்களில் இருந்த வாசகங்கள் பளிச்செனக் கண்ணுக்குத் தெரிந்தன. ஸ்தார்த்செவின் மனத்துள் ஓர் எண்ணம் உதித்து அவரை ஆட்கொண்டுவிட்டது: வாழ்வில் முதல் முறையாய்ப் பார்க்கிறோம், திரும்பவும் பார்ப்பது துர்லபம்தான்; இது வேறு எவ்வுலகையும் போன்றதல்லாத ஓர் உலகம்; நிலாவொளி இவ்விடத்தைத் தனது தொட்டிலாய்க் கொண்டிருப்பது போல் இங்கு அவ்வளவு மென்மையாகவும் இனிமையாகவும் இருக்கிறது; உயிர் என்பது இல்லாத, இல்லவே இல்லாத உலகமாயினும் கருமை படர்ந்த ஒவ்வொரு நெட்டிலிங்க மரத்திலும் ஒவ்வொரு கல்லறையிலும் விந்தை நிலவுவதை, அமரத்துவம் வாய்ந்த, அமைதி நிறைந்த, அதிமதுர வாழ்வு உண்டென்று உறுதி கூறும் விந்தை நிலவுவதை உணர முடிகிறது என்பதாய் நினைத்தார் அவர். கல்லறைக் கற்களிலிருந்தும் வாடிப்போன மலர்களிலிருந்தும் இலைகளின் கூதிர் பருவ வாசனையிலிருந்தும் சோகமும் அமைதியும் மிதந்து பரவின.

சுற்றிலும் நிசப்தம் நிலவிற்று. வானத்திலிருந்து விண்மீன்கள் உருக்கமான பணிவுடன் கீழே உற்று நோக்கின. ஸ்தார்த்செவின் காலடி ஓசை பொருத்தமற்றுக் கடூரமாய்க் கேட்டது. கோயிலின் கடிகாரம் மணியடித்தபோது, தாம் இறந்துபோய் என்றென்றுக்குமாய்ப் புதைக்கப்பட்டுவிட்டதாய் அவர் கற்பனை செய்து கொண்டார். அப்போதுதான், யாரோ தம்மைப் பார்த்துக் கொண்டிருப்பது போல அவருக்குத் தோன்றியது; இது அமைதியோ சாந்தியோ அல்ல, நிலவுதல் என்பது இல்லாத நிலையின் ஆழ்ந்த சோகமாகும், நம்பிக்கைக்கு இடமில்லாத அவலத்தின் ஒடுங்கிய நிலையாகும் என்பதாய் நினைத்தார்...

திமெத்தியின் நினைவுச் சின்னம் சிறிய திருக்கோயிலின் வடிவில் இருந்தது, அதன் கூரையில் தேவதூதன் ஒருவனது உருவம் தெரிந்தது. முன்னொரு காலத்தில் இத்தாலிய இசை நாடகக் குழு ஒன்று எஸ். நகருக்கு வருகை தந்தது, இக்குழுவைச் சேர்ந்த ஒரு பாடகி இங்கு மரணமடைந்து இவ்விடத்தில் அடக்கம் செய்யப்பட்டாள். அவளுடைய நினைவில் எழுப்பப்பட்ட சின்னமாகும் இது. அவளைப்பற்றி இப்போது நகரில் யாருக்கும் நினைவில்லை, ஆனால் அவளுடைய கல்லறையின் வாயிலில் தொங்கிய விளக்கு நிலாவொளியை எதிரொளித்தது, இதனால் அது எரிவது போல் தோன்றியது.

யாரும் கண்ணில்படவில்லை. நடு நிசியில் யார்தான் இங்கே வருவார்? ஆயினும் ஸ்தார்த்செவ் காத்திருந்தார். நிலாவொளி அவரது உணர்ச்சிகளைத் தட்டியெழுப்பிற்று போலும், முத்தங்களையும் அரவணைப்புகளையும் கற்பனை செய்து கொண்டு ஆர்வத்தோடு காத்திருந்தார்... கல்லறைக்கு அருகே சுமார் அரை மணி நேரம் உட்கார்ந்திருந்தார், பிறகு தொப்பியைக் கையில் வைத்துக்கொண்டு பக்கத்து நடைபாதைகளில் அங்குமிங்கும் நடந்தார். இந்தக் கல்லறைகளில் அடக்கம் பெற்ற பெண்களிலும் நங்கையரிலும் எத்தனை பேர் எழிலுடையோராய், கவர்ச்சி வாய்ந்தோராய் இருந்திருப்பார்கள்? எத்தனை பேர் காதல் கொண்டிருந்திருப்பார்கள், இரவில் உணர்ச்சி வேகங் கொண்டு துடித்தும் காதலின் இன்பப் பிணைப்பில் கட்டுண்டு கிரங்கியும் இருந்திருப்பார்கள்? இவ்வாறெல்லாம் நினைத்துப் பார்த்தார். இயற்கை அன்னைதான் எவ்வளவு மோசமான கேலிக் கூத்து நடத்தி மனிதர்களை எள்ளி நகையாடுகிறது! இதை ஒத்துக்கொள்வது எவ்வளவு அவமானகரமானது! இவ்வாறு ஆலோசித்துக் கொண்டிருந்த

ஸ்தார்த்செவுக்குக் கூச்சலிட்டுக் கத்த வேண்டும் போலிருந்த, காதலையே தாம் நாடுவதாய், அதை அடைய வேண்டுமென்றே காத்திருப்பதாய்க் கூச்சலிட்டுக் கத்தவேண்டும் போலிருந்தது. அவர் எதிரே இருந்தவை இப்போது வெண்ணிறச் சலவைக் கற்களாய் இல்லை, அழகுடன் மிளிரும் உடல்களாய்க் காட்சியளித்தன. கூச்சப்பட்டுக் கொண்டு மர நிழல்களில் ஒளிந்து நின்ற உருவங்களை அவர் கண்ணுற்றார், அவற்றின் கதகதப்பை அவரால் உணர முடிந்தது, அவருடைய ஏக்கத்தவிப்பு பொறுக்க முடியாததாகிவிட்டது...

அப்போது சட்டென நாடகத்திரை இறக்கிவிடப்பட்டது போல் சந்திரன் ஒரு மேகத்துக்குப் பின்னால் மறைந்தான், சுற்றிலும் ஒரே இருட்டாகிவிட்டது. வாயில் வழியை அவர் அடைவதற்குள் பெரும்பாடாகிவிட்டது, ஏனெனில் அதற்குள் கூதிர் பருவ இரவைப் போல் அவ்வளவு இருட்டாகிவிட்டது. ஒன்றரை மணிநேரம் தேடியலைந்து தமது வண்டி நின்று கொண்டிருந்த சந்தினை வந்தடைந்தார்.

“நிற்கவே முடியவில்லை, அப்படிக் களைத்துப்போய்விட்டேன்” என்று பந்தெலைமோனிடம் சொன்னார்.

உள்ளே ஏறி உட்கார்ந்து இருக்கையில் சுகமாய்ச் சாய்ந்து கொண்டதும் தன்னுள் கூறிக் கொண்டார் அவர்:

“ஓ, உடம்பை நான் இப்படி ஊதிப் பருத்துப் போக விட்டிருக்கக் கூடாது!”

3

மணம் புரிந்துகொள்ளும்படிக் கேட்பதென்ற திட்டத்துடன் மறுநாள் மாலையில் அவர் தூர்க்கின் குடும்பத்தாரிடம் சென்றார். ஆனால் அவர் சென்ற தருணம் சரியானதாய் அமையவில்லை, எக்கத்தெரீனா இவானவ்னாவின் அறையில் முடியொப்பனையாளர் அவளுக்குக் கூந்தல் ஒப்பனை செய்து கொண்டிருந்தார். பொழுதுபோக்கு மன்றத்தில் நடன நிகழ்ச்சிக்குப் போவதற்காக அவள் தயாராகிக் கொண்டிருந்தாள்.

திரும்பவும் நெடுநேரம் சாப்பாட்டு அறையில் உட்கார்ந்து தேநீர் அருந்த வேண்டியதாயிற்று. இவான் பெத்ரோவிச் தமது விருந்தினர் சிந்தனையில் ஆழ்ந்து சோர்ந்த நிலையில் இருப்பதைக் கண்டதும் தமது மார்புக் கோட்டின் பையிலிருந்து சில காகிதங்களை

எடுத்து ஜெர்மானியப் பணியாள் ஒருவர் வேதனைக்குரிய வேடிக்கையான அரைகுறை ருஷ்யனில் எழுதியிருந்த கடிதத்தைப் படித்துக் காட்டினார்.

இதைக் கவனமின்றிக் கேட்டவாறு ஸ்தார்த்செவ் தம்முள் கூறிக் கொண்டார்:

"இவர்கள் கொடுக்கக்கூடிய சீதனம் முறைவாய் இருக்காது."

உறக்கமில்லாத இரவை அடுத்து அவர் திகைப்புற்ற நிலையில் இருந்தார், தூக்கமூட்டும் இனிப்பான பானம் குடித்துவிட்ட மாதிரி இருந்தது. கனவில் மிதப்பது போன்ற ஓர் உணர்வும் மகிழ்ச்சிப் பூரிப்பும் கதகதப்பும் அவர் உள்ளத்தை ஆட்கொண்டிருந்தன, அதேபோது குளிர்ந்த ஜில்லிட்ட கனமான சிறு துகள் ஒன்று அவர் தலையில் இருந்து கொண்டு அவருடன் வாதாடிற்று:

"காலம் கடந்து போகும் முன் இந்தக் காரியத்தைக் கைவிடு நீ. அவள் உனக்கு ஏற்றவள்தானா? செல்லம் கொடுத்து வீணாக்கப்பட்டவள் அவள், மனம் போன போக்கில் செல்கிறவள், பிற்பகல் இரண்டு மணி வரை தூங்குகிறவள், நீயோ கோயில் மணியக்காரரின் மகன், மாவட்ட மருத்துவன்..."

"சரி, அதனால் என்ன?" என்று நினைத்தார் அவர்.

"அதோடு, அவளை நீ மணந்து கொண்டால் அவளுடைய பெற்றோர் உன்னை மாவட்ட மருத்துவ வேலையை விட்டுவிட்டு நகரில் வந்து வசிக்கும்படிச் செய்வார்கள்."

"சரி, நகரில் வசித்தால் என்னவாம்?" என்று தம்மைத்தாமே கேட்டுக் கொண்டார். "அவளுக்கு அவர்கள் சீதனம் தருவார்கள், நாங்கள் நகரில் குடித்தனம் அமைத்துக்கொள்வோம்..."

முடிவில் எக்கத்தெரீனா இவானவ்னா தோள்கள் தெரியும்படித் தணிந்தமைந்த நடன ஆடை அணிந்து கண்ணைப் பறிப்பவளாய், தூய்மையின் உருவினளாய் வந்து நின்றாள். ஸ்தார்த்செவுக்கு அப்படியே அவளை விழுங்கிவிடலாம் போலிருந்தது, வைத்த கண் வாங்காமல் அப்படி அவளைப் பார்த்துக் கொண்டிருந்தார். அவளைப் பார்த்துப் புளகாங்கிதமடைந்து புன்னகை புரிய முடிந்ததே தவிர வாய் திறந்து அவரால் ஒரு வார்த்தை பேச முடியவில்லை, அப்படி ஆனந்தப் பரவசமுற்றுவிட்டார்.

எல்லோரிடத்தும் அவள் விடை பெற்றுக்கொள்ள முற்பட்டாள்; உடனே அவரும் எழுந்தார், இனி அங்கே அவருக்கு என்ன வேலை? நேரமாகிவிட்டது, வீட்டுக்குப் போக வேண்டும், சிகிச்சைக்காகப் பலரும் வந்து காத்துக் கொண்டிருப்பார்கள் என்றார்.

"அட பாவமே!" என்றார் இவான் பெத்ரோவிச். "என்ன செய்வது? புறப்படுங்கள்! அப்படியே கண்ணுவையும் அழைத்துச் சென்று பொழுதுபோக்கு மன்றத்தில் விட்டுச் செல்லுங்கள்."

வெளியே மழை தூறிற்று, ஒரே இருட்டாயிருந்தது. பந்தெலைமோனின் வறட்டு இருமலைக் கொண்டுதான் வண்டி நின்ற இடத்தை அவர்கள் கண்டுகொள்ள வேண்டியிருந்தது. வண்டியின் கூண்டு உயர்த்திவிடப்பட்டிருந்தது.

இவான் பெத்ரோவிச் விகடப் பேச்சு பேசியவாறு தம் மகள் வண்டியில் ஏறுவதற்கு உதவி புரிந்தார், பிறகு வழியனுப்பி வைத்தார்: "சரி, புறப்படுங்கள்! வாங்க, வாங்க, போய் வாங்க!"

வண்டி புறப்பட்டது.

"நேற்று இடுகாட்டிலே காத்திருந்தேன்" என்றார் ஸ்தார்த்செவ். "கொஞ்சங்கூட இரக்கமில்லாமல் நீ..."

"இடுகாட்டில் காத்திருந்தீர்களா?"

"ஆமாம், ஏறத்தாழ இரண்டு மணிநேரம் இருந்து பார்த்தேன், தவியாய்த் தவித்துப்போனேன்..."

"நல்லா வேண்டும் - விளையாட்டு என்பது கூடவா புரியாமல் போயிற்று உங்களுக்கு?"

எக்கத்தெரீனா இவானவ்னா பலக்கச் சிரித்தாள் - இவரைச் சரியானபடி ஏமாற்றிவிட்டோம், அளவிலாதபடி அல்லவா தன் மீது காதல் கொண்டிருக்கிறார் என்று ஆனந்தப்பட்டுக் கொண்டாள். ஆனால் மறுகணமே அவள் திடுக்குற்றுக் கூச்சலிட்டாள், ஏனெனில் பொழுதுபோக்கு மன்ற வாயில் வழியினுள் குதிரைகள் திரும்பிய வேகத்தில் வண்டி வெடுக்கென ஒருக்களித்தது. உடனே ஸ்தார்த்செவ் அவள் இடுப்பை அணைத்துப் பிடித்துக் கொண்டார். அவளும் தனக்கு ஏற்பட்ட அதிர்ச்சியில் அவர் மீது சாய்ந்து கொண்டுவிட்டாள். உணர்ச்சிவயப்பட்டுப் போன ஸ்தார்த்செவ் தம்மைக் கட்டுப்படுத்திக்கொள்ள முடியாமல் அவளை இறுகக்

கட்டிப் பிடித்துக் கொண்டு பரபரப்புடன் அவள் உதடுகளிலும் கழுத்திலும் முத்தங்கள் பதித்தார்.

"போதும் விடுங்கள்" என்றாள் அவள், வறண்ட குரலில்.

அதே கணத்தில் வண்டியிலிருந்து இறங்கி ஓடினாள். விளக்கு வெளிச்சத்தில் பிரகாசித்த மன்றவாயிலின் அருகே நின்றிருந்த போலீஸ்காரன் பந்தெலைமோனைப் பார்த்துக் கத்தினான்:

"ஏய், தூங்குமூஞ்சி! ஏன் நிற்கிறாய்? ஓட்டு வண்டியை!"

ஸ்தார்த்செவ் வீட்டுக்குச் சென்றார், சீக்கிரமாகவே அங்கிருந்து திரும்பினார். வேறொருவருடைய நீள் கோட்டைப் போட்டுக் கொண்டு, கழுத்தில் கட்டியிருந்த விறைப்பான வெள்ளை டை புடைத்துக் கொண்டு ஒரு பக்கமாய்ச் சாய்ந்து நழுவ, நள்ளிரவில் பொழுதுபோக்கு மன்ற முன்னறையில் அமர்ந்து மகிழ்ச்சிப் பூரிப்புற்று எக்கத்தெரீனா இவானவ்னாவிடம் சொன்னார்:

"ஒருபோதும் காதல் கொண்டிராதோர் காதலைப் பற்றி ஏதும் அறியாதோரே ஆவர்! இதுவரை காதலை உள்ளது உள்ளபடி யாரும் சித்திரித்ததாய் எனக்குத் தெரியவில்லை. இன்பக் களிப்பூட்டுவதும் உள்ளத்தை வதைபடச் செய்வதுமான இந்த மிக மென்மையான உணர்ச்சியைச் சித்திரிப்பது முடியாத காரியமென்றே நான் சொல்வேன். இதை அனுபவித்தவர் எவரும், ஒரேயொரு முறையேனும் அனுபவித்து அறிந்தவர் எவரும் சொற்களால் இதை எடுத்துரைக்க ஒருபோதும் முயல மாட்டார். எதற்காக இந்தப் பீடிகைகளும், விளக்கங்களும்? வீண் பேச்சுக்கள் எல்லாம் எதற்காக? எனது காதல் அளவு கடந்தது... உன்னைக் கேட்டுக்கொள்கிறேன், வேண்டிக்கொள்கிறேன்" என்று தம் மனத்திலுள்ளதை முடிவில் வெளிப்படையாய்க் கூறி முடித்தார்: "என் மனைவியாகிவிடு நீ!"

"திமீத்ரி இயோனிச்" என்றாள் எக்கத்தெரீனா இவானவ்னா, சிறிதுநேரம் ஆலோசித்தவாறு இருந்தபின் மிகவும் உருக்கமான முகபாவத்துடன். "திமீத்ரி இயோனிச், எனக்கு நீங்கள் அளிக்கும் இந்தச் சிறப்புக்காக உங்களுக்கு ஆழ்ந்த நன்றி தெரிவிக்கிறேன், உங்களை வெகுவாய் மதிப்பவள் நான், ஆனால்..." என்று அவள் எழுந்து நின்று பேசிச் சென்றாள், "ஆனால் நீங்கள் என்னை மன்னிக்க வேண்டும், உங்கள் மனைவி ஆக முடியாதவள் நான். மனம்விட்டுப் பேசுவது நல்லது. திமீத்ரி இயோனிச், உங்களுக்குத் தெரிந்ததுதான் இது, வாழ்க்கையில் யாவற்றுக்கும் முதலாய்க் கலையையே நான் நேசிக்கிறேன், இசை மீது அடங்காத மோகங் கொண்டிருக்கிறேன்,

என் வாழ்க்கையை அதற்கே அர்ப்பணித்துக்கொள்ள விரும்புகிறேன். நான் இசைமணியாக வேண்டுமென விரும்புகிறேன், பெயரும் புகழும் வெற்றியும் சுதந்திரமும் வேண்டுமென விழைகிறேன். இந்நகரில் நான் என்றென்றுக்குமாய் இருந்து சலிப்பூட்டும் இந்த வீண் வாழ்க்கையில், எனக்குச் சகிக்க முடியாததாகிவிட்ட இந்த வாழ்க்கையில் தொடர்ந்து காலத்தைக் கழிக்க வேண்டும் என்கிறீர்கள் நீங்கள். மனைவியாகிவிட வேண்டும் என்கிறீர்கள் - என்னால் முடியாது, என்னை மன்னியுங்கள்! உன்னதமான, ஒளி மிகுந்த குறிக்கோள் ஒன்றை நோக்கி முன்செல்லவே பாடுபட வேண்டும், குடும்ப வாழ்க்கை என்றென்றுக்குமாய் என்னைக் கட்டுண்டு விடும்படிச் செய்யும். திமீத்ரி இயோனிச்" (அவள் இலேசாய்ப் புன்னகை புரிந்து கொண்டாள், "திமீத்ரி இயோனிச்" என்னும் பெயரை உச்சரித்தபோது தன்னை அறியாமல் அவள் "அலெக்சேய் பியாபிலாக்திச்சை" நினைத்துக் கொண்டாள்), "திமீத்ரி இயோனிச், நீங்கள் அன்பு உள்ளமும் தயாள சிந்தையும் கூர்மதியும் கொண்டிருக்கிறீர்கள், ஏனைய எல்லோரையும்விட சிறந்தவராய் இருக்கிறீர்கள்..." அவள் கண்களில் கண்ணீர் அரும்பிவிட்டது, "உங்களுக்காக என் உள்ளம் கரைந்துருகுகிறது, ஆனால்... ஆனால், நீங்கள் என்னைப் புரிந்துகொள்ள வேண்டும்..."

வாய்விட்டு அழுது விடாதிருக்கும் பொருட்டு முகத்தைத் திருப்பிக் கொண்டு அறையிலிருந்து வெளியே சென்றாள் அவள்.

இதன் பிறகு ஸ்தார்த்செவின் நெஞ்சு படபடத்துத் துடிக்கவில்லை. மன்றத்தைவிட்டு வெளியேறித் தெருவுக்கு வந்த அவர் முதல் வேலையாய்த் தமது கழுத்திலிருந்து அந்த விறைப்பான டையைக் கழற்றியெடுத்துவிட்டு ஆழமாய் மூச்சை உள்ளுக்கு இழுத்தார். அவருக்குக் கொஞ்சம் வெட்கமாகவே இருந்தது, தமது தன்மானத்துக்கு ஊறு நேர்ந்து விட்டதாய் நினைத்தார் - தாம் இப்படி நிராகரிக்கப்பட முடியுமென அவர் எதிர்பார்க்கவே இல்லை. தமது கனவுகளும் துயரங்களும் நம்பிக்கைகளும் அமெச்சூர்கள் தயாரித்து அளிக்கும் குட்டி நாடகத்தின் கடைசிக் காட்சியைப் போல் இப்படி அபத்தமாய் முடிவுறுமென அவர் நினைக்கவே இல்லை. தமது உள்ளத்து உணர்ச்சிகளையும் தமது இந்தக் காதலையும் நினைக்க நினைக்க அவருக்கு நெஞ்சு பொறுக்கவில்லை, அப்படியே அழுதுவிட வேண்டும் போலிருந்தது, அல்லது முழு பலத்தையும் கொண்டு தமது குடையால் பந்தெலைமோனின் அகன்ற முதுகிலே மொத்த வேண்டும் போலிருந்தது.

தொடர்ந்து மூன்று நாட்களுக்கு அவருக்கு ஒன்றும் சரிப்பட்டு வரவில்லை, அவர் சாப்பிடவுமில்லை, தூங்கவுமில்லை. ஆனால் எக்கத்தெரீனா இவானவ்னா இசைக் கல்லூரியில் சேர்வதற்காக மாஸ்கோ சென்றுவிட்டாள் என்னும் செய்தி கிடைத்ததும் அவர் அமைதியடைந்து தொடர்ந்து முன்பு போலவே வாழ முற்பட்டார்.

முன்பு தாம் இடுகாட்டிலே அலைந்தது பற்றியோ, நீள் கோட்டைத் தேடி நகரெங்கும் வண்டியிலே சுற்றியது பற்றியோ எப்போதாவது அவருக்கு நினைவு வந்தபோது உடம்பை நிமிர்த்திச் சோம்பல் முறித்தவாறு கூறிக்கொண்டார்:

"என்ன பாடு, இருந்தாலும் என்ன பாடு!"

4

நான்கு ஆண்டுகள் கழிந்தன. நகரில் ஸ்தார்த்செவுக்குத் தொழில் வெகுவாய் அதிகரித்துவிட்டது. தினமும் காலையில் தியலீஷில் மருத்துவமனையில் நோயாளிகளை அவசரமாய்ப் பார்வையிட்டு மருந்து கொடுத்துவிட்டு நகரில் தமக்குள்ள நோயாளிகளைப் பார்ப்பதற்காகப் புறப்படுவார். இப்போது அவர் இரட்டைக் குதிரைகள் அல்ல, கிணுகிணுக்கும் மணிகளையுடைய மூன்று குதிரைகள் பூட்டிய வண்டியிலே சென்றார். நேரங் கழித்து இரவில் வீட்டுக்குத் திரும்பினார். ஊதிப் போய்த் தொந்தியும் தொப்பையுமாகிவிட்டார், நடந்தால் அவருக்குப் படபடப்பு ஏற்பட்டது, நடப்பதைத் தவிர்த்துக் கொண்டார். பந்தெலைமோனும் பருத்துப் பெருத்து விட்டான், சுற்றளவு அதிகமாகியதைத் தொடர்ந்து மேலும் சோகமாய்ப் பெருமூச்சு விட்டுத் தனது அவல நிலைமை குறித்து முறையிட்டு வந்தான்: "எந்நேரமும் வண்டியிலேதான், ஓய்வே இல்லை!"

ஸ்தார்த்செவ் மிகப் பல வீடுகளுக்கும் சென்றார், மிகப் பலரையும் சந்தித்தார், ஆனால் யாருடனும் அவர் நெருங்கிப் பழகவில்லை. அவர்களுடைய பேச்சும் கருத்துக்களும் நகரவாசிகளது தோற்றமுங்கூட அவருக்கு எரிச்சலைத்தான் உண்டாக்கின. எஸ். நகரில் எவருடனும் தாம் சீட்டாடிக் கொண்டும் சேர்ந்தமர்ந்து உணவருந்திக் கொண்டும் இருந்தவரை அந்த ஆள் அமைதியானவராகவும் இனிய சுபாவமுடையவராகவும், ஏன் ஓரளவு கெட்டிக்காரராகவுங்கூட இருந்ததையும், உரையாடலானது சாப்பாடு அல்லாத பிற விவகாரங்களுக்கு - உதாரணமாய்

அரசியல் அல்லது விஞ்ஞானத்துக்கு - திரும்பியதும் உடனே திகைத்துப் போய்த் தவித்ததையும், அல்லது அந்த ஆளைவிட்டுத் தூர விலகிச் செல்வதையன்றி வேறு வழியில்லாதபடி அப்படி அடிமுட்டாள்தனமான, கொடுமை வாய்ந்த தத்துவ ஞானம் பேச ஆரம்பித்ததையும் படிப்படியாய் அவர் தெரிந்து கொண்டார். மிதவாத மனப்பான்மை கொண்டவருடன் ஸ்தார்த்செவ் பேச முற்பட்டு, ஆண்டவன் அருளுடன் மனிதகுலம் முன்னேறிச் செல்கிறதென்றும் காலப்போக்கில் இனி நாம் பாஸ்போர்ட்டுகளையும் மரண தண்டனையையும் விட்டொழித்துவிட முடியுமென்றும் சொன்னதும், அந்த ஆள் சட்டெனச் சந்தேகக் கண் கொண்டு ஓரப் பார்வையால் அவரை உற்று நோக்கியவாறு, "தெருவிலே இஷ்டத்துக்கு ஒருவரையொருவர் கழுத்தை அறுத்துக் கொண்டு நிற்கலாமென்றா?" என்று கேட்டார். தேநீர் அருந்தும்போதோ, இரவில் சாப்பிடும்போதோ ஸ்தார்த்செவ் ஒவ்வொருவரும் வேலை செய்வது அவசியமாகும், உழைப்பின்றி வாழ்க்கை இல்லை என்று சொன்னதும், சுற்றிலும் இருந்தவர்கள் தம்மைத்தாக்குவதற்காகக் கூறப்பட்டதாய் இதைக் கருதிக் கொண்டு ஆவேசமாய் வாதாடத் தொடங்குவார்கள். அது மட்டுமின்றி இவர்கள் எல்லாம் எந்த வேலையுமின்றிச் சும்மாவே இருந்தவர்கள் என்பதாலும், எதிலுமே நாட்டமில்லாதவர்கள் என்பதாலும் இவர்களுடன் பேசுவதற்கும் ஒன்றும் இருக்காது. ஆகவே ஸ்தார்த்செவ் உரையாடலையே தவிர்த்துக் கொண்டு, இவர்களுடன் அமர்ந்து சாப்பிடுவதோடும், சீட்டாடுவதோடும் நிறுத்திக் கொண்டு விட்டார். யாருடைய வீட்டிலாவது நடைபெறும் குடும்பக் கொண்டாட்டம் எதற்காவது அழைக்கப்பட்டு ஸ்தார்த்செவ் அங்கே செல்ல நேரும் போது அவர் வாய் பேசாமல் அமர்ந்து தமது சாப்பாட்டுத் தட்டை வெறிக்கப் பார்த்தபடிச் சாப்பிட்டுக் கொண்டிருப்பார். இந்த வைபவங்களின் போது பேசப்படும் பேச்சுக்கள் சிறிதும் சுவையற்றனவாய் நியாயமின்றியும் அசட்டுத்தனமாகவும்தான் இருக்கும், எப்போதும் எரிச்சல் உண்டாக்கி அவரைக் கோபங்கொள்ளவே செய்யும். ஆகவே, அவர் வாயை மூடிக்கொண்டு பேசாமல் இருப்பது வழக்கம். எப்போதும் அவர் சாப்பாட்டுத் தட்டை வெறிக்கப் பார்த்தவாறு 'உம்' மென்று இருந்ததால், போலிஷ் கலப்பு சிறிதும் இல்லாவிட்டாலும் நகரில் அவர் "ஆத்திரக்காரப் போலிஷ்காரர்" என்பதாய்ப் பெயர் பெறலானார்.

நாடகங்கள், கச்சேரிகள் போன்ற பொழுதுபோக்குகளைத் தவிர்த்துக் கொண்டு நாள் தவறாமல் மாலையில் சுமார் மூன்று

மணி நேரம் மன நிறைவுடன் சீட்டாடினார். சிறிதுசிறிதாகவும் அவர் அறியாமலும் இன்னொரு பொழுதுபோக்கிலும் ஈடுபடும்படி இழுக்கப்பட்டார்: பல வீடுகளுக்கும் சென்று நோயாளிகளைப் பார்வையிட்டுச் சுற்றி வருகையில் அவர் சேகரித்த பண நோட்டுகளை அந்திப்பொழுதில் தமது பைகளிலிருந்து எடுத்துக் கணக்கிடுவதுதான் இந்தப் பொழுதுபோக்கு. இந்த நோட்டுகள் அவரது பைகள் நிறைய திணிந்திருக்கும், சில மஞ்சளாகவும், சில பச்சையாகவும் இருக்கும், சிலவற்றில் செண்டு மணம் வீசும், சிலவற்றில் புளிக்காடி அல்லது மணப்புகை அல்லது எண்ணெயின் வாசனையடிக்கும், சிலசமயம் எல்லாப் பைகளிலுமாய்ச் சேர்ந்து மொத்தம் எழுபது ரூபிள் வரை இருக்கும். இப்படிச் சில நூறு ரூபிள் சேர்ந்ததும் "பரஸ்பரக் கடன் செலாவணிக் கழகத்தில்" தமக்குள்ள கணக்கில் அவர் இந்தப் பணத்தைக் கட்டி விடுவது வழக்கம்.

எக்கத்தெரீனா இவானவ்னா சென்றபின் கழிந்த இந்த நான்கு ஆண்டுகளில் அவர் இரண்டே தரம்தான் தூர்க்கின் குடும்பத்தாரின் வீட்டுக்குச் சென்றிருந்தார், வேரா இயோசிபவ்னா கூப்பிட்டு அனுப்பியதன் பேரில் சென்று அவளுடைய தலைவலிக்குச் சிகிச்சை அளித்தார். எக்கத்தெரீனா இவானவ்னா ஒவ்வொரு கோடையிலும் நகருக்குத் திரும்பி வந்து பெற்றோருடன் தங்கியிருந்தாள், ஆனால் ஸ்தார்த்செவ் அவளை ஒரு தரம்கூடப் பார்க்கவில்லை - எப்படியோ அவ்விதம் நேர்ந்து வந்தது.

இப்போது நான்கு ஆண்டுகள் உருண்டோடிவிட்டன. அமைதியாய்க் கதகதப்பாய் இருந்த ஒரு நாள் காலையில் மருத்துவமனையில் ஒரு கடிதம் கொண்டுவந்து தரப்பட்டது. திமீத்ரி இயோனிச்சுக்கு வேரா இயோசிபவ்னா எழுதியிருந்தாள். அவர் வராதிருப்பது தனக்குப் பெரிய ஏமாற்றமாய் இருக்கிறதென்றும், தவறாமல் உடனே வந்து தன்னை அவர் பார்வையிட்டுத் தனது உபாதையைக் குறையச் செய்ய வேண்டுமென்றும், தவிரவும் அன்று தனது பிறந்த நாளாகுமென்றும் அவள் எழுதியிருந்தாள். கடிதத்தின் அடியில் ஒரு குறிப்பும் காணப்பட்டது: "அம்மாவுடன் சேர்ந்து நானும் வேண்டுகிறேன்."

ஸ்தார்த்செவ் ஆலோசித்துப் பார்த்தார். பிறகு அந்தியில் தூர்க்கின் குடும்பத்தாரிடம் சென்றார்.

"வணக்கமே வணக்கம்!" என்று வழக்கம் போல் இவான் பெத்ரோவிச் கண்களால் புன்னகை புரிந்து காட்டி அவரை

வரவேற்றார். அதோடு பிரெஞ்சையும் ருஷ்யனையும் கலந்து "போன்ஜூர்த்தே!" என்று முகமன் கூறினார்.

பெரிதும் வயதான தோற்றமுடையவளாகித் தலை நரைத்துப் போய்விட்ட வேரா இயோசிபவ்னா, ஸ்தார்த்செவின் கையைப் பிடித்து அழுத்தி ஆடம்பரமாய்ப் பெருமூச்செறிந்தவாறு கூறினாள்:

"டாக்டர், சல்லாபமாய் என்னுடன் பேச விரும்பவில்லை நீங்கள், எங்கள் வீட்டுப் பக்கம் வருவதே இல்லை, உங்களுக்கு நான் வயதானவளாகிவிட்டேன். ஆனால் இளையவள் இப்போது எங்களுடன்தான் இருக்கிறாள், அவளுக்கு இந்தப் பாக்கியம் கிடைத்தாலும் கிடைக்கலாம்."

கண்ணு எப்படி இருந்தாள்? முன்னிலும் ஒல்லியாகவும், வெளிறிட்டும் காணப்பட்டாள், ஆனால் முன்னிலும் இனிமையும் வனப்புமுடையவளாய் இருந்தாள். இப்போதும் அவள் கண்ணு அல்ல, எக்கத்தெரீனா இவானவ்னா. புதுமையின் மாசற்ற தகதகப்பும், அறியாப் பிள்ளையின் முகபாவமும் மறைந்துவிட்டன. அவள் பார்த்த பார்வையில் புதிதாய் ஏதோ ஒன்று, கூச்சமும் குற்ற உணர்ச்சியும் கொண்ட ஏதோ ஒன்று இருப்பது தெரிந்தது. இங்கே தூர்க்கின் குடும்பத்தாரின் வீட்டில் இப்போது தனக்குக் கலகலப்பாய் இல்லாதது போலத் தோன்றினாள்.

"நாம் ஒருவரையொருவர் பார்த்து எத்தனை ஆண்டுகளாகின்றன" என்று ஸ்தார்த்செவின் கைக்குள் அவள் தன் கையை வைத்துக் கொண்டு சொன்னாள். அவளுடைய நெஞ்சு படபடத்துக் கொண்டது தெளிவாகவே தெரிந்தது. ஆவல் மிக்கவளாய் அவரது முகத்தை உற்றுப் பார்த்துக் கொண்டு பேசினாள்: "ஊதிப் போய் விட்டீர்கள்! பழுப்பேறி முன்னிலும் அதிகமாய் ஆணின் தோற்றமுடையவராகியுள்ளீர்கள், ஆனால் மொத்தத்தில் அப்படி ஒன்றும் அதிகமாய் மாறிவிடவில்லை."

அவள் இன்னமும் கவர்ச்சி வாய்ந்தவளாய், மிகவும் கவர்ச்சி வாய்ந்தவளாய் இருக்கக் கண்டார் அவர். ஆனால் இப்போது அவளிடம் ஏதோ ஒரு குறை இருப்பதாய், அல்லது வேண்டாத ஒன்று அவளிடம் ஒட்டிக் கொண்டு விட்டதாய் நினைத்தார். இது என்னவென்று அவரால் தெளிவாய்க் கூற முடியவில்லை, ஆயினும் இந்த ஏதோ ஒன்று அவரை முன்பு போல் உணர்ச்சி வயப்பட்டு விடாதவாறு தடுத்தது. அவளது வெளிறிட்ட தோற்றமும் அவளது புதிய முகபாவமும் இலேசான புன்னகையும் அவளது

குரலும் அவருக்குப் பிடிக்கவில்லை. விரைவில் அவளது ஆடைகளும் அவள் அமர்ந்திருந்த நாற்காலியும் தமக்குப் பிடிக்காமற்போனதை உணர்ந்தார் அவர். முன்பு அவளைத் தாம் அனேகமாய் மணந்துகொள்ளும் அளவுக்குச் சென்றுவிட்ட அந்தப் பழங்காலத்திலும் தமக்குப் பிடிக்காத ஏதோ ஒன்று இருந்ததாய் நினைத்தார். நான்கு ஆண்டுகளுக்கு முன்பு அவரது உள்ளத்தில் நிறைந்திருந்த அந்தக் காதலும், அவரைக் கிளர்ச்சியுறச் செய்த உற்சாகமான நம்பிக்கைகளும் கனவுகளும் அவர் நினைவுக்கு வந்தன, அவர் சங்கடப்பட்டுக் கொண்டார்.

தேநீர் அருந்தினார்கள், கேக் சாப்பிட்டார்கள். வேரா இயோசிபவ்னா அவளது புதினத்தைப் படித்துக் காட்டினாள், மெய்யான வாழ்க்கையில் ஒருபோதும் நடைபெறாதவற்றைப் படித்துக் காட்டினாள். அவர் அதைக் கேட்டுக் கொண்டு அவளது நரைத்துப்போன அழகான தலையைப் பார்த்தவாறு அமர்ந்திருந்தார், எப்போது இது முடிவுறப் போகிறதெனப் பார்த்திருந்தார்.

"கதை எழுதத் தெரியாதது குற்றமல்ல, கதை எழுதினோம் என்பதை மறைக்க முடியாதவராய் இருப்பதுதான் குற்றம்" என்று அவர் தமக்குத்தாமே கூறிக் கொண்டார்.

"கெட்டபடியாய் இல்லை" என்றார் இவான் பெத்ரோவிச்.

பிறகு எக்கத்தெரீனா இவானவ்னா மிகவும் பலமாகவே நெடுநேரம் பியானோ வாசித்தாள். அவள் வாசித்து முடித்ததும் நெடுநேரம் அவளுக்கு நன்றி தெரிவித்து வாழ்த்துரைத்தார்கள்.

"இவளை நான் மணந்துகொள்ளாதது நல்லதுதான்" என்று நினைத்துக் கொண்டார் ஸ்தார்த்செவ்.

அவள் அவரைப் பார்த்தாள்; தன்னைத் தோட்டத்துக்கு வருமாறு அழைப்பாரென அவள் எதிர்பார்த்தது தெரிந்தது. ஆனால் அவர் மௌனமாய் அமர்ந்திருந்தார்.

"நாம் இருவரும் பேசுவோம்" என்று அவரிடம் வந்து சொன்னாள் அவள். "எப்படி இருக்கிறீர்கள்? உங்கள் வாழ்க்கை எப்படி இருக்கிறது? பல நாட்களாய் நான் உங்களைப் பற்றி நினைத்துப் பார்த்தேன்" என்று அவள் பதற்றத்துடன் கூறிச் சென்றாள். "உங்களுக்குக் கடிதம் எழுத வேண்டுமென்று, தியலீஷுக்குச் சென்று உங்களைப் பார்க்க வேண்டுமென்று விரும்பினேன். போவதென்று தீர்மானங்கூடச் செய்து விட்டேன், பிற்பாடுதான் வேண்டாமென்று

சும்மாயிருந்தேன் - என்னைப்பற்றி நீங்கள் இப்போது என்ன நினைக்கிறீர்களோ, யாருக்குத் தெரியும் என்று சும்மாயிருந்தேன். இன்று உங்கள் வரவை எதிர்ப்பார்த்து ஆவலுடன் காத்திருந்தேன். தோட்டத்துக்குப் போகலாம், வாங்க."

இருவரும் தோட்டத்துக்குச் சென்றனர், நான்குஆண்டுகளுக்கு முன்பு செய்ததுபோல அந்தப் பழைய மேப்பிள் மரத்துக்கடியில் பெஞ்சில் உட்கார்ந்தனர்.

"சரி, நீங்கள் எப்படி இருக்கிறீர்கள், சொல்லுங்கள்" என்றாள் எக்கத்தெரீனா இவானவ்னா.

"நல்லபடியாகத்தான் இருக்கிறேன், ஏதோ ஒரு மாதிரி நடக்கிறது" என்று பதிலளித்தார் ஸ்தார்த்செவ்.

சொல்வதற்கு வேறொன்றும் இருப்பதாய் அவர் மனதுக்குப் படவில்லை. இருவரும் பேசாமல் அமர்ந்திருந்தார்கள்.

"நான் கிளர்ச்சியுற்றிருக்கிறேன்" என்று சொல்லி எக்கத்தெரீனா இவானவ்னா கைகளால் முகத்தை மூடிக் கொண்டாள். "நீங்கள் இதைக் கவனிக்காது ஒதுக்கிவிட வேண்டும்! வீட்டுக்குத் திரும்பி வந்து எல்லோரையும் மீண்டும் பார்த்து அப்படி நான் மகிழ்ச்சி கொண்டிருக்கிறேன், இந்த நிலைமை இன்னும் எனக்குப் பழக்கமாகவில்லை. எவ்வளவு செழுமையான நினைவுகள்! விடியும் வரை ஓயாமல் நாம் இருவரும் பேச வேண்டியிருக்கும் என்பதாய்த் தோன்றிற்று."

அவளது முகத்தையும் பிரகாசமான கண்களையும் அவர் தம் கண்ணெதிரே காண முடிந்தது. அறையில் இருந்ததைக் காட்டிலும் இங்கே இருட்டில் அவள் அதிக இளமையாய்த் தோன்றினாள். அந்தக் காலத்தில் அவளிடம் இருந்த அந்த அறியாப் பிள்ளையின் முகபாவமுங்கூட இப்போது அவளுக்குத் திரும்பிவிட்டதாய் நினைத்தார். சிறுபிள்ளைக்குரிய வெகுளித்தனத்துடன் அவள் தன்னை நோட்டமிடுவதை அவர் கண்ணுற்றார். ஒரு காலத்தில் அவளை அத்தனை ஆர்வமோடு, அப்படி உளம் கனிந்து, அவ்வளவு பயனற்றவாறு காதலித்த இந்த ஆளிடம் நெருங்கி வர வேண்டுமென்று, இவரைப் புரிந்துகொள்ள வேண்டுமென்று விரும்பியது போல் அவள் நோட்டமிட்டாள். இந்தக் காதலுக்காக அவளது கண்கள் அவருக்கு நன்றி தெரிவித்தன. மிகவும் அற்பமான நினைவு வந்தன. இடுகாட்டில் அவர் அலைந்தது, பிறகு பொழுது விடிவதற்குச் சிறிது நேரம் முன்பு அறவே களைத்து ஓய்ந்து போய்

வீட்டுக்குத் திரும்பியது ஆகிய யாவும் அவர் மனக் கண்முன் தெரிந்தன. திடுமென அவருக்குத் துக்கமாயிருந்தது, கடந்ததை நினைத்துத் துயருற்றார். அவர் ஆன்மாவினுள் ஓர் ஒளிச்சுடர் படபடத்தது.

"உன்னைப் பொழுதுபோக்கு மன்றத்துக்கு அழைத்துச் சென்றேனே, அந்த அந்திப்பொழுது உனக்கு ஞாபகத்தில் இருக்கிறதா?" என்று கேட்டார் அவர். "மழை தூறிற்று, இருட்டாய் இருந்தது..."

அவருடைய ஆன்மாவில் ஒளிவிட்ட அந்தச் சுடர் பெரிதாயிற்று; அவருக்கு இப்பொழுது ஒரு விருப்பம் உண்டாயிற்று, பேச வேண்டுமென்று, தமது வாழ்க்கை இப்படி ஆயிற்றே எனப் புலம்ப வேண்டுமென்று...

"அந்தோ!" என்று முனகினார் அவர். "என் வாழ்க்கையைப் பற்றிக் கேட்டாய். நாங்கள் இங்கே வாழவா செய்கிறோம்? இல்லை, வாழவில்லை; வயோதிகமடைகிறோம், ஊதிப் பருத்துச் செல்கிறோம், இழிவுறுகிறோம். நாட்கள் ஒன்றன் பின் ஒன்றாய்க் கழிகின்றன, குறிப்பிட்டுச் சொல்லக் கூடிய நினைவுகளோ, சிந்தனைகளோ இல்லாமல் வாழ்க்கை சப்பிட்டுப் போய், கசந்து போய் எப்படியோ நடைபெற்றுச் செல்கிறது... பகற்பொழுது பணம் பண்ணுவதில் போகிறது, அந்திப்பொழுது பொழுதுபோக்கு மன்றத்தில், எனக்குக் கொஞ்சமும் பிடிக்காத சீட்டாட்டக்காரர்கள், குடிகாரர்கள், வாய்ப் பேச்சுக்காரர்களின் மத்தியில் கழிகிறது. என்ன வாழ்க்கை இது?"

"ஆனால் உங்களது மருத்துவப் பணி இருக்கிறது, வாழ்க்கையில் புனிதமான குறிக்கோள் இருக்கிறது. உங்களுடைய மருத்துவமனை குறித்து நீங்கள் ஆர்வமாய் பேசுவது வழக்கம். அப்போதெல்லாம் நான் வினோதமானவளாய் இருந்தேன். பியானோ வாசிப்பதில் நான் புகழ்பெறப் போவதாய்க் கற்பனை செய்து வந்தேன். இக்காலத்தில் இளம் பெண்கள் எல்லோரும்தான் பியானோ வாசிக்கிறார்கள், அதேபோல்தான் நானும் வாசித்தேன், நான் வாசித்ததில் தனிச் சிறப்புக்குரியது ஒன்றும் இருக்கவில்லை. அம்மா எந்த அளவுக்கு எழுத்தாளரோ அந்த அளவுக்கு நான் பியானிஸ்டுதான். அப்போது உங்களை நான் புரிந்துகொள்ளவில்லை, ஆனால் பிற்பாடு மாஸ்கோவில் நான் அடிக்கடி உங்களைப்பற்றி நினைத்தேன். உங்களைப்பற்றி மட்டுமேதான் நினைத்துக் கொண்டிருந்தேன். மாவட்ட மருத்துவராய் இருந்து பணியாற்றுவதும், துயருறுவோருக்கு

உதவுவதும், மக்களுக்குத் தொண்டு புரிவதும் மெய்யான இன்பமாயிற்றே! ஆம், மகத்தான இன்பம்!" என்று மிகுந்த உற்சாகத்துடன் திரும்பவும் கூறினாள் எக்கத்தெரீனா இவானவ்னா. "மாஸ்கோவில் நான் உங்களைப் பற்றி நினைக்கையில் எனக்கு நீங்கள் இலட்சிய மனிதராய், உன்னதமானவராய்த் தோன்றினீர்கள்..."

நாள்தோறும் அந்தியில் அத்தனை மன நிறைவோடு தமது கோட்டுப் பைகளிலிருந்து வெளியே எடுத்த பணநோட்டுகள் ஸ்தார்த்செவின் நினைவுக்கு வந்தன, அவருடைய ஆன்மாவில் ஒளிவிட்ட அந்தச் சுடர் அணைந்து போயிற்று.

வீட்டுக்குள் செல்வதற்காக அவர் எழுந்தார். அவருடன் கரம்கோத்து நடந்தாள் அவள்.

"நான் அறிந்தோரில் மிகச்சிறந்தவர் நீங்கள்" என்று தொடர்ந்து பேசிச் சென்றாள் அவள். "நாம் அடிக்கடி சந்தித்துப் பேசலாம் இல்லையா? நீங்கள் இதற்கு இசைந்து எனக்கு உறுதிமொழி கூற வேண்டும். நான் பியானிஸ்டு அல்ல, என்னைப்பற்றி இப்போது எனக்கு எந்தவிதமான பிரமையும் இல்லை. உங்கள் முன்னால் இனி ஒருபோதும் நான் பியானோ வாசிக்க மாட்டேன், இசையைப் பற்றிப் பேசவும் மாட்டேன்."

அவர்கள் வீட்டுக்குள் திரும்பியதும் வெளிச்சமான அறையில் அவளது முகத்தையும், துயரம் தோய்ந்து ஊடுருவும்படித் தன்னை உற்று நோக்கிய நன்றி கலந்த அவளது பார்வையையும் கவனித்த போது ஸ்தார்த்செவுக்குச் சற்று கலக்கமாகவே இருந்தது, ஆயினும் அவர் தமக்குத்தாமே மீண்டும் வலியுறுத்திக் கூறிக் கொண்டார்: "இவளை நான் மணந்துகொள்ளாதது நல்லதுதான்."

அவர் விடை பெற்றுக்கொண்டார்.

"இரவு சாப்பாட்டுக்கு முன்பே நீங்கள் புறப்பட்டுச் செல்வது நியாயமாகாது" என்றார் அவரை வழியனுப்பி வைத்த இவான் பெத்ரோவிச். "விசித்திரத்திலும் விசித்திரம்தான் போங்கள்! சரி, செய்து காட்டு நீ!" என்று கூறிப் பாவாவின் பக்கம் திரும்பினார்.

பாவா - இப்போது சிறு பையனாய் இருக்கவில்லை அவன், மீசை வைத்த இளைஞனாகிவிட்டான் - உடனே நாடகப் பாணியில் நின்று ஒரு கையை உயர்த்தித் துன்பியல் நாடகக் குரலில் கூவினான்:

"துர்பாக்கியவதியே, மடிந்தொழி நீ!"

ஸ்தார்த்செவுக்கு இவையெல்லாம் இப்போது எரிச்சலைத்தான் உண்டாக்கின. அவரது வண்டியினுள் ஏறி உட்கார்ந்து, முன்னொரு காலத்தில் அவருக்கு உயிரனையதாய் இருந்த அந்த இருள் சூழ்ந்த வீட்டையும் தோட்டத்தையும் உற்றுப் பார்த்தார். உடனே யாவும் - வேரா இயோசி பவ்னாவின் புதினங்கள், கண்ணுவின் பேரிறைச்சலான பியானோ வாசிப்பு, இவான் பெத்ரோவிச்சின் விகடப் பேச்சுக்கள், பாவாவின் நாடக நடிப்பு ஆகிய யாவும் - அவரது மனத் திரையிலே பளிச்சிட்டுச் சென்றன. இந்நகரிலேயே தேர்ந்த ஆற்றலுடையவர்களே இப்படி மட்ட ரகத்தினராய் இருக்கையில் இந்த நகரிலிருந்து என்னதான் எதிர்பார்க்க முடியும் என்று அவர் தன்னைத்தானே கேட்டுக் கொண்டார்.

மூன்று நாட்களுக்குப் பிற்பாடு எக்கத்தெரீனா இவானவ்னாவிடமிருந்து அவருக்கு ஒரு கடிதம் கொண்டுவந்து கொடுத்தான் பாவா.

“எங்கள் வீட்டுக்கு வரவில்லையே நீங்கள், என்ன காரணம்?” என்று எழுதியிருந்தாள் அவள். “எனக்குப் பயமாயிருக்கிறது - எங்கள்பால் உங்களுக்கு மனம் மாறிவிட்டதோ என்று. நான் பயப்படுகிறேன், இந்த எண்ணம் என்னைப் பயங்கரமாய் வருத்துகிறது. எனக்கு ஆறுதல் அளியுங்கள், யாவும் நல்லபடியாகவே இருப்பதாய் இங்கு வந்து சொல்லுங்கள்.”

“அவசியம் உங்களை நான் பார்த்துப் பேசியாக வேண்டும். தங்கள், எ.தூ.”

கடிதத்தைப் படித்துவிட்டுச் சற்றுநேரம் ஆலோசித்தார், பிறகு பாவாவிடம் கூறினார் அவர்:

“இன்று நான் வருவதற்கில்லை, வேலை நிறைய இருக்கிறது என்று சொல்லப்பா. மூன்று தினங்களில் வருவதாய்ச் சொல்லு.”

மூன்று தினங்கள் சென்றன, ஒரு வாரமும் சென்றது, அப்போதும் அவர் போகவில்லை. பிறகு ஒரு நாள் தூர்க்கின் குடும்பத்தாரின் வீட்டு வழியே வண்டியில் சென்றபோது, இறங்கி ஒரேயொரு நிமிடம் தலையைக் காட்டிவிட்டு வரலாம் என்று நினைத்தார், ஆனால் சற்று ஆலோசனை செய்துவிட்டு… வண்டியை நிறுத்தச் சொல்லாமல் நேரே போய்ச் சேர்ந்தார்.

பிறகு அவர் தூர்க்கின் குடும்பத்தாரின் வீட்டுக்குப் போகவே இல்லை.

5

மேலும் சில ஆண்டுகள் கழிந்தன. ஸ்தார்த்செவ் மேலும் ஊதிப் போய், சதைக்குன்று போலானர். மூச்சு வாங்கிற்று, நடக்கும்போது தலையை அவர் பின்னால் சாய்த்துக்கொள்ள வேண்டியிருந்தது. உப்பிய உருவாய், செக்கச் சிவந்து போய் வண்டியிலே அவர் அமர்ந்திருக்க, அவரது மூன்று குதிரைகளிலும் மணிகள் கிணுகிணுக்க, மேலே பெட்டி ஆசனத்தில் பந்தெலைமோனும் உப்பிய உருவாய், செக்கச் சிவந்து போய், கழுத்தின் பின்புறத்தில் மடிப்பு மடிப்பாய்ச் சதை தெரிய, நேரே முன்னால் நீட்டிய அவனது கரங்கள் மரத்தாலானவை போல் தோன்ற, எதிரே வரும் வண்டிக்காரர்களைப் பார்த்து "வலம், வலம், வலப் புறமாய்ப் போ!" என்று கூச்சலிடுவதைப் பார்க்கையில், வண்டியில் செல்வது மனிதனல்ல, வழிபாட்டுக்குரிய தேவனே போல நினைக்கத் தோன்றும். அவருக்கு மூச்சுவிட நேரமில்லாமல் நகரில் அவரது மருத்துவத் தொழில் அவ்வளவு விரிவடைந்துவிட்டது. கிராமத்தில் ஒரு பண்ணைக்கும், நகரில் இரண்டு வீடுகளுக்கும் உரிமையாளராகிவிட்டார், மேலும் இலாபகரமான மூன்றாவது வீடு ஒன்றையும் வாங்க வேண்டுமென விரும்பினார். ஏதாவது வீடு ஏலத்துக்கு வரப் போவதாய்ப் பரஸ்பரக் கடன் செலாவணிக் கழகத்தில் அவருக்குத் தெரிய வந்ததும் அதைப் பார்வையிடுவதற்காக எந்த முன்னறிவிப்புமின்றி அதனுள் புகுந்துவிடுவார். சரிவர உடுத்திக்கொள்ளாத நிலையில் அறைகளினுள் பெண்களும் குழந்தைகளும் இருப்பது பற்றிக் கவலைப்படாமல், எல்லா அறைகளிலும் புகுந்து சுற்றிப் பார்ப்பார். திகைத்து மிரண்டு போய் இந்தப் பெண்களும் குழந்தைகளும் அவரை உற்று நோக்குவர். அவர் தமது கைத்தடியால் ஒவ்வொரு கதவிலும் தட்டியவாறு விசாரிப்பார்:

"இது என்ன படிப்பறையா? இது படுக்கை அறையா? இது என்ன அறை?"

முழு நேரமும் திணறித் திணறி மூச்சுவிட்டு நெற்றியிலிருந்து வியர்வையைத் துடைத்துக்கொள்வார்.

வேலைகள் மிகுதியாகிவிட்டபோதிலும் மாவட்ட மருத்துவப் பதவியிலிருந்து அவர் விலகிக்கொள்ளவில்லை. பேராசை பிடித்தவராகிக் கைக்குக் கிடைத்ததை எல்லாம் அள்ளி மூட்டை கட்டிக்கொள்ள விரும்பினார். தியலீஷிலும் சரி, நகரிலும் சரி எல்லோரும் அவரை இப்போது "இயோனிச்" என்றே குறிப்பிட்டு

வந்தார்கள். "எங்கே போகிறார் இயோனிச்?" அல்லது "இயோனிச்சைக் கூப்பிட்டுக் காட்டுவோமா?" என்றார்கள்.

அவருடைய குரல் கீச்சிட்டுக் கூவும் குரலாகி விட்டது, தொண்டையைச் சுற்றிலும் மடிப்பு மடிப்பாய் இருந்த ஊளைச் சதையே காரணமாய் இருந்திருக்க வேண்டும். அவருடைய சுபாவமுங்கூட மாறிவிட்டது, எரிந்து விழும் முன்கோபியாகிவிட்டார் அவர். நோயாளிகளைப் பரிசீலனை செய்யும்போது திடுமென அவருக்குக் கோபம் வந்துவிடும், கைத்தடியால் கடுப்புடன் தரையைத் தட்டி, கேட்கச் சகிக்காத அவரது குரலில் கூச்சலிடுவார்:

"நான் கேட்பதற்கு மட்டும் பதில் சொல்லுங்கள், வீண் பேச்சு பேச வேண்டாம்!"

தனிக் கட்டையாய்த்தான் வாழ்கிறார் அவர். வாழ்க்கை அவருக்கு அறவே சப்பிட்டுப் போய் விட்டது. எதிலுமே நாட்டமில்லாதவராய் வாழ்ந்து வருகிறார்.

கண்ணுவின் மீது அவருக்கிருந்த அந்தக் காதல்தான் தியலீஷில் அவர் வாழ்ந்து வரும் இந்தக் காலம் பூராவிலும் அவருக்குக் கிட்டிய ஒரேயொரு இன்ப அனுபவமாகும், இதுவே அவரது கடைசி இன்ப அனுபவமாகவும் இருக்கும்போல் தெரிகிறது. அந்திப்பொழுதில் பொழுதுபோக்கு மன்றத்தில் சீட்டாடுகிறார், பிறகு பெரிய மேஜையின் முன் தனியே அமர்ந்து இரவு சாப்பாடு சாப்பிடுகிறார். மன்றச் சிப்பந்திகளில் மிகவும் முதியவனும் மதிப்புக்குரியவனுமான இவான் அவருடைய மேஜைக்கு அருகே நின்று பணிவிடை புரிகிறான். லாஃபித் 17-ஆம் எண் மதுதான் எப்போதும் அவருக்குக் கொண்டுவரப்படுகிறது. மன்றத்தின் நிர்வாக ஊழியர், தலைமைச் சமையற்காரர், பணியாட்கள் ஆகிய எல்லோருக்கும் அவருக்குப் பிடித்தது எது, பிடிக்காதது எது என்று தெரியும். அவரைத் திருப்திப்படுத்த இவர்கள் எல்லோரும் தம்மால் இயன்றது அனைத்தும் செய்கிறார்கள். இல்லையேல் அவ்வளவுதான், திடுமென அவர் கடுங்கோபமடைந்து தமது கைத்தடியால் தரையிலே தட்ட ஆரம்பித்துவிடுவார்.

இப்படிச் சாப்பிடும்போது எப்போதாவது அரிதாய்த் திரும்பிப் பார்ப்பார், அருகாமையில் நடைபெறும் உரையாடலில் பங்கு கொண்டு இரண்டு வார்த்தை பேசுவார்:

"எதைப்பற்றிப் பேசுகிறீர்கள்? என்ன? யார் அது?"

பக்கத்து மேஜையில் நடைபெறும் உரையாடல் தூர்க்கின் குடும்பத்தாரைப் பற்றியதாய் இருக்குமாயின், அவர்களிடம் கேட்பார் அவர்:

"தூர்க்கின் குடும்பத்தைப் பற்றியா சொல்கிறீர்கள்? பியானோ வாசிக்கும் மகள் இருக்கிறாளே, அந்தக் குடும்பம் தானே?"

அவ்வளவுதான் அவரைப் பற்றிச் சொல்லக் கூடியது எல்லாம்.

தூர்க்கின் குடும்பத்தார் எப்படி இருக்கிறார்கள்? இவான் பெத்ரோவிச் வயோதிகமடைந்துவிடவில்லை, எவ்வகையிலும் அவர் மாற்றமடைந்துவிடவில்லை, விகடத் துணுக்குகள் கூறுகிறார், வேடிக்கையான கதைகள் சொல்கிறார். வேரா இயோசிபவ்னா தனது புதினங்களை எப்போதும்போல் ஆர்வமிக்கவளாய், வெகுளித்தனத்துடன் தனது விருந்தினர்களுக்குப் படித்துக் காட்டுகிறாள். கண்ணு நாள்தோறும் நான்கு மணிநேரம் பியானோ வாசிக்கிறாள். குறிப்பிடத்தக்கவாறு வயதானவளாய்த் தோன்றுகிறாள், அடிக்கடி அவளுக்கு உடம்பு சரியாய் இருப்பதில்லை, தாயுடன் கூட ஒவ்வோர் ஆண்டிலும் இலையுதிர் காலத்தில் கிரீமியா போய் வருகிறாள். ரயில் நிலையத்துக்குச் சென்று அவர்களை வழியனுப்பி வைக்கும் இவான் பெத்ரோவிச் ரயில் புறப்பட்டதும் கண்களைத் துடைத்துக் கொண்டு கூச்சலிடுகிறார்:

"போய், வாங்க, போய் வாங்க!"

கைக்குட்டையை உயர்த்தி வீசிச் காட்டுகிறார்.

1898

நாய்க்காரச் சீமாட்டி

1

கடற்கரையில் புது முகம் ஒன்று - நாய்க்காரச் சீமாட்டி ஒருத்தி - காணப்பட்டதாகப் பேசிக் கொண்டார்கள். இரண்டு வாரங்களுக்கு முன்பு யால்தாவுக்கு வந்து அதன் வழிமுறைகளுக்குப் பழக்கப்பட்டிருந்த திமீத்ரி திமீத்ரிச் கூரொவும் புதிதாக வந்தோரிடம் அக்கறை செலுத்தத் தொடங்கியிருந்தார். நடுத்தர உயரமும் வெண்பொன் கேசமும் கொண்ட இளநங்கை ஒருத்தி பெரெட் தொப்பியணிந்து கடற்கரை நடைபாதை வழியே செல்வதை வெர்னே கபேயின் முகப்புப் பந்தலின் கீழ் அமர்ந்திருந்த அவர் கவனித்தார். வெள்ளை நாய் ஒன்று அவள் பின்னால் ஓடிற்று.

அப்புறம் அவர், நகரப் பூங்காவிலும் சதுக்கத்திலும் தினந்தோறும் பலமுறை அவளைச் சந்தித்தார். எப்போதும் அவள் அதே பெரெட் தொப்பி அணிந்து, வெள்ளை நாய் பின்தொடர, தனியாகவே உலாவினாள். அவள் யார் என்பது ஒருவருக்கும் தெரியவில்லை. எல்லோரும் அவளை "நாய்க்காரச் சீமாட்டி" என்றே அழைத்தார்கள்.

"இவள் இங்கே கணவனுடனோ தெரிந்தவர்களுடனோ இல்லை என்றால் இவளை அறிமுகப்படுத்திக்கொள்வது வீண் போகாது" என்று எண்ணமிட்டார் கூரொவ்.

அவருக்கு இன்னும் நாற்பது வயதாகவில்லை, அதற்குள் பன்னிரண்டு வயதில் ஒரு மகளும் உயர்நிலைப் பள்ளி மாணவர்களான இரு மகன்களும் இருந்தார்கள். கல்லூரியில் இரண்டாவது ஆண்டு படித்துக் கொண்டிருந்தபொழுதே பெரியவர்கள் அவருக்கு மணம்முடித்து விட்டார்கள்; இப்போதோ அவர் மனைவி அவரைக் காட்டிலும் ஒன்றரை மடங்கு முதியவளாகத் தோற்றமளித்தாள். நல்ல உயரமும், கரும் புருவங்களும், விறைப்பும், பெருமிதமும், கம்பீரமும் வாய்ந்த இந்த மாது, அவளே தன்னைப் பற்றிச் சொல்லிக் கொண்டது போல, "சிந்தனையாளி". ஏராளமாகப் புத்தகங்கள் படிப்பாள், கணவரை மற்றெல்லோரும் அழைப்பது போன்று திமீத்ரி என அழைக்காமல் திமீத்திரி என அழைப்பாள். அவரோ அவளை நுனிப்புல் மேய்பவள், குறுகிய நோக்கினள், நயப் பாங்கு அற்றவள் என உள்ளூறக் கருதிவந்தார்; ஆயினும், அவளிடம் அவருக்கு ஒரே அச்சம். வீட்டில் அவருக்கு இருப்பே கொள்ளாது. அவளுக்குத் துரோகம் செய்ய அவர் வெகுகாலத்துக்கு முன்பே தொடங்கிவிட்டார், அடிக்கடி துரோகம் செய்து வந்தார்; அந்தக் காரணத்தினால்தான் போலும், பெண்களைப் பற்றி எப்போதுமே இகழ்ச்சியாகப் பேசினார்; தமக்கு முன்னிலையில் மாதரைப் பற்றிய பேச்சு எழுந்ததும், "கீழ் இனத்தவர்!" என்று அவர்களைக் குறிப்பிட்டார்.

கசப்பான அனுபவத்திலிருந்து தாம் போதிய பாடம் கற்றுக்கொண்டு விட்டதாகவும், எனவே பெண்களை எப்படி வேண்டுமாயினும் அழைக்கத் தமக்கு உரிமையுண்டென்றும் எண்ணி வந்தார் என்றாலும் இந்தக் "கீழ் இனத்தவர்" இல்லாமல் இரண்டு நாட்கள்கூட அவரால் வாழ முடிவதில்லை. ஆண்கள் கூட்டத்தில் அவருக்குச் சலிப்பாக, கட்டிப் போட்டது போலிருக்கும்; அவர்களிடம் கலகலப்பாகப் பேசாமல் உர்ரென்றிருப்பார். பெண்களிடையிலோ, விட்டேற்றியாயிருப்பார்; அவர்களுடன் என்ன பேசுவது; எப்படிப் பழகுவது என்று அவருக்குத் தெரியும்; அவர்கள் நடுவே வாய் திறவாமலிருப்பதுகூட அவருக்கு எளிதாயிருந்தது. அவரது தோற்றத்திலும் சுபாவத்திலும், அவர் இயல்பு முழுவதிலுமே இருந்த இனந்தெரியாத கவர்ச்சி பெண்களை அவரிடம் இணக்கங்கொள்ளச் செய்தது, வசீகரித்தது; இதை அவர் அறிந்திருந்தார். அவரையும் ஏதோ ஒரு சக்தி பெண்கள்பால் வலிய ஈர்த்தது.

அந்தரங்கத் தொடர்பு ஒவ்வொன்றும் தொடக்கத்தில் வாழ்க்கையை இன்பப் புதுமையுள்ளதாக்கி, இனிய சுளுவான நிகழ்ச்சியாக விளங்கினாலும், குல மகளிர் விஷயத்தில், அதிலும் அடியெடுத்து வைக்கத் தயங்குபவர்களும், உறுதியற்றவர்களுமான மாஸ்கோ மாதர் விஷயத்தில், அசாதாரணச் சிக்கல் நிறைந்த பெரும் பிரச்சினை ஆகிவிடுவதையும், முடிவில் நிலைமை சகிக்க முடியாத அளவு துன்பகரமாகிவிடுவதையும் கூரொவ் மீண்டும் மீண்டும் நேர்ந்த உண்மையிலேயே கசப்பான அனுபவத்திலிருந்து தெரிந்து கொண்டிருந்தார். ஆனால் கவர்ச்சியான பெண் யாரையேனும் புதிதாகச் சந்திக்கும்போதெல்லாம் இந்த அனுபவம் நினைவிலிருந்து எப்படியோ நழுவிவிடும், வாழ்வு வேட்கை மேலெழும், எல்லாமே சகஜமாகவும் வேடிக்கையாகவும் தென்படும்.

இவ்வாறாக, ஒரு நாள் பூங்கா ரெஸ்டாரெண்டில் அவர் உணவருந்திக் கொண்டிருக்கையில், பெரெட் தொப்பியணிந்த நங்கை நிதானமாக நடந்து வந்து பக்கத்து மேஜையெதிரே அமர்ந்தாள். அவளது முகபாவம், நடை, உடை, முடி ஒப்பனை எல்லாமே அவள் நாகரிக சமூகத்தைச் சேர்ந்தவள், மணமானவள், யால்தாவுக்கு முதல் தடவையாக வந்திருக்கிறாள், இங்கே அவளுக்குச் சலிப்பு தட்டிவிட்டது என்பவற்றைக் காட்டின. யால்தா வருபவர்களது ஒழுக்கக்கேடு பற்றிய கதைகளில் பெரும்பாலானவை வெறும் புரளி, தம்மால் முடிந்தால் சந்தோஷமாக வரம்பைக் கடந்திருக்கக் கூடியவர்கள் இட்டுக்கட்டிய கற்பனை என்பது கூரொவுக்குத் தெரியும், அவர் இவற்றைக் காதில் போட்டுக்கொள்வதே இல்லை. ஆயினும் தம்மிடமிருந்து மூன்று தப்படி தள்ளிப் பக்கத்து மேஜை முன்னால் அந்தச் சீமாட்டி வந்தமர்ந்ததும் சுலபமான வெற்றிகளையும், மலைக்கு உல்லாசப் பயணங்கள் செல்வதையும் பற்றிய இந்தக் கதைகள் அவர் நினைவுக்கு வந்தன; சொற்பகாலத் தொடர்புகொள்வது, அறிமுகமற்ற, பெயர் கூடத் தெரியாத பெண்ணுடன் காதல் லீலை புரிவது என்ற மனோகரமான எண்ணம் அவரை திடீரென ஆட்கொண்டது.

சீமாட்டியின் நாயைச் செல்லமாகச் சுடக்குப் போட்டுக் கூப்பிட்டு, அது பக்கத்தில் வந்ததும் விரலை ஆட்டி அதைப் பயமுறுத்தினார். நாய் உறுமியது. கூரொவ் மீண்டும் விரலை ஆட்டினார்.

சீமாட்டி அவரை ஏறிட்டுப் பார்த்துவிட்டு மறுகணமே கண்களைத் தாழ்த்திக் கொண்டாள்.

“கடிக்காது” என்று சொன்னாள்; அவள் முகம் கன்றிச் சிவந்தது.

“இதற்கு எலும்புத் துண்டு கொடுக்கலாமா?” என்று கேட்ட கூரொவ், அவள் தலையசைப்பால் சம்மதம் தெரிவித்ததுமே, “நீங்கள் யால்தா வந்து அதிக நாள் ஆகிறதோ?” என்று நேசம் தொனிக்க வினவினார்.

“ஐந்து நாளாகிறது.”

“நான் இங்கே இரண்டாவது வாரத்தை ஓட்டிக் கொண்டிருக்கிறேன்.”

இருவரும் சிறிது நேரம் மௌனமாயிருந்தார்கள்.

“நாட்கள் என்னவோ விரைவாகத்தான் ஓடுகின்றன, ஆனபோதிலும் ஏனோ இங்கே ஒரே சலிப்பாயிருக்கிறது!” என்று அவரை நோக்காமலே கூறினாள் அவள்.

“சலிப்பாயிருக்கிறது என்று சொல்வது வெறும் சம்பிரதாயம்தான். பேல்யேவ், ஷிஸ்த்ரா போன்ற மூலை முடுக்குகளில் வசிக்கும்போது யாருக்கும் சலிப்பு உண்டாவதில்லை. ஆனால் இங்கே வந்ததும், ‘ஐயோ, ஒரே சலிப்பு! ஐயோ, ஒரே புழுதி!’ என்று முறையிட ஆரம்பித்து விடுகிறார்கள், ஏதோ இப்போதுதான் ஸ்பானிய நகர் கிரநாடாவிலிருந்து நேரே வந்து இறங்கியவர்கள் போல.”

அவள் சிரித்தாள். பின்பு இருவரும் அறிமுகமற்றவர்கள் போலப் பேசாமல் உணவருந்தினார்கள். ஆயினும் சாப்பாட்டுக்குப் பின் இருவரும் சேர்ந்து வெளியேறி, எங்கு போனாலும், எதைப்பற்றிப் பேசினாலும் ஒன்றுதான் என்ற மனோபாவங்கொண்ட, கட்டற்ற, குதூகலமான மனிதர்கள் போன்று, வேடிக்கையும் விளையாட்டுமாக உரையாடலானார்கள். உலாவியவாறே, கடல் மீது தென்பட்ட விந்தையான ஒளியைப் பற்றிப் பேசினார்கள்; கடல் நீர் மனோரம்மியமான இளம் ஊதா நிறத்துடன் திகழ்ந்தது; அதன் மீது நிலவொளி தங்க ரேகைகளிட்டது. பகல் வெக்கைக்குப் பின் ஒரே புழுக்கமாயிருப்பதைப் பற்றி வார்த்தையாடினார்கள். தாம் மாஸ்கோவாசி என்றும், கல்லூரியில் மொழி இயல் கற்றதாகவும், ஆனால் வங்கியில் வேலை செய்வதாகவும், தனியார் இசைநாடகக் குழுவில் பாடுவதற்கு ஒரு காலத்தில் பயின்றதாகவும் பின்பு அந்த எண்ணத்தை விட்டுவிட்டதாகவும், மாஸ்கோவில் தனக்கு இரண்டு சொந்த வீடுகள் இருப்பதாகவும் கூரொவ் அவளிடம் சொன்னார். அவள் பீட்டர் ஸ்பர்கில் வளர்ந்ததாகவும் எஸ்.

என்ற நகரில் வாழ்க்கைப்பட்டதாகவும், இரண்டு ஆண்டுகளாக அவ்வூரில் இருந்து வருவதாகவும், யால்தாவில் இன்னும் ஒரு மாதம் தங்கப்போவதாகவும், அவளது கணவரும் ஓய்வெடுத்துக்கொள்ள விரும்புவதாகவும், எனவே அவரும் யால்தாவுக்கு வரக் கூடுமென்றும் கூரொவ் அவளிடமிருந்து தெரிந்து கொண்டார். கணவர் வேலை செய்வது குபேர்னியா நிர்வாகக் கவுன்சிலிலா அல்லது சேம்ஸ்த்வோ போர்டிலா என அவளால் தெளிவாகக் கூற முடியவில்லை. அவளுக்கே இது வேடிக்கையாயிருந்தது. அவளது பெயர் ஆன்னா செர்கேயிவ்னா என்பதையும் கூரொவ் தெரிந்து கொண்டார்.

ஓட்டல் அறைக்குத் திரும்பிய பின்னர் கூரொவ் அவளைப் பற்றி எண்ணமிட்டார். மறுநாள் தாம் அவளைச் சந்திப்பது நிச்சயம், கட்டாயம் சந்தித்தாக வேண்டும் என நினைத்தார். உறங்குவதற்காகப் படுத்தவர், மிகச் சமீபத்தில்தான் அவள் உயர்நிலைப் பள்ளி மாணவியாயிருந்தாள் என்பதையும் இப்போது தமது மகள் படிப்பது போலவே பாடங்களைப் படித்துக் கொண்டிருந்தாள் என்பதையும் நினைவு கூர்ந்தார்; அவளது சிரிப்பிலும், பழக்கமில்லாதவனுடன் பேசும் விதத்திலும் எவ்வளவு கூச்சமும் தயக்கமும் காணப்பட்டது என்பதையும் ஞாபகப்படுத்திக் கொண்டார். வாழ்க்கையிலேயே இப்போதுதான் முதல் தடவையாக அவள் தனியாயிருக்கிறாள் போலும், ஆண்கள் அவளை ஒரேயொரு மறைமுக நோக்கத்துடன் (இந்த நோக்கத்தை அவள் ஊகிக்காமலிருக்க முடியாது) பின் தொடர்வதற்கும், உற்றுப் பார்ப்பதற்கும் அவளுடன் உரையாடுவதற்கும் வாய்ப்பான நிலைமை இப்போதுதான் ஏற்பட்டிருக்கிறது போலும் என்று எண்ணினார். அவளது நேர்த்தியான மெல்லிய கழுத்தையும் அழகிய சாம்பல் நிறக் கண்களையும் நினைத்துப் பார்த்தார்.

“அவளிடம் ஏதோ ஏக்கம் இருக்கிறது” எனச் சிந்தித்தவாறே உறங்கிப்போனார்.

2

அவர்கள் பரிச்சயமாகி ஒரு வாரம் கடந்துவிட்டது. அன்று விழா நாள். அறைக்குள் ஒரே புழுக்கம், வெளியிலோ சூறைக் காற்று படலம் படலமாகப் புழுதியைக் கிளப்பியது, தொப்பிகளைத் தலைகளிலிருந்து பறக்கடித்தது. நாள் முழுதும் தாகம் எடுத்த வண்ணமாயிருந்தது. கூரொவ் அடிக்கடி கபேக்குப் போய் ஷர்பத்தும்

ஐஸ்கிரீமும் வாங்கி வருவதும் ஆன்னா செர்கேயிவ்னாவுக்கு உபசாரம் செய்வதுமாயிருந்தார். வெக்கை பொறுக்கமுடியவில்லை.

மாலையில் காற்று அடங்கியதும் அவர்கள் கப்பல் வருவதைப் பார்க்கும் பொருட்டுத் துறைமுகம் சென்றார்கள். கப்பல் துறையில் ஏராளமானோர் குறுக்கும் நெடுக்கும் உலாவியவாறு, யாரையோ வரவேற்பதற்காகப் பூச்செண்டுகளுடன் காத்திருந்தார்கள். நாகரிக யால்தாக் கூட்டத்தின் இரண்டு சிறப்பியல்புகள் அங்கே சட்டெனக் கண்ணில்பட்டன: முதலாவது, வயது முதிர்ந்த சீமாட்டிகள் வதிகள் போன்று உடையணிந்து கொண்டிருந்தார்கள்; இரண்டாவது, ஜெனரல்களின் தொகை மிக அதிகமாயிருந்தது.

கடலில் கொந்தளிப்பு மிகுந்திருந்தபடியால் கப்பல் தாமதித்து, சூரியன் மறைந்த பின்பே வந்து சேர்ந்தது; துறையோரமாக நிறுத்தப்படுவதற்கு முன்னர் நெடுநேரம் இப்புறமும் அப்புறமும் திரும்பிச் சாரி பாய்ந்தது. ஆன்னா செர்கேயிவ்னா தெரிந்தவர் யாரையோ தேடுவபவள் போலக் கப்பலையும் பிரயாணிகளையும் காட்சிக் கண்ணாடி வழியே துருவிப் பார்த்தாள். பின்னர் கூரொவ் பக்கம் திரும்பியபோது அவள் விழிகள் பளிச்சிட்டன. மிக அதிகமாகப் பேசினாள், சரமாரியாகக் கேள்விகளைப் பொழிந்தாள், எதைப்பற்றிக் கேட்டோம் என்பதை அக்கணமே மறந்துவிட்டாள். பிறகுகாட்சிக் கண்ணாடியைக் கூட்டத்தில் தவறவிட்டுவிட்டாள்.

நாகரிகக் கும்பல் கலைந்து சென்றது, முகங்கள் கண்ணுக்குத் தெரியவில்லை, காற்று அடங்கிவிட்டது, ஆயினும் கூரொவும் ஆன்னா செர்கேயிவ்னாவும், கப்பலிலிருந்து இன்னும் யாராவது வருகிறார்களா என்று எதிர்பார்ப்பவர்கள் போல நின்று கொண்டிருக்கிறார்கள். ஆன்னா செர்கேயிவ்னா பேசுவதை நிறுத்திவிட்டு கூரொவை நோக்காமல் மலர்களை முகர்ந்து பார்த்துக் கொண்டிருந்தாள்.

“பருவநிலை நல்லதாகி இனிமையான மாலையாக மாறிவிட்டது. இப்போது நாம் எங்கே போகலாம்? எங்காவது வண்டியில் செல்வோமா?” என்றார் கூரொவ்.

அவள் பதில் பேசவில்லை.

அவர் அவளையே நிலையாக நோக்கிக் கொண்டிருந்துவிட்டுத் திடீரென அவளைக் கட்டித் தழுவி உதடுகளில் முத்தமிட்டார். மலர்களின் நறுமணமும் ஈர்ப்பும் அவரைச் சூழந்தன. மறுகணமே

யாரேனும் பார்த்து விட்டார்களோ என்று அச்சத்துடன் பின்பக்கம் திரும்பிப் பார்த்தார்.

"உங்கள் அறைக்குப் போவோம்..." என்று தணிவான குரலில் சொன்னார்.

இருவரும் விரைந்து நடந்தார்கள்.

அறையில் இறுக்கமாயிருந்தது. ஜப்பானியக் கடையில் அவள் வாங்கியிருந்த ஏதோ ஒருவகை அத்தரின் மணம் வீசியது. இப்போது அவள் மீது கண்ணோட்டிய கூரொவ், "வாழ்க்கையில்தான் எத்தகைய விந்தைச் சந்திப்புகள் நிகழ்கின்றன!" என எண்ணமிட்டார். அவருடன் உடலுறவு கொண்ட பலவகையான மாதரையும் பற்றிய நினைவுகள் அவர் மனத்துள் எழுந்தன. அவர்களில் சிலர் கவலையற்ற, இனிய சுபாவமுள்ள பெண்கள்; உடலுறவில் இன்பமுற்றவர்கள்; மிக மிகக் குறுகிய நேரத்திற்கேயாயினும் தங்களுக்கு மகிழ்ச்சி அளித்ததற்காக அவரிடம் நன்றி பாராட்டியவர்கள். அவர் மனைவியைப் போன்ற வேறு சிலரோ, உண்மை ஆர்வம் இன்றி, வெட்டிப் பேச்சும், பசப்பும், நடிப்புமாக, இதெல்லாம் வெறும் களியாட்டமோ வேட்கையோ அல்ல, அதனிலும் ஆழ்ந்த மகத்துவம் வாய்ந்தது என்பது போன்ற பாவனையுடன் காதல் புரிந்தவர்கள். மற்றும் நல்ல அழகிகளான இரண்டு மூன்று பெண்கள் இருந்தனர், விறுவிறுப்பு இழந்து போனவர்கள், வாழ்க்கை வழங்கக் கூடியதைக் காட்டிலும் அதிக இன்பத்தை அதனிடமிருந்து வலிந்து பெற வேண்டுமென்ற வைராக்கியத்தின் மூர்க்க வெறி இவர்களது முகபாவத்தில் பளிச்சிட்டு மறையும். இவர்கள் புத்திளமையைக் கடந்தவர்கள், சபல சித்தமுள்ளவர்கள், கோணப்புத்தியும் கொடுமனமும் கொண்டவர்கள், மதியீனர். இவர்களிடம் கூரொவுக்கு இருந்த மோகம் அடங்கியதும், அவருக்கு இவர்களது அழகு வெறுப்பையே ஊட்டியது; இவர்களுடைய உள்ளாடைகளின் ஓர ஒப்பனைப் பின்னல்கள் மீன் செதிள்களைத்தான் நினைவுபடுத்தின.

இங்கேயோ, அனுபவமில்லாத இளமையின் பேதமையும் தடுமாற்றமும் கூச்சமும் வெளிப்படையாகப் புலப்பட்டன. இதற்றோடு, யாரோ திடீரெனக் கதவைத் தட்டி விட்டது போல, ஒருவகையான பதைபதைப்பும் தென்பட்டது. "நாய்க்காரச் சீமாட்டி" ஆன்னா செர்கேயிவ்னா, நடந்த விவகாரத்தை விசேஷ முக்கியத்துவம் வாய்ந்ததாக, ஆழ்ந்த தன்மை கொண்டதாக, தனது வீழ்ச்சியாகக் கருதுவது போன்று தோன்றியது. இது கூரொவுக்கு விந்தையாகவும் பொருத்தமற்றதாகவும் பட்டது. ஏக்கமும் சோர்வும் குடிகொண்ட

அவளது முகத்தின் இரு மருங்கிலும் நீண்ட கூந்தல் சோகமாகத் தொங்கியது. பழம்பெரும் ஓவியங்களில் காணக்கூடிய பாவிப்பெண் போன்று வருத்தத்துடன் சிந்தனையிலாழ்ந்திருந்தாள்.

"இது சரியல்ல. இனி நீங்களே என்னை மதிக்கமாட்டீர்கள்" என்றாள்.

மேஜைமேல் முலாம் பழம் இருந்தது. கூரொவ் அதில் ஒரு சிறு துண்டு நறுக்கி, நிதானமாகத் தின்ன ஆரம்பித்தார். யாரும் பேசவில்லை, குறைந்தது அரைமணி நேரம் இப்படிக் கழிந்திருக்கும்.

ஆன்னா செர்கேயிவ்னாவைப் பார்க்கப் பரிதாபமாயிருந்தது. வாழ்க்கையை அதிகம் அறியாத, பேதைமை வாய்ந்த ஒரு நல்ல பெண்ணுக்குரிய தூய்மை அவளிடமிருந்து வெளிப்பட்டது. மேஜை மேல் எரிந்து கொண்டிருந்த ஒற்றை மெழுகுவத்தியின் வெளிச்சத்தில் அவளது முகம் சரிவர தெரியவில்லை, ஆயினும், நெஞ்சு பொறுக்க மாட்டாதவளாய் அவள் வேதனைப்பட்டாள் என்பது தெளிவாகவே தெரிந்தது.

"எதற்காக நான் உன்னை மதிக்க மாட்டேன் என்கிறாய்? அர்த்தமில்லாத பேச்சாய் என்ன சொல்வது என்று தெரியாமல் இருக்கிறதே" என்றார் கூரொவ்.

"கடவுள் என்னை மன்னிப்பாராக!" என்று கண்களில் கண்ணீர் ததும்பக் கூவினாள் அவள். "பயங்கரம், பயங்கரம்" என்றார்.

"சமாதானம் தேடிக்கொள்ளத் தேவையில்லையே."

"என் செயலுக்குச் சமாதானம் ஏது? நான் கெட்டவள், இழிந்தவள். என்னை இகழ்ந்துகொள்கிறேனே தவிர சமாதானம் தேடிக்கொள்ள நினைக்கவில்லை. கணவரை அல்ல, என்னையே நான் ஏமாற்றிக் கொண்டு விட்டேன். இப்பொழுது மட்டும் அல்ல, எவ்வளவோ காலமாக என்னையே ஏமாற்றிக் கொண்டு வருகிறேன். என் கணவர் நேர்மையானவராக, தகுதி வாய்ந்தவராக இருக்கலாம், ஆனால், நிச்சயமாக அவர் சரியான அடிவருடி! அலுவலகத்தில் அவர் என்ன செய்கிறாரோ, என்ன வேலை பார்க்கிறாரோ அறியேன், ஆனால் அண்டிப் பிழைக்கும் அடிவருடி என்பது மட்டும் எனக்குத் தெரியும். அவருக்கு வாழக்கைப்பட்டபோது எனக்கு இருபது வயது; அடங்கா ஆவல் என்னை அலைக்கழித்தது; நான் நாடியது மேன்மை வாய்ந்தது. வேறுவிதமான வாழ்க்கை இருக்கத்தான் வேண்டும் என்று எனக்குள் சொல்லிக் கொண்டேன். வாழ விரும்பினேன்! நன்கு

வாழ, முழுமையாக வாழ... அடங்கா ஆவல் என்னை அரித்துத் தின்றது... உங்களுக்கு அது புரியாது, ஆனால் ஆண்டவன் மேல் ஆணையிட்டுச் சொல்கிறேன், என்னால் என்னை அடக்கியாள முடியவில்லை, எனக்கு ஏதோ நேர்ந்துவிட்டது, கட்டுப்படுத்திக் கொள்ளவே இயலாது போயிற்று. உடம்பு சரியாயில்லை என்று கணவரிடம் சொல்லிவிட்டு இங்கே வந்தேன்... மதிமயங்கிய நிலையில், பைத்தியக்காரி போல இங்கே நான் சுற்றித் திரிந்து கொண்டிருந்தேன்... ஆனால் இதோ நான் கேவலமான பிறவியாய், உருப்படாதவளாய், எல்லாருடைய இகழ்ச்சிக்கும் உரியவளாய் விட்டேன்.''

கூரொவுக்கு இந்தப் பேச்சைக் கேட்கச் சலிப்பாயிருந்தது. அவளது வெகுளித்தனமும் சிறிதும் எதிர்பாராத கொஞ்சமும் பொருத்தமில்லாத அவளது அங்கலாய்ப்பும் அவருக்கு எரிச்சலையே உண்டாக்கியது. விழிகளில் கண்ணீர் இல்லாதிருந்தால் அவள் வேடிக்கை செய்கிறாள், அல்லது நடிக்கிறாள் என்று எண்ணியிருப்பார்.

“எனக்குப் புரியவில்லை. உனக்கு என்ன வேண்டும் என்கிறாய்?'' என்று சாந்தமான குரலில் கேட்டார் அவர்.

அவரது மார்பிலே முகத்தைப் புதைத்து அவரோடு ஒண்டிக் கொண்டாள் அவள்.

“நம்புங்கள், கெஞ்சிக் கேட்டுக்கொள்கிறேன், என்னை நம்புங்கள்... நேர்மையான, தூய்மை வாய்ந்த வாழ்க்கையே எனக்கு வேண்டும். கெட்டதை என்னால் சகிக்க முடியாது. என் செயல் எனக்கே விளங்குவதாய் இல்லை. சாதாரண மக்கள் சொல்வார்கள்: ‘பிசாசு பிடித்து விட்டது’ என்று. எனக்குப் பிசாசு பிடித்திருப்பதாகத்தான் இப்போது நானும் சொல்லிக்கொள்ள வேண்டும்'' என்றாள்.

“வேண்டாம், வேண்டாம்...'' என முணுமுணுத்தார் கூரொவ்.

அவளது நிலைக்குத்திட்ட, கிலி கொண்ட விழிகளுள் உற்று நோக்கி, அவளை முத்தமிட்டு, தணிந்த குரலில் கொஞ்சலாகத் தேறுதல் கூறினார். சிறிது சிறிதாக அவள் நிம்மதியடைந்தாள். அவளுக்கு உற்சாகம் பிறந்தது. இருவரும் சிரிக்கலானார்கள்.

சற்று நேரத்துக்குப் பின் அவர்கள் வெளியே சென்ற போது கரையோர நடைபாதையில் எந்த ஆத்மாவும் இல்லை. சைப்ரஸ் மரங்களுடன் நகரம் உயிரற்றதாகத் தோன்றியது. கடல்

மட்டும் பேரிரைச்சலுடன் கரையில் மோதிக் கொண்டிருந்தது. தன்னந்தனியான மீன்படகு ஒன்று அலைகள் மேல் அசைந்தாடியது, அதிலிருந்த விளக்கு தூங்கி வழிவது போல மினுமினுத்தது.

குதிரைவண்டி ஒன்றைத் தேடிப் பிடித்து ஏறிக்கொண்டு இருவரும் ஓரியாந்தாவுக்குச் சென்றார்கள்.

"நடையில் மாட்டியிருந்த முகவரிப் பலகையைப் பார்த்து உனது குடும்பப் பெயரை இப்போதுதான் தெரிந்து கொண்டேன். வான் திதெரித்ஸ் என்று எழுதியிருந்தது. உன்னுடைய கணவர் ஜெர்மானியரா?" என்று கேட்டார் கூரொவ்.

"இல்லை. அவருடைய பாட்டனார் ஜெர்மானியர் போலிருக்கிறது. அவர் ருஷ்யச் சத்திய சமயத்தவர்தான்."

ஓரியாந்தா சேர்ந்ததும், மாதாகோயிலின் அருகே பெஞ்சில் அமர்ந்து, கீழே கடலை நோக்கியவாறு மௌனமாயிருந்தார்கள். காலை மூடுபனிக்கிடையே யால்தா நகர் தெளிவின்றி மங்கலாகத் தெரிந்தது. மலைச்சிகரங்களுக்கு மேல் அசையாது நின்றன வெண் முகில்கள். மரங்களில் இலைகள் சிலுசிலுக்கவில்லை. வெட்டுக் கிளிகள் சிலம்பின. கடலின் ஒரேமாதிரியான, ஆழ்ந்த முழக்கம் கீழிருந்து வந்து, அமைதி பற்றி, நம் எல்லோருக்கும் நேரவிருக்கும் மீளா உறக்கம் பற்றி உரையாடியது. யால்தாவோ ஓரியாந்தாவோ இல்லாத காலத்திலும் கடல் இவ்வாறே முழங்கியது, இப்போதும் முழங்குகிறது, நாம் மறைந்த பிறகும் இதேபோல எதையும் பொருட்படுத்தாமல் ஆழ்ந்து முழங்கிக் கொண்டிருக்கப் போகிறது. இந்த இடையறாத தன்மையில், வாழ்வையும் சாவையும் பற்றிய இந்த முழுமையான அலட்சியபாவத்தில்தான் நமது நிலையான கடைத்தேற்றம், உலகில் உயிர்க்குலத்தின் நிரந்தர இயக்கம், ஓயாத மேம்பாடு ஆகியவற்றின் மர்மம் அடங்கியிருக்கிறது போலும். இள நங்கையின் அருகே - கடல், மலைகள், மேகங்கள், விரிந்த வானவெளி ஆகியவற்றின் மோகனச் சூழ்நிலையின் சௌந்தரியத்தில் சொக்கிப்போய், அமைதியடைந்து வைகறையின் மெல்லொளியில் எழிலின் உருவாகத் திகழ்ந்த யுவதியின் அருகே - அமர்ந்தவாறு, கூரொவ் சிந்தித்தார்: பார்க்கப்போனால் இவ்வுலகத்தில் எல்லாமே உண்மையில் வனப்பு வாய்ந்தவையே - எல்லாமே, அதாவது, வாழ்வின் மேலான இலட்சியங்களையும் மனித மாண்பினையும் மறந்துவிடும்போது நாம் எண்ணும் எண்ணங்களையும் செய்யும் செயல்களையும் தவிர, எல்லாமே வனப்பு வாய்ந்தவையே என்று தம்முள் கூறிக் கொண்டார்.

யாரோ ஒருவன் - காவலாளாயிருக்கும் - பக்கத்தில் வந்து அவர்களை உற்றுப் பார்த்துவிட்டு அப்பால் சென்றான். இதிலுங்கூட ஏதோ மர்மமும் அழகும் மிளிர்வதாகத் தோன்றியது. பியதோஸியாவிலிருந்து வரும் கப்பல், விளக்குகள் இன்றி, துறையை நெருங்குவது காலைப் புலரொளியில் பளிச்செனத் தெரிந்தது.

“புல்லில் பனி படிந்திருக்கிறது” என நீண்ட மௌனத்துக்குப் பிறகு கூறினாள் ஆன்னா செர்கேயிவ்னா.

“ஆமாம். திரும்பிச் செல்வோம், நேரமாகிவிட்டது.”

நகருக்குத் திரும்பினார்கள்.

இதன் பின்னர் தினந்தோறும் நடுப்பகலில் அவர்கள் கரையோர நடைபாதையில் சந்தித்தார்கள், பகலுணவும் மாலையுணவும் சேர்ந்து அருந்தினார்கள், உலாவினார்கள், கடலைக் கண்டு வியந்தார்கள். அவள் தனக்குத் தூக்கம் வருவதில்லையென்றும், நெஞ்சு படபடக்கிறதென்றும் குறைபட்டுக் கொண்டாள். ஒரே மாதிரியான கேள்விகளை திரும்பத் திரும்பக் கேட்டாள். ஒரு சமயம் பொறாமையாலும், இன்னொரு சமயம் அவர் தன்னைப் போதிய அளவு மதிக்கவில்லையோ என்ற அச்சத்தாலும் துன்புற்றாள். அடிக்கடி அவர், சதுக்கத்திலோ பூங்காவிலோ சுற்றுமுற்றும் யாரும் இல்லாத நேரம் பார்த்து, அவளை அருகே இழுத்துத் தழுவி ஆவேசமாக முத்தமிடுவார். ஒருவித வேலையுமற்ற சுகவாழ்வு; யாரேனும் பார்த்துவிடப் போகிறார்களே என்ற அச்சத்துடன் சுற்றுமுற்றும் கண்ணோட்டியவாறு பட்டப்பகலில் முத்தமிட்டுக் கொஞ்சுதல்; வெக்கை; கடல் வாடை; நன்கு உண்டு நன்கு உடுத்தி வேலை ஏதுமின்றி மிடுக்காய் நடைபோடுவோர் ஓயாமல் கண்ணெதிரே தோன்றி மறைந்த காட்சி - இவை எல்லாம் கூரொவுக்குப் புத்துயிரும் ஊக்கமும் அளிப்பனவாய் இருந்தன. அவர் ஆன்னா செர்கேயிவ்னாவை அழகி என்றும், மோகினி என்றும் மெச்சினார், அடங்காத துடிப்புடன் அவளோடு காதல் புரிந்தார், ஓரடி விலகாமல் அவளையே சுற்றிவந்தார். அவளோ அடிக்கடி சிந்தனையில் ஆழ்ந்தாள், தன்னை அவர் மதிக்க வில்லையென்றும், துளிக்கூடக் காதலிக்கவில்லையென்றும், உதவாக்கரைப் பெண்ணாகவே கருதுவதாகவும் ஒப்புக்கொள்ளுமாறு செய்ய எப்போதும் முயன்று வந்தாள். அநேகமாக ஒவ்வோர் இரவும் அவர்கள் வண்டியிலேறி நகருக்கு வெளியே ஓரியாந்தாவுக்கோ, அருவிக்கரைக்கோ போவார்கள். இந்த உல்லாசப் பயணங்கள்

இன்பமாகவே இருந்தன. இவை ஒவ்வொன்றும் எழிலும் சிறப்பும் மிக்க புதுப்புது மனப்பதிவுகளை அளித்தன.

அவளுடைய கணவர் வந்து விடுவாரென எதிர்பார்த்தார்கள். ஆனால் அவரிடமிருந்து கடிதம் மட்டுமே வந்தது. கண்நோய் காரணமாகத் தாம் வெளிச்செல்ல முடியாதபடி ஆகி விட்டதால் அவளை உடனே ஊர் திரும்புமாறு அதில் அவர் வேண்டிக் கொண்டிருந்தார். ஆன்னா செர்கேயிவ்னா அவசரமாகப் புறப்பட ஆயத்தம் செய்தாள்.

“நான் போவது நல்லதுதான். இதுவே விதி” என்று கூரொவிடம் கூறினாள்.

யால்தாவிலிருந்து அவள் குதிரைவண்டியில் புறப்பட்டாள். அவரும் ரயில் நிலையம் வரை உடன் சென்றார். பகல் முழுவதும் பயணம் செய்தபின்பே ரயில் நிலையம் சேர்ந்தார்கள். ஆன்னா செர்கேயிவ்னா விரைவு வண்டியில் ஏறி, இடத்தில் அமர்ந்தபின், இரண்டாவது மணி அடித்ததும் அவள் கூரொவிடம், “எங்கே, இப்படித் திரும்புங்கள், இன்னொரு தடவை உங்களைப் பார்க்கிறேன். இன்னும் ஒரே தடவை. அப்பபடித்தான்” எனக் கூறினாள்.

அழவில்லையாயினும் அவள் ஏக்கமே வடிவாய், நோயுற்றவள் போல இருந்தாள். அவளது உதடுகள் துடித்தன.

“உங்களைப் பற்றி நினைத்துக் கொண்டிருப்பேன்... உங்கள் நினைவாகவே இருப்பேன். ஆண்டவன் உங்களுக்கு அருள்வாராக. என்னைப் பற்றிக் கெடுதலாக நினைக்காதீர்கள். நாம் ஒரேயடியாகப் பிரிகிறோம், மீண்டும் சந்திக்கவே மாட்டோம். அதுதான் சரி, ஏனெனில் நாம் சந்தித்திருக்கவே கூடாது. நல்லது, விடை கொடுங்கள். கடவுள் உங்களுக்கு அருள் பாலிப்பாராக” என்றாள்.

ரயில் விரைவாகச் சென்றுவிட்டது, அதன் விளக்குகள் சீக்கிரமே மறைந்துவிட்டன; ஒரு நிமிடத்திற்கெல்லாம் அதன் தடதடப்புக்கூடக் காதில் விழவில்லை - இந்த இன்ப மயக்கத்துக்கு, இந்தப் பித்துக்குச் சட்டென முடிவு கட்டிவிட வேண்டுமென்று எல்லாம் சேர்ந்து திட்டமிட்டுச் சதி புரிந்தாற்போல் யாவும் அமைந்தன. கூரொவ் பிளாட்பாரத்தில் தனியே நின்று, இருண்ட தொலைவில் பார்வையைச் செலுத்தியவாறு, வெட்டுக் கிளிகளின் கிறீச்சொலியையும், தந்திக் கம்பிகளின் ரீங்காரத்தையும் அப்போதுதான் உறக்கத்திலிருந்து விழித்துக் கொண்டவர் போன்ற உணர்ச்சியுடன் கேட்டார். தமது

வாழ்க்கையில் இது இன்னுமொரு எதிர்பாராத சம்பவம் அல்லது தற்செயல் நிகழ்ச்சி என்றும், இதுவும் முடிந்துவிட்டதென்றும், எஞ்சியிருப்பதெல்லாம் நினைவு மட்டுமே என்றும் எண்ணினார்... அவர் உள்ளம் கரைந்து உருகியது, துயருற்றது. அவருக்கு ஓரளவு பரிதாபமாகவுங்கூட இருந்தது. இனி எந்நாளும் அவளை அவர் பார்க்கப்போவதில்லை, அவருடன் இருக்கையில் இந்த யுவதி உண்மையில் இன்பமடையவில்லை. அவர் அவளிடம் நட்பும் பாசமுமாக இருந்தது மெய்தான்; ஆயினும் அவளுடன் அவர் நடந்து கொண்ட முறையில், அவருடைய குரலில், கொஞ்சல்களில்கூட, ஏளனத்தின் சாயல் அல்லவா, பாக்கியசாலியான ஆணின், அதிலும் அவளைப்போல் இரு மடங்கு வயதான ஆணின் மெத்தனமான அகம்பாவச் சாயல் அல்லவா படிந்திருந்தது? அவள் ஓயாமல் அவரை நல்லவரென்றும் அசாதாரண மனிதரென்றும் பெருந்தன்மை வாய்ந்தவரென்றும் கூறி வந்தாள். அவர் உண்மையில் இருப்பது போலன்றி வேறுவிதமாய் அவள் கண்ணுக்குத் தோன்றியிருக்க வேண்டும். அப்படியானால் அவர் தம்மையும் அறியாமலே அவளை ஏமாற்றி விட்டார் என்றுதானே அர்த்தம்...

ரயில் நிலையத்தில் அதற்குள் இலையுதிர்கால வாடை வீசியது, மாலை குளிராயிருந்தது.

பிளாட்பாரத்திலிருந்து வெளியே வந்து கொண்டிருந்த கூரொவ், "நானும் வடக்கே போக வேண்டிய வேளை வந்துவிட்டது. ஆமாம், புறப்பட்டாக வேண்டும்!" என்று தம்முள் கூறிக் கொண்டார்.

3

அவர் மாஸ்கோவுக்குத் திரும்பி வந்ததும் குளிர்கால நடைமுறைகள் தொடங்கிவிட்டன: வீட்டில் கணப்புகள் மூடப்பட்டன; காலையில் குழந்தைகள் பள்ளி செல்ல ஆயத்தம் செய்து கொண்டு தேநீர் அருந்துகையில் இருட்டாகவே இருந்ததால் ஆயா கொஞ்சநேரத்துக்கு விளக்கேற்ற வேண்டியிருந்தது. கடுங்குளிர் ஆரம்பித்தது. முதன்முதல் வெண்பனி பெய்து, சறுக்கு வண்டியில் முதல் தரம் சவாரி செய்யும்போது வெண்ணிறத் தரையையும், வெண்ணிறக் கூரைகளையும் காண இனிமையாயிருக்கிறது; தாராளமாக, சிரமமின்றி மூச்சுவிட முடிகிறது; புத்திளமைப் பருவம் நினைவுக்கு வருகிறது. உறை பனி படிந்து வெண்மையாக ஒளிரும் முதுபெரும் லிண்டன் மரங்களும் பிர்ச் மரங்களும் பெருந்தன்மை

வாய்ந்த தோற்றம் பெறுகின்றன. சைப்ரஸ், கூந்தற்பனை மரங்களைக் காட்டிலும் இவை நமக்கு நெருங்கியவை; இவற்றின் அருகாமையிலிருக்கும்போது மலைகளையும் கடலையும் பற்றிய நினைவுகள் தலை காட்டுவதில்லை.

கூரொவ் மாஸ்கோவிலேயே பிறந்து வளர்ந்தவர். அவர் மாஸ்கோ திரும்பிய அன்று வானம் தெளிவாயிருந்தது, கடுங்குளிராய் இருந்தது. மென்முடி உள்வரியிட்ட மேல் கோட்டும் கதகதப்பான கையுறைகளும் அணிந்து பெட்ரோவ்கா வீதிக்கு உலாவச் சென்றார். சனிக்கிழமை மாலை மாதாகோயில் மணியோசையைக் கேட்டதும், அண்மையில் முடிவுற்ற அவரது பயணமும் அவர் சென்றிருந்த இடங்களும் அவற்றின் கவர்ச்சியை அறவே இழந்துவிட்டன. கொஞ்சங்கொஞ்சமாக அவர் மாஸ்கோ வாழ்க்கையில் மூழ்கலானார். தினந்தோறும் மூன்று செய்தியேடுகள் படித்தார், ஆனால் மாஸ்கோச் செய்தியேடுகளைப் படிப்பதில்லை என்பது தமது கோட்பாடென்று சொல்லிக் கொண்டார். ரெஸ்டாரெண்டுகள், கிளப்புகள், விருந்துகள், கொண்டாட்டங்கள் ஆகிய இந்த சூழல் திரும்பவும் அவரைத் தன்னுள் இழுத்துச் சென்றது. பெயர் பெற்ற வழக்கறிஞர்களும் நடிகர்களும் தமது வீட்டுக்கு வந்து செல்வது பற்றியும், மருத்துவர் கிளப்பில் தாம் ஒரு பேராசிரியருடன் சீட்டாடுவது பற்றியும் முன்பு போலவே பெருமைப்பட்டுக் கொண்டார்... இப்போது அவர் பாடு ஒரே வேட்டை தான்...

ஒரு மாதம் கழிந்ததும் ஆன்னா செர்கேயிவ்னாவின் நினைவு மங்கிவிடும், பரிதாபத்துக்குரிய அவளது புன்னகையுடன், ஏனைய பல பெண்களைப் போல் கனவிலே மட்டும் எப்போதாவது காட்சி தருவாள் என்றுதான் கூரொவ் நினைத்தார். ஆனால் ஒரு மாதத்துக்கு மேல் கழிந்தது; குளிர்காலம் அதன் உச்சத்தை அடைந்துவிட்டது, அப்போதும் ஏதோ முந்திய நாள்தான் ஆன்னா செர்கேயிவ்னாவைவிட்டுப் பிரிந்தது போல அவர் நினைவில் யாவும் பசுமையாயிருந்தன. அதுமட்டுமல்ல, நாளாக ஆக இந்த நினைவுகள் அதிக வலிவடைந்து வந்தன. சந்தடியற்ற மாலை நேரத்தில், பாடங் கற்கும் குழந்தைகளின் குரல்கள் அவரது படிப்பு அறைக்குஎட்டும்பொழுதும், ரெஸ்டாரெண்டில் அவர் பாட்டோ, ஆர்கன் வாத்திய இசையோ கேட்கும்பொழுதும், கணப்புப் புகைபோக்கியில் பனிப்புயல் இரையும்பொழுதும், கப்பல் துறையில் நடந்தவை, மலைகள் மீது மூடுபனி அடர்ந்த அதிகாலை, பியதோஸியாவிலிருந்து வரும் கப்பல், ஆசை முத்தங்கள்

எல்லாம் சட்டென அவர் நினைவுக்கு வந்துவிடும். நிகழ்ந்தவற்றை எண்ணிப் பார்த்தவாறே அறையில் குறுக்கும் நெடுக்குமாக நடப்பார்; சிரிப்பார். அப்புறம் நினைவுகள் கனவுகளாக மாறும், நடந்தவை நடக்கப் போகிறவற்றுடன் கற்பனையில் கலந்துவிடும். ஆன்னா செர்கேயிவ்னா அவர் கனவில் தோன்றவில்லை, நிழல்போல எங்கும் அவர் பின் சென்றாள், எப்போதும் அவரைத் தொடர்ந்தாள். கண்களை அவர் மூட வேண்டியதுதான், உடனே உயிரோவியமாக எதிரே அவள் காட்சியளித்தாள், உண்மையிலிருந்ததைவிட அதிக வனப்புடனும், அதிக இளமையுடனும், அதிக ஒயிலுடனும் தோன்றினாள். தம்மையும் அவர் யால்தாவில் இருந்ததைவிட நல்லவராக இருக்கக் கண்டார். மாலை வேளைகளில் புத்தக அலமாரிகளிலிருந்தும், கணப்பிலிருந்தும், மூலையிலிருந்தும் அவள் எட்டிப்பார்த்தாள்; அவள் மூச்சு விடுவதும், அவளது ஆடை இனிமையாகச் சரசரப்பதும் அவர் காதில் விழுந்தன. வீதியில் செல்லுங்கால் எல்லாப் பெண்களையும் விழிகளால் தொடர்ந்து, அவளைப் போன்றவள் யாராவது இருக்கிறாளா என்று தேடினார்...

தமது அனுபவங்களை யாரிடமாவது சொல்ல வேண்டுமென்ற அடங்கா ஆசை அவரை ஆட்கொண்டது. ஆனால் வீட்டில் காதலைப் பற்றிப் பேச முடியாது, வெளியே மனம் விட்டுப் பேச யாருமில்லை. குடியிருப்பவர்களிடமோ, வங்கியில் சக ஊழியர்களிடமோ சொல்வதற்கில்லை. தவிர, என்னத்தைச் சொல்வது? அப்போது அவர் காதலித்தாரா என்ன? ஆன்னா செர்கேயிவ்னாவுடன் அவருக்கு இருந்த உறவினில் எழிலார்ந்ததோ, கவிதை நயமுடையதோ, அறிவுறுத்துவதோ, அல்லது சுவையானதோகூட ஏதேனும் இருந்ததா? ஆகவே காதலைப் பற்றியும் பெண்களைப் பற்றியும் பொதுப்பட பேசுவதுடன் திருப்தியடைய வேண்டியிருந்தது. அவர் என்ன சொல்ல விரும்பினார் என்று யாருக்கும் விளங்கவில்லை. அவருடைய மனைவி மட்டும் கரும் புருவங்கள் துடிக்க, "இந்தா, திமீத்திரி, கோமாளி வேஷம் உனக்குக் கொஞ்சங்கூடப் பொருத்தமாய் இல்லை" என்று சீறினாள்.

ஒருநாள் இரவு மருத்துவர் கிளப்பில் சீட்டாடிவிட்டு சக ஆட்டக்காரர்களில் ஒருவரான அரசாங்க அலுவலருடன் சேர்ந்து புறப்படுகையில் அடக்கமாட்டாமல் கூரொவ் அவரிடம் கூறினார்:

"யால்தாவிலே எவ்வளவு அற்புதமான பெண்ணுடன் எனக்குப் பரிச்சயம் ஏற்பட்டது தெரியுமா உங்களுக்கு?"

அந்த அலுவலர் பேசாமல் சறுக்கு வண்டியில் ஏறி உட்கார்ந்த பின் சட்டெனத் திரும்பிக் கூப்பிட்டார்:

"திமீத்ரி திமீத்ரி!"

"என்ன?"

"நீங்கள் சொன்னது சரிதான்: மீன் கறியில் கவிச்சு தான் அடித்தது!"

சர்வசாதாரணமான விவரம்தான், ஏனோ கூரொவை இது கொதிப்புறச் செய்தது. அவமானப்படுத்துவதாய், அசிங்கமானதாய் அவருக்குப்பட்டது. எல்லாம் காட்டுமிராண்டி முறைகள்! மோசமான மனிதர்கள்! ஒன்றுக்கும் உதவாத மாலைப்பொழுதுகள்! உப்பு சப்பற்ற, வெறுமையான பகல்கள்! வெறித்தனமான சீட்டாட்டம், வயிறு புடைக்க சாப்பாடு, மிதமிஞ்சிய குடி, ஒரே விஷயத்தைப் பற்றிய ஓயாத பேச்சு. பெரும் பகுதி நேரமும் சக்தியும் யாருக்கும் பயனில்லாத வீண் வேலைகளிலும் திரும்பத் திரும்ப ஒன்றையே விவாதிப்பதிலும் விரையமாகின்றன. இறுதி விளைவு என்னவெனில் குறுகிச் சிறுத்து மண்ணிலே உளையும்படியான: கேவலமான வாழ்வுதான், புன்மை வாய்ந்த அற்பங்களில் சுழலுவதுதான். இதிலிருந்து தப்பியோடவும் வழியில்லை. பைத்தியக்கார மருத்துவமனையிலோ, கைதிகளது குடியிருப்பிலோ அடைபட்டிருப்பது போன்ற நிலைமை!

கூரொவ் இராத் தூக்கமின்றி ஆத்திரத்தால் கொதித்துக் கொண்டிருந்தார், மறுநாள் முழுதும் தலைவலி அவரை வருத்திற்று. அடுத்த இரவுகளிலும் சரிவரத் தூங்க முடியாமல் படுக்கையில் உட்கார்ந்து சிந்தித்தார், இல்லையேல் அறையில் மேலுங் கீழுமாக நடைபோட்டார். குழந்தைகளைக் கண்டாலே கரித்தது, வங்கியை நினைத்ததுமே கசந்தது. எங்குமே போகப் பிடிக்கவில்லை, எதைப் பற்றியும் பேச விருப்பமில்லை.

டிசம்பர் மாதம் கிறிஸ்துமஸ் விடுமுறையின்போது அவர் பயணத்துக்கு ஆயத்தம் செய்தார். ஓர் இளைஞனின் காரியமாகப் பீட்டர்ஸ்பர்க் போவதாக மனைவியிடம் சொல்லிவிட்டு, எஸ். நகருக்குச் சென்றார். எதற்காக? அவருக்கே தெளிவாகத் தெரியவில்லை. ஆன்னா செர்கேயிவ்னாவைப் பார்த்துப் பேச வேண்டும், முடிந்தால் சந்திப்புக்கு ஏற்பாடு செய்ய வேண்டும் என்பது மட்டும்தான் தெரிந்தது.

எஸ்.நகருக்குக் காலையில் போய்ச் சேர்ந்து, ஹோட்டலில் யாவற்றிலும் சிறந்த அறையாகப் பார்த்து அமர்த்திக் கொண்டார். அறையில் தரை முழுவதும் இராணுவக் கம்பள விரிப்பிடப்பட்டிருந்தது; மேஜை மேல் தூசிபடிந்த மசிக்கூடு இருந்தது. உயர்த்திய கரத்தில் தொப்பியைப் பிடித்தவாறு குதிரைச் சவாரி செய்யும் தலையில்லா வீரனின் உருவம் இந்த மசிக்கூட்டை அலங்கரித்தது. ஹோட்டல் காவலாள் அவருக்கு வேண்டிய தகவல்களைத் தெரிவித்தான்: அதாவது, வான் திதெரித்ஸ் ஸ்தாரோ - கன்சார்நயா வீதியில் சொந்த வீட்டில் வசிப்பதாகவும், ஹோட்டலிலிருந்து வீடு தூரமில்லை என்றும், அவர் செல்வச் செழிப்புடன் வாழ்வதாகவும், சொந்தக் குதிரைகளும் வண்டியும் வைத்திருப்பதாகவும், ஊர் முழுவதும் அவரை அறியுமென்றும் சொன்னான். அவரது பெயரை த்ரீதீரித்ஸ் என உச்சரித்தான் காவலாள்.

கூரொவ் அவசரமின்றி நடந்து, ஸ்தாரோ - கன்சார்நயா வீதிக்குச் சென்று வீட்டைத் தேடிப் பிடித்தார். அந்த வீட்டின் முன்பக்கத்தில் உச்சியில் கூராணிகளுடன் கூடிய நீளமான பழுப்பு நிற வேலியடைப்பு எழுப்பப்பட்டிருந்தது.

சன்னலையும் வேலியடைப்பையும் மாறி மாறிப் பார்த்த கூரொவ், “இந்தமாதிரி வேலியடைப்பு எழுப்பினால் எவரும் தப்பி ஓடத்தான் விரும்புவர்” என்று நினைத்துக் கொண்டார்.

இன்று விடுமுறையாதலால் கணவர் அனேகமாய் வீட்டில்தான் இருப்பாரென கூரொவ் சிந்திக்கலானார். இல்லாவிட்டாலும் இப்படித் திடுமென அவள் வீட்டிலே போய் நின்று அவளைச் சங்கடத்துக்கு உள்ளாக்குவது மதிகெட்ட செயல். குறிப்பு எழுதி அனுப்பலாம், ஆனால் அது கணவர் கைக்குப் போய்ச் சேருமாயின் பெருங்கேடுதான் விளையும். தக்க தருணம் வாய்க்கலாம், அவளைப் பார்க்கும்படி நேரலாம் என்று காத்திருப்பதுதான் நல்லதென நினைத்தார். ஆகவே, தெருவில் மேலும் கீழுமாய் நடந்து வேலியடைப்பை நெருங்கியதும் நடையைத் தளர்த்திக் கொண்டு வாய்ப்பு கிட்டுமா என்று பார்த்தபடிக் காத்திருந்தார். பிச்சைக்காரன் ஒருவன் வாயிலுக்குள் புகுந்ததையும் நாய்கள் அவனை விரட்டியடித்ததையும் கண்டார். பிறகு ஒரு மணிநேரம் கழித்து, பியானோ இசையின் தெளிவற்ற மெல்லிய நாதங்கள் அவர் காதுக்கு எட்டின. வாசிப்பது ஆன்னா செர்கேயிவ்னாவாகத்தான் இருக்குமென நினைத்தார். முன்வாயிற் கதவு திடீரெனத் திறந்தது. யாரோ கிழவி வெளியே வந்தாள். அவள் பின்னால் ஓடி வந்தது

அவர் நன்கு அறிந்திருந்த அந்த வெள்ளை நாய். கூரொவ் அதைக் கூப்பிடப் போனார், ஆனால் அவருக்கு நெஞ்சு படபடத்தது, மனக் கிளர்ச்சி அடைந்துவிட்ட அந்த நிலையில் நாயின் பெயர் அவர் நினைவுக்கு வரவில்லை.

அவர் தொடர்ந்து நடந்து கொண்டிருந்தார், அந்தப் பழுப்பு நிற வேலியடைப்பின் மீது அவருக்கு வெறுப்பு மேலும் மேலும் கடுமையாகியது. தம்மைப் பற்றி ஆன்னா செர்கேயிவ்னா மறந்துவிட்டாள், பொழுதுபோக்குக்காக இதற்குள் வேறு ஆள் யாரையேனும் பிடித்துக் கொண்டிருப்பாள் என்று இப்பொழுது எரிச்சலாய் நினைத்துக் கொண்டார். பொழுது விடிந்து பொழுது போனால் இந்தப் பாழாய்ப்போன வேலியடைப்பைப் பார்க்க வேண்டியுள்ள இளம் பெண் வேறு என்ன செய்வாள்? அவர் ஓட்டல் அறைக்குத் திரும்பினார், என்ன செய்வதென்று தெரியாமல் சிறிது நேரம் சோபாவில் உட்கார்ந்திருந்தார், பிறகு சாப்பாட்டை முடித்துக் கொண்டு, நெடுநேரம் உறங்கினார்.

அவர் கண்விழித்தபோது மாலையாகிவிட்டது. இருண்ட சன்னல்களை நோக்கியவாறு,

“அசட்டு வேலை, தொல்லை பிடித்தது!” என்று தம்முள் கூறிக் கொண்டார். “எப்படியோ தூங்கித் தொலைத்துவிட்டேன், இனி இராப் பொழுதை எப்படிக் கழிப்பது?”

மருத்துவமனைப் போர்வை போன்ற, மலிவான, சாம்பல் நிறக் கம்பளியைப் போர்த்திக் கொண்டு கட்டிலில் எழுந்து உட்கார்ந்து, சிடு சிடுப்புடன் தம்மைத்தாமே கடிந்து கொண்டார்:

“நீயும் உன் நாய்க்காரச் சீமாட்டியும்!... பிரமாதச் சாதனைதான்!... பெரிதாய் ஓடி வந்தாயே, என்ன ஆயிற்று பார்!”

காலையில் அவர் ரயில் நிலையத்தில் வந்து இறங்கியபோது, உள்ளூர் நாடக மன்றத்தில் “கெய்ஷா” நாடகம் அன்று முதல் முறையாக நடிக்கப்படப்போவதாகக் கொட்டை எழுத்துக்களில் அறிவித்த விளம்பரத்தைக் கவனித்திருந்தார். இப்போது அது நினைவுக்கு வரவே, உடை மாற்றிக் கொண்டு நாடக மன்றத்துக்குப் புறப்பட்டார்.

“நாடகங்களின் முதல் இரவுக் காட்சிக்கு அவள் தவறாமல் வருகிறவளாய் இருக்கலாமே” என்று தம்முள் கூறிக் கொண்டார்.

நாடகமன்றம் நிறைந்திருந்தது. எல்லாச் சிற்றூர் நாடகமன்றங்களைப் போலவே இங்கும் சரவிளக்குகளுக்கு மேல் புகை மண்டியிருந்தது, சுற்று மாடியடுக்குகளில் இருந்தோர் அமைதியின்றி இரைந்து கொண்டிருந்தார்கள். முன்வரிசையில், ஆடம்பரமான உள்ளூர்ப் பெரிய மனிதர்கள் திரை எப்போது உயர்த்தப்படுமென்று எதிர்பார்த்தவாறு பின்பக்கம் கையை இணைத்துக் கொண்டு நின்றிருந்தார்கள். ஆளுநரது மாடத்தில் ஆளுநரின் மகள், மென்முடிக் கழுத்துச் சுற்றாடை அணிந்து முன்னிருக்கையில் வீற்றிருந்தாள்; ஆளுநர் அடக்கத்துடன் திரைச்சீலையின் மறைவில் அமர்ந்திருந்தார். அவருடைய கைகள் மட்டும்தான் வெளியே தெரிந்தன. மேடைத்திரை அசைந்தது, வாத்தியக்குழு நெடுநேரம் சுருதி சேர்த்துக் கொண்டிருந்தது. வரிசையாக எல்லாரும் உள்ளே வந்து இருக்கைகளில் அமர்ந்தபோது கூரொவின் கண்கள் பரபரப்புடன் அவர்களைத் துழாவிக் கொண்டிருந்தன.

ஆன்னா செர்கேயிவ்னாவும் வந்தாள், மூன்றாவது வரிசையில் அமர்ந்து கொண்டாள். கூரொவின் கண்கள் அவளை வந்தடைந்ததும் அவருக்கு இதயம் வெடுக்கென நின்றுவிட்டது போலிருந்தது. உலகில் தமக்கு இவளைக் காட்டிலும் அன்புக்குரிய நெருங்கிய ஆத்மா யாரும் இல்லை, இவள் இல்லையேல் வாழ்வில் தமக்கு இனிமை ஏதும் இல்லை என்பது அக்கணமே அவருக்குத் தெளிவாகியது. சிறு உருவாய் நகரத் திரளில் கண்ணுக்குத் தெரியாதபடி மறைந்து விடும்படியானவள், தனிச் சிறப்பு ஏதும் இல்லாதவளாய் அசட்டுக் காட்சிக் கண்ணாடியைக் கையில் பிடித்திருந்தவள் - இப்பொழுது இவள் அவருடைய வாழ்வு அனைத்துக்கும் மையமாகிவிட்டாள். அவரது துன்பமும் இன்பமுமாகி, அவரது வாழ்வில் இனி அவளே எல்லாம் என்றல்லவா ஆகி விட்டாள். பக்குவமடையாத கற்றுக்குட்டிப் பிடில்காரர்களையுடைய சோபையற்ற வாத்தியக் குழுவிடமிருந்து எழுந்த ஒலிகளைக் கேட்டு அயர்ந்தவாறு, இவ்வளவு அழகாய் இருக்கிறாளே என்று எண்ணினார்... எண்ணங்களிலும் கனவுகளிலும் மிதந்தார்...

ஆன்னா செர்கேயிவ்னாவுடன் கூட வந்தவர் பின்புறம் கவிந்த தோள்களையுடைய நெட்டையான இளைஞர் - சிறிய கிருதா வைத்திருந்தார், அடிக்கொரு தரம் தலையை ஆட்டியவாறு நடந்து வந்து அவளுக்குப் பக்கத்து இருக்கையில் அமர்ந்து கொண்டார், எந்நேரமும் யாருக்கோ சிரம் தாழ்த்தி வணக்கம்

தெரிவிக்கிறாரென நினைக்கத் தோன்றியது. அவளது கணவராகவே இருக்க வேண்டும் - முன்பு யால்தாவில் அவள் மனம் கசந்து, “அடிவருடி” என்று குறிப்பிட்டாளே அந்த ஆளாகவே இருக்க வேண்டும். மெய்தான், அவரது ஒல்லியான நெட்டை உருவிலும் கிருதாவிலும் உச்சந்தலையிலிருந்த சிறு வழுக்கையிலும் பணியாளுக்குரிய அடிவருடித்தனம் தென்படத்தான் செய்தது. அவர் முகத்தில் இனிப்பான புன்னகை பூத்திருந்தது, பணியாளது முறை உடுப்பிலுள்ள பணிச்சின்ன வில்லையைப் போல் அவரது கோட்டின் மார்பில் ஏதோ ஒரு விஞ்ஞானக் கழகத்தின் பதக்கச் சின்னம். பளிச்சிட்டது.

முதலாவது இடைவேளையின்போது கணவர் புகை பிடிப்பதற்காக வெளியே சென்றார். அவள் மட்டும் தனியே இருக்கையில் அமர்ந்திருந்தாள். சற்று பின்னால் உட்கார்ந்திருந்த கூரொவ் அவளிடம் சென்று, புன்னகையை வலிய வருவித்துக் கொண்டு நடுங்கும் குரலில், “வணக்கம்” என்றார்.

அவள் நிமிர்ந்து அவரைப் பார்த்தாள், உடனே அவளுக்கு முகம் வெளிறிவிட்டது. கலவரத்துடன் மறுபடியும் அவரை உற்றுப் பார்த்தாள், அவளால் தன் கண்களை நம்ப முடியவில்லை. கையிலிருந்த காட்சிக் கண்ணாடியையும் விசிறியையும் இறுகப் பிடித்து நெரித்தாள், மூர்ச்சித்துவிடாமல் இருக்கும் பொருட்டு அரும்பாடுபட்டாள் என்பது தெரிந்தது. இருவரும் மௌனமாயிருந்தார்கள். அவள் வீற்றிருந்தாள், அவளது குழப்பத்தைக் கண்டு மிரண்டுபோன கூரொவ் அவளுக்குப் பக்கத்தில் உட்காரத் துணியாமல் நின்று கொண்டிருந்தார். சுருதி கூட்டப் பெற்ற பிடில்கள் புல்லாங்குழல்களுடன் சேர்ந்து இசைத்தன. ஒன்றும் புரியாமல் இருவரும் கலங்கினர், நாற்புறமிருந்தும் எல்லோரும் தங்களையே நோக்குவதாய் நினைத்தனர். முடிவில் அவள் எழுந்து வெளிச் செல்லும் வாயில் பக்கம் நடந்தாள், அவர் பின் தொடர்ந்தார். இருவரும் எங்கேபோவது என்று தெரியாமல் நடைகளில் நடந்தார்கள், படிக்கட்டுகளில் ஏறி இறங்கினார்கள். நீதித்துறை அலுவலர்கள், பள்ளி ஆசிரியர்கள், அரசாங்க அதிகாரிகள் ஆகியோருக்குரிய உடுப்புகள் அணிந்தவர்கள், பதக்கங்கள் பூண்டவர்கள், அவர்கள் முன்தோன்றி மறைந்தார்கள்; சீமாட்டிகள் பளிச்சிட்டுச் சென்றனர், மாட்டல்களில் தொங்கிய மென்முடிக் கோட்டுக்கள் கண் முன்னால் வந்து நின்ற பின் மறைந்துபோயின, காற்று குப்பெனக் குளுமையாய் வீசியது, சிகரெட்டுத் துண்டுகளின்

வீச்சம் அதில் மிதந்து வந்தது. கூரொவுக்கு நெஞ்சின் படபடப்பு காதில் இரைந்தது.

"அட கடவுளே! எதற்காக இங்கே இவர்கள் எல்லாரும்... எதற்காக இந்த வாத்தியக் குழு..." என்று வேதனையுடன் நினைத்தார்.

திடீரென அவருக்கு நினைவு வந்தது: அன்று யால்தாவிலிருந்து ஆன்னா செர்கேயிவ்னாவை வழியனுப்பியதும் எல்லாம் முடிந்துவிட்டது, இருவரும் இனி ஒருபோதும் சந்திக்கப்போவதில்லை என்று தமக்குள் சொல்லிக் கொண்டது நினைவு வந்தது. ஆனால் முடிவு இப்போது நெடுந்தொலைவுக்கு அப்பால் அல்லவா சென்றுவிட்டது!

"மேல் வகுப்புக்குப் போகும் வழி" என்று குறிக்கப்பட்டிருந்த இருளடைந்த குறுகலான படிக்கட்டின் பக்கம் வந்ததும் அவள் நடையை நிறுத்தினாள்.

"துணுக்குற்று மிரளச் செய்து விட்டீர்கள்!" என்று அவள் மூச்சு விட முடியாமல் திணறியவாறு சொன்னாள்; இன்னமும் கதிகலக்கம் அவளைவிட்டு நீங்கவில்லை, முகம் வெளிறிட்டுதான் இருந்தது. "ஐயோ, என்னைத் துணுக்குற்று மிரளச் செய்து விட்டீர்கள்! உயிரே போய்விட்டது! ஏன் இங்கே வந்தீர்கள்? ஐயோ, எதற்காக வந்தீர்கள்?" என்றாள்.

"ஆன்னா, இதைக் கேள்" என்று தணிவான குரலில் பதற்றத்துடன் அவசரமாய் அவர் கூறினார். "ஆன்னா, இதைக் கேள்... இதை நீ புரிந்துகொள்ள வேண்டும்... மன்றாடிக் கேட்கிறேன், புரிந்துகொள்ள முயற்சி செய்யவேண்டும்..."

அவள் அச்சமும் மன்றாடலும் காதலும் கலந்த பார்வையை அவர் மீது பதித்தாள், பிறகு அவரது முகச் சாயலைத் தன் நினைவில் நிலையாக பதிய வைக்க முயலுவது போல் அப்படி அவரை அசங்காமல் உற்றுப்பார்த்தாள்.

"நான் பட்ட துன்பத்துக்கு அளவே இருக்காது" - அவரது பேச்சைக் காதில் வாங்கிக் கொள்ளாமலே அவள் தொடர்ந்து கூறினாள். "வேறு எதைப்பற்றியும் நினைக்க முடியாதவளாய் இத்தனை காலமும் உங்களையே நினைத்திருந்தேன். உங்களைப் பற்றிய நினைவுகளில்தான் உயிர் வாழ்ந்து வந்திருக்கிறேன். யாவற்றையும் மறக்க வேண்டும் என்றுதான் எவ்வளவோ முயற்சி செய்து பார்த்தேன் - ஐயோ, நீங்கள் ஏன் இங்கே வந்தீர்கள்?"

மேலே நடைவழியில் நின்று புகை பிடித்துக் கொண்டிருந்த உயர்நிலைப் பள்ளி மாணவர்கள் இருவர் கீழே பார்த்தார்கள். ஆனால் கூரொவ் எதையும் லட்சியம் செய்யாமல் ஆன்னா செர்கேயிவ்னாவை அருகே இழுத்து அணைத்து மாறி மாறி முகத்திலும், கன்னங்களிலும், கரங்களிலும் முத்தமிட்டார்.

"என்ன செய்கிறீர்கள், ஐயோ, என்ன செய்கிறீர்கள்?" என்று அவள் மெல்ல அவர் பிடியிலிருந்து விலகிக் கலவரத்துடன் கூறினாள். "இருவரும் சித்தம் கலங்கியவர்கள் ஆகி விட்டோம். இன்றைக்கே திரும்பிப் போய் விடுங்கள், இந்தக் கணமே போய் விடுங்கள்... எல்லாத் தெய்வங்களின் பெயராலும் மன்றாடிக் கேட்டுக்கொள்கிறேன்... யாரோ வருகிறார்கள்!" என்றாள்.

கீழிருந்து யாரோ மாடிப்படியேறி வந்து கொண்டிருந்தார்.

"நீங்கள் போய்விடத்தான் வேண்டும்" என்று ஆன்னா செர்கேயிவ்னா இரகசியக் குரலில் தொடர்ந்து கூறினாள். "காதில் விழுகிறதா, திமீத்ரி திமீத்ரிச்? நான் மாஸ்கோ வந்து உங்களைச் சந்திக்கிறேன். எந்நாளும் எனக்கு மகிழ்ச்சி இல்லை - இதுகாறும் இருந்ததில்லை, இப்போது இல்லவே இல்லை, இனிமேலும் இருக்கப்போவதில்லை! ஆகவே என்னை மேலும் துன்புறுத்த வேண்டாம்! நிச்சயம் மாஸ்கோ வருவேன், உங்களைச் சந்திப்பேன் - ஆணையிட்டுச் சொல்கிறேன்! இப்போது நாம் பிரிந்தாக வேண்டும்! என் அன்பே, ஆருயிரே! நாம் விடைபெற்றுக்கொள்ளத்தான் வேண்டும்!" என மொழிந்தாள்.

"அதிருக்கட்டும், அப்பா, குளிர்காலத்தில் இடி இடிப்பதில்லையே, ஏன்?" என்று கேட்டாள் பெண்.

அவர் இதைப் பற்றியும் அவளுக்கு விளக்கினார். இவ்வாறு மகளுடன் பேசிக்கொண்டிருந்த அதேநேரத்தில் அவர் வேறு விஷயங்களைப் பற்றிச் சிந்தனை செய்தார். தமது காதலுக்கு உரியவளைச் சந்திப்பதற்காகச் செல்வதையும், தமது இந்தக் காதல் வெளியே யாருக்கும் தெரியாததாய் இருப்பதையும், இனியும் அவ்வாறே இருக்கப்போவதையும் அவர் நினைத்துப் பார்த்தார். அவர் இரட்டை வாழ்க்கை வாழ்ந்து வந்தார் - ஒன்று எல்லார் கண்ணுக்கும் தெரியும்படியான பகிரங்க வாழ்க்கை, வழக்க வழியிலான உண்மையும் வழக்க வழியிலான ஏமாற்றம் மிகுந்தது, அவரது நண்பர்களும் அவருக்குத் தெரிந்த ஏனைய எல்லாரும் வாழ்ந்து வந்ததற்கு முற்றிலும் ஒத்தது; இன்னொன்று

மறைவில் நடைபெற்ற இரகசிய வாழ்க்கை. நிலைமைகளின் விபரீத இணைவின் - சந்தர்ப்பவசமான இணைவாகவும் இருக்கலாம் - காரணமாய், எவை எல்லாம் அவருக்கு முக்கியமாகவும் கருத்துக்கு, உரியனவாகவும் இன்றியமையாதனவாகவும் இருந்தனவோ, எவற்றில் அவர் தம்மைத்தாமே ஏமாற்றிக்கொள்ளாமல் உள்ளப்பூர்வமாய் ஈடுபட்டு வந்தாரோ, எவை அவரது வாழ்வின் உட்கருவாய் இருந்தனவோ அவை யாவும் வெளியே தெரியாதபடி இரகசியமாய் நடந்தேறின; அதேபோது அவரிடமிருந்த பொய்மையெல்லாம், தம்மையும் தம்மிடமிருந்த உண்மையையும் மூடி மறைத்துக்கொள்ள அவர் பயன்படுத்திக் கொண்ட வெளி வேடங்கள் எல்லாம் - உதாரணமாக வங்கியில் அவரது வேலை, கிளப்பில் அவரது விவாதங்கள், அவரது “கீழ் இனத்தவர்”, ஆண்டு விழாக் கொண்டாட்டங்களுக்கு மனைவியுடன் கூட போய் வந்தது ஆகியவை எல்லாம் - மறைவின்றிப் பகிரங்கமாய் நடந்தேறின. தம்மையே அளவுகோலாகக் கொண்டு அவர் ஏனையோரையும் மதிப்பிட்டார்; கண்ணுக்குத் தெரிந்தவற்றை அவர் நம்பவில்லை, ஒவ்வொருவர் வாழ்விலும் மெய்யானவையும் சுவையானவையும் இருப்பவை, யாவும் வெளியே தெரியாதபடி இரவின் இருட்டில் இரகசியமாக நடந்தேறுவதாய் அனுமானித்துக் கொண்டார். ஒவ்வொரு ஆளின் வாழ்வும் மர்மத்தையே மையமாகக் கொண்டு சுழலுகிறது, அதனால்தான் தனிப்பட்ட சொந்த இரகசியங்களுக்குத் தக்க மதிப்பு அளிக்கப்பட வேண்டும் என்று பண்பட்டவர்கள் எல்லாரும் அப்படி வலுவாய் வற்புறுத்துகிறார்களோ, என்னமோ என்று அவர் நினைத்தார்.

மகளை உயர்நிலைப் பள்ளி வரை கொண்டுபோய் விட்டபின் கூரொவ் “ஸ்லாவ்யான்ஸ்கிய் பஜார்” ஓட்டலுக்குச் சென்றார். முன் கூடத்தில் மேல் கோட்டைக் கழற்றிவைத்துவிட்டு, மாடிக்குச் சென்று, அறைக் கதவை மெல்லத் தட்டினார். ஆன்னா செர்கேயிவ்னா, அவருக்கு மிகவும் பிடித்தமான பழுப்பு நிற உடையணிந்திருந்தாள். பயணத்தாலும் பரபரப்பினாலும் களைத்து ஓய்ந்துபோய், முந்திய நாள் மாலையிலிருந்தே அவரது வருகையை எதிர்பார்த்துக் காத்துக் கொண்டிருந்தாள். அவள் முகம் வெளிறியிருந்தது, புன்னகை புரியாமலே அவரை உற்று நோக்கினாள். ஆயினும் அறைக்குள் அவர் வந்து சேர்வதற்குக்கூட அவகாசம் அளிக்காமல் பாய்ந்தோடி வந்து அவர் மார்போடு ஒட்டிக் கொண்டாள். பல ஆண்டுகளாகச் சந்திக்காததுபோல் அப்படி நெடுநேரம் இதழ் பதித்து முத்தமிட்டுக் கொண்டார்கள்.

“என்ன சேதி? எப்படி இருக்கிறாய்?” என்று கேட்டார் அவர். “புதிதாய் ஏதேனும் நடந்ததா?”

“இதோ சொல்கிறேன்... ஒரு நிமிடம்... பேச முடியவில்லை...”

அழுகை பீறிட்டுக்கொண்டு வந்ததால் அவளால் பேச முடியவில்லை. எதிர்ப்பக்கம் திரும்பி, கைக் குட்டையால் கண்களைத் துடைத்துக் கொண்டாள்.

“துயரம் தீர அழுது நிம்மதியடையட்டும், காத்திருக்கலாம்” என்று நினைத்து, அவசரமின்றி அவர் சாய்வு நாற்காலியில் அமர்ந்தார்.

மணியடித்து அவர் தேநீர் கொண்டுவரச் சொன்னார். பிறகு அவர் தேநீர் அருந்தியபோதும் சன்னலைப் பார்த்தபடித்தான் அவள் நின்று கொண்டிருந்தாள்.... உணர்ச்சி மேலிட்டவளாய்க் கண்ணீர் வடித்தாள், இருவரது வாழ்க்கையும் சோகம் வாய்ந்ததாய் இருப்பதை நினைத்து உள்ளம் வெதும்பினாள். திருடர்களைப் போல் அல்லவா யார் கண்ணிலும் படாமல் இருவரும் இரகசியமாகச் சந்திக்க வேண்டியிருக்கிறது! இருவரது வாழ்க்கையும் பாழாகிவிட்டதே!

“வேண்டாம், அழாதே!” என்றார் அவர்.

அவருக்குத் தெளிவாகவே தெரிந்தது - தம் இருவரது காதலும் விரைவில் முடிவடையப்போவதில்லை, இது எப்போது முடிவுறும் என்று யாராலும் சொல்வதற்கில்லை என்பது தெளிவாகவே தெரிந்தது. ஆன்னா செர்கேயிவ்னாவுக்கு அவர் மீது இருந்த காதல் நாளுக்கு நாள் மேலும் மேலும் ஆழமாகியே வந்தது, அவரை அவள் தனக்குரிய தெய்வமாகக் கொண்டிருந்தாள். அவளிடம் போய் இதெல்லாம் ஒரு நாள் முடிவடைந்தாக வேண்டுமென்று சொல்லிப் பயன் இல்லை. ஒருபோதும் அவள் நம்பமாட்டாள்.

அருமையாய் அன்பு மொழிகள் சொல்லி அவளைத் தேற்றும் நோக்கத்துடன் கூரொவ் அவளிடம் சென்று அவளது தோள்களை அணைத்துப் பிடித்துக் கொண்ட போது திடுமென நிலைக் கண்ணாடியில் தமது உருவம் தெரியக் கண்டார்.

ஏற்கெனவே அவருக்குத் தலை நரைக்கத் தொடங்கியிருந்தது, கடந்த சில ஆண்டுகளில் இப்படித் தாம் மூப்படைந்துவிட்டதைக் கண்டபோது அவருக்கு வியப்பாய் இருந்தது. அவரது கைகளால் அணைக்கப்பட்டிருந்த அந்தத் தோள்களோ, கதகதப்புடன் துடித்தன. இன்னும் இளமைப் பூரிப்பும் எழிலும் வாய்ந்திருந்த இந்த

ஜீவனுக்காக, விரைவில் தம்மைப் போலவே வாடி வதங்கவிருந்த இந்த ஜீவனுக்காக அவர் உள்ளம் கரைந்து உருகியது. அவள் எதற்காக இப்படி அவரைக் காதலிக்கிறாள்? பெண்கள் எப்போதுமே அவரை அவரது உண்மை உருவில் அல்லாமல் வேறொரு உருவில் கண்ணுற்று வந்தார்கள். அவர்கள் காதல் கொண்டது அவர் மீதல்ல; அவர்களது கற்பனையின் படைப்பான வேறொரு ஆளின் மீது, வாழ்நாள் முழுதும் அவர்கள் ஆர்வத்துடன் தேடிக் கொண்டிருந்த அந்த ஆளின் மீது அவர்கள் காதல் கொண்டார்கள். அவர்கள் தங்களது தவறைக் கண்டு கொண்ட பின்னரும் அவர்கள் முன்பு போலவே தொடர்ந்து அவரைக் காதலித்தார்கள். அவர்களில் ஒருத்தியாவது அவரால் இன்பமடைந்ததில்லை. காலம் கழிந்து சென்றது, அவர் வெவ்வேறு பெண்களையும் சந்தித்து நெருங்கிய உறவு கொண்டார், பிறகு பிரிந்து சென்றார். ஆனால் யார் மீதும் அவர் காதல் கொண்டதில்லை. அவர்களிடையே என்னென்னமோ இருந்தது, காதல் மட்டும் இருந்ததில்லை.

இப்போதுதான், தலை நரைத்த பிறகு, வாழ்வின் முதன் முதல் மெய்யாகவும் முழுமையாகவும் காதல் கொண்டார்.

ஆன்னா செர்கேயிவ்னாவும் அவரும் ஒருவரை ஒருவர், நெருங்கிய, அத்யந்த முறையில், கணவரும் மனைவியும் போலக் காதலித்தனர், உயிருக்கு உயிரான நண்பர்கள் போல ஒருவரை ஒருவர் நேசித்தனர். இருவரும் ஒருவருக்காக ஒருவர் விதியால் திட்டமிடப்பட்டதாக அவர்களுக்குத் தோன்றியது. அவளுக்கு வேறொரு ஆள் கணவராகவும், அவருக்கு வேறொருத்தி மனைவியாகவும் இருந்தது ஏனென்று அவர்களுக்கு விளங்கவில்லை. பருவம் மாறியதும் மண்டலம் விட்டு மண்டலம் செல்லும் ஆணும் பெண்ணுமான இரு பறவைகளை யாரோ பிடித்துத் தனித் தனிக் கூண்டுகளில் அடைத்துவிட்டது போன்றிருந்தது அவர்களது நிலைமை. கடந்த காலத்திலும் நிகழ் காலத்திலும் இருவரும் புரிந்த வெட்கத்துக்குரிய எல்லாத் தவறுகளையும் ஒருவருக்கு ஒருவர் மன்னித்துக் கொண்டு விட்டார்கள். இந்தக் காதல் இருவரையும் மாற்றிவிட்டதை இருவரும் உணர்ந்தனர்.

முன்பெல்லாம் மனச்சோர்வு ஏற்பட்டதும் மனத்துக்குத் தோன்றிய எந்த நியாயத்தையும் கொண்டு அவர் தம்மைத் தேற்றிக்கொள்வது வழக்கம்; இப்பொழுது அவருக்கு இந்த நியாயங்கள் பொருளற்றவையாகிவிட்டன; ஆழ்ந்த இரக்கம்

அவரை உள்ளம் குழையச் செய்தது நேர்மை வாய்ந்தவராய், அன்பு மிக்கவராக இருக்க விரும்பினார்...

"அழாதே, என் கண்ணே. வேண்டிய மட்டும் அழுதுவிட்டாய், போதும்... வா, பேசுவோம், என்ன செய்வது என்று ஆலோசிப்போம்" என்றார்.

பிறகு அவர்கள் நெடுநேரம் கலந்தாலோசித்தார்கள். யார் கண்ணிலும் படாமல் மறைப்பதும் ஏமாற்றுவதும் வெவ்வேறு நகர்களில் வசிப்பதும் நெடுநாள் சந்திக்காமலிருப்பதும் எல்லாம் தேவைப்படாதபடிச் செய்வது எப்படி, சகிக்க முடியாத இந்த விலங்குகளைத் தகர்ப்பது எப்படி என்று ஆலோசனை செய்தார்கள்.

தலையை இறுகப் பற்றியவாறு, "எப்படி? எப்படி? எப்படி?" என்று திரும்பத் திரும்ப கேட்டார் கூரொவ்.

தீர்வு நெருங்கி வந்து விட்டது, இன்னும் இரண்டு விரற்கடையே பாக்கி, பிறகு வனப்புமிக்க புது வாழ்வு ஆரம்பமாகிவிடும் என்பதாகத் தோன்றியது. ஆனால் மறுகணமே, முடிவுக்கு இன்னும் நெடுந்தொலைவு இருக்கிறது, யாவற்றிலும் கடினமான, மிகச் சிக்கலான பகுதி இப்போதுதான் ஆரம்பமாகிறது என்பதை இருவரும் உணர்ந்தார்கள்.

1899

மணமகள்

1

அந்தி மணி ஒன்பதாகிவிட்டது. தோட்டத்தின் மீது முழு நிலவு ஒளி வீசிக் கொண்டிருந்தது. ஷூமின் வீட்டில் பாட்டியார் மார்ஃபா மிகாய்லொவ்னா ஏற்பாடு செய்திருந்த அந்தி நேர ஆராதனை அப்போதுதான் முடிவுற்றிருந்தது. ஒரு நிமிடம் வெளியே செல்வோமென்று நழுவித் தோட்டத்துக்கு வந்திருந்த நாதியா உள்ளே சாப்பாட்டு அறையில் மேஜையின் மேல் உண்டிகள் எடுத்து வைக்கப்படுவதையும், ஆடம்பரமான பட்டு ஆடையில் அவளுடைய பாட்டி பரபரத்துக்கொள்வதையும் பார்க்க முடிந்தது. தேவாலயக் குருவாகிய திருத்தந்தை ஆந்திரேய் அங்கே நாதியாவின் தாய் நீனா இவானவ்னாவுடன் பேசிக் கொண்டிருந்தது தெரிந்தது. சன்னல் வழியே பார்க்கையில் நீனா இவானவ்னா செயற்கை வெளிச்சத்தில் மிக இளமையாய் இருந்தாள். திருத்தந்தை ஆந்திரேயின் மகனான ஆந்திரேய் ஆந்திரேயிச் கவனமாய்க் காது கொடுத்துக் கேட்டுக் கொண்டு அவளருகே நின்றிருந்தான்.

தோட்டத்தில் குளுமையாகவும் நிசப்தமாகவும் இருந்தது; கருநிழல்கள் அமைதியாய்த் தரை மீது சாய்ந்திருந்தன. எங்கோ நெடுந்தொலைவில் - நகரத்துக்கு அப்பால்தான் இருக்கும் - தவளைகள் கத்தும் சப்தம் காதுக்கு எட்டிற்று. மகிழ்ச்சி பொங்கும் மே மாதத்தின் உணர்வு காற்றிலே இழைந்தது. ஆழமாய் மூச்சை உள்ளுக்கு

இழுத்துக் கொண்டு மனத்துள் நாம் கற்பனை செய்துகொள்ள முடியும் - எங்கோ நகருக்கு அப்பால் தொலைவில், வானத்துக்கு அடியில், மர உச்சிகளுக்கு மேல், வயல்களிலும் வனங்களிலும் வசந்தம் தனது வாழ்வைத் துவக்குகிறது - விந்தையான, அற்புதமான வாழ்வு, செழுமையான, புனிதமான வாழ்வு, பாவ ஆத்மாக்களாகிய நாம் அந்த வாழ்விலிருந்து விலக்கி ஒதுக்கப்பட்டிருக்கிறோம் - என்பதாய் மனத்துள் கற்பனை செய்து கொள்ள முடியும். வாய்விட்டு அழ வேண்டும் போலல்லவா இருக்கும்.

நாதியாவுக்கு இப்போது வயது இருபத்து மூன்று. பதினாறு வயதானதிலிருந்தே திருமணம் குறித்து ஆர்வத்தோடு கனவுகள் கண்டு வந்தவள் அவள். முடிவில் இப்போது நிச்சயமாகியிருந்தது, சாப்பாட்டு அறையில் நின்று கொண்டிருந்த அந்த இளைஞன் ஆந்திரேய் ஆந்திரேயிச்சை அவள் மணந்துகொள்வதென்று. அவனை அவளுக்குப் பிடித்திருந்தது. ஜூலை 7-ஆம் நாள் மணவிழா நடைபெறவிருந்தது. ஆயினும் அவள் உள்ளத்தில் மகிழ்ச்சி இல்லை; அவளால் சரிவர தூங்க முடியவில்லை; அவளது குதூகலம் எங்கோ மறைந்தோடிவிட்டது... நிலவறையிலிருந்த சமையலறையின் திறந்த சன்னல்களிலிருந்து, பலரும் ஓடியாடி வேலை செய்யும் சப்தமும், கத்திகளது கணீரொலியும் கேட்டன. கப்பி அமைப்பால் இழுத்து மூடப்பட்ட கதவு படீர் படீரென்று அடித்துக் கொண்டிருந்தது. வான்கோழி வதக்கப்படும் வாசனையும் ஊறிப் பதனமான செர்ரியின் புளிப்பும் மூக்கில் ஏறின. மாற்றமின்றி என்றென்றுக்குமாய் இப்படியே யாவும் நடந்தேறும் என்பதாகவே தோன்றிற்று.

வீட்டிலிருந்து யாரோ வெளியே வந்து வாயில் முகப்பில் நின்றது தெரிந்தது. வந்தது அலெக்சாண்டர் திமஃபேயிச்; எல்லோரும் இவனை சாஷா என்றே கூப்பிட்டனர். சுமார் பத்து நாட்களுக்கு முன்பு மாஸ்கோவிலிருந்து இங்கு வந்திருந்தான் இவன். நெடுங்காலத்துக்கு முன்பு மரீயா பெத்ரோவ்னா என்றொரு விதவை, நொடித்துப்போன உயர்குலத்துச் சீமாட்டி, சிற்றுருவாய் மெலிந்து பிணியுற்றவர், நாதியாவின் பாட்டியிடம் வந்து தருமம் கேட்பது வழக்கம். பாட்டிக்கு அவர் தூரத்து உறவினர், அவருக்கு சாஷா என்றொரு மகன் இருந்தான். எக்காரணத்தாலோ பலரும் அவன் ஒரு சிறந்த கலைஞனாகக் கூடியவன் என்று கூறினார்கள். அவனுடைய தாய் இறந்துபோனதும், பாட்டி தமது ஆன்மா விமோசனத்துக்காக வேண்டி, அவனை மாஸ்கோவில் கமிசரோவ் பள்ளிக்கூடத்தில் சேர்த்துப் படிக்க வைத்தார். இரண்டொரு ஆண்டுக்குப் பிற்பாடு அவன் அங்கிருந்து மாறி ஒரு கலைப்

பள்ளியில் சேர்ந்து கொண்டான். இந்தப் பள்ளியில் ஏறத்தாழ பதினைந்து ஆண்டுகள் இருந்தபின், கட்டடக் கலைப் பிரிவில் முடிவில் ஒரு வழியாய் இறுதித் தேர்வுகளைச் சமாளித்து வெளியே வந்தான். ஆனால் கட்டடக் கலைஞனாய் வேலை செய்யாமல், மாஸ்கோவில் ஓர் அச்சகத்தில் வேலை தேடிக் கொண்டான். ஒவ்வோர் ஆண்டும் கோடையில் அவன் இங்கு வந்து தங்குவான்; நோயுற்றவனாய், ஓய்வு பெறுவதற்காகவும் உடம்பைத் தேற்றிக் கொள்வதற்காகவுமே அவன் இங்கு வருவது வழக்கம்.

கழுத்து வரை பொத்தான் போட்ட நீள் கோட்டும், பாத முனைகள் தேய்ந்து பிசிராகிவிட்ட அலங்கோலமான கான்வஸ் கால் சட்டையும் போட்டிருந்தான் அவன். சட்டை இஸ்திரி போடப்பட்டு எவ்வளவோ காலமாயிருக்கும், ஆளின் தோற்றம் பார்க்கச் சகிக்காது. ஒல்லியாய் இளைத்துப்போய் பெரிய கண்களும் நீண்ட எலும்பு விரல்களும் தாடியும் பழுத்த மேனியுமாய் இருந்தான்; இவ்வளவையும் மீறி அவன் கண்ணுக்கு இனியவனாகவே இருந்தான். ஷூமின் குடும்பத்தாருடன் இருப்பது அவனுக்குத் தனது பெற்றோருடன் இருப்பது போலிருந்தது, பிறந்து வளர்ந்த சொந்த வீட்டிலே இருப்பதுபோல் இங்கு அவன் இருக்க முடிந்தது. இங்கு வரும்போது அவன் தங்கியிருந்த அறை நெடுநாட்களாகவே சாஷாவின் அறையென அழைக்கப்பட்டு வந்தது.

வாயில் முகப்பிலே நின்ற அவன் நாதியாவைப் பார்த்ததும் நேரே அவளிடம் சென்றான்.

"இங்கே நன்றாகத்தான் இருக்கிறது" என்றான்.

"நன்றாகத்தான் இருக்கிறது. செப்டம்பர் வரை இங்கேயே இரு நீ."

"ஆம், இருக்க வேண்டியதாகிவிடும் போலிருக்கிறது. அனேகமாய் செப்டம்பர் வரை உங்களுடன் இருப்பேன் நான்."

காரணம் இல்லாமலே சிரித்தான், பிறகு அவளுக்குப் பக்கத்தில் உட்கார்ந்தான்.

"இங்கே உட்கார்ந்து அம்மாவைப் பார்த்துக் கொண்டிருந்தேன்" என்றாள் நாதியா. "இங்கிருந்து பார்க்கையில் அம்மா எவ்வளவு இளமையாய் இருப்பதாய்த் தெரிகிறது! அம்மாவை நான் குற்றங் குறையற்றவராய்ச் சொல்லவில்லை" என்றாள். சற்று நேரம் மௌனமாய் இருந்தபின் மேலும் கூறினாள்: "இருப்பினும் என் அம்மா ஏனையோரைப் போல அல்ல, அற்புதமானவர்."

“ஆம், அருமையானவர்தான்” என்று சாஷா உடன்பாடு தெரிவித்தான். “உன் அம்மா அவர் வழியில் ரொம்ப நல்லவர்தான், இனிமையானவர்தான், ஆனால்... புரியும்படி எப்படி இதைச் சொல்வது? இன்று அதிகாலையில் நான் சமையலறைக்குள் சென்றேன், வேலையாட்கள் நான்கு பேர் படுக்கை ஏதுமின்றி வெறுந்தரையில் கந்தல்களைப் போட்டுப் படுத்துத் தூங்கிக் கொண்டிருந்தார்கள், ஒரே நாற்றம், மூட்டைப் பூச்சி, கரப்பான்... இருபது ஆண்டுகளுக்கு முன்பு எப்படியோ, அதே நிலையில்தான் யாவும் இருந்து வருகின்றன, கொஞ்சங்கூட மாற்றமில்லை. பாட்டியைக் குறை சொல்லிப் பயனில்லை, அவருக்கு வயதாகிவிட்டது - ஆனால் உன் தாய் பிரெஞ்சு பேசுகிறார், நாடகங்களில் நடிக்கிறார்... இவர் புரிந்துகொள்ள வேண்டாமா?”

சாஷா பேசும்போது நீளமான எலும்பு விரல்கள் இரண்டைத் தன் பேச்சைக் கேட்போருக்கு முன்னால் உயர்த்திக் காட்டுவான், அது அவன் வழக்கம்.

“இங்கு யாவும் எனக்கு விசித்திரமாய் இருக்கிறது, இவை நான் பழக்கப்படாதவை” என்று மேலும் கூறிச் சென்றான் அவன். “தெய்வமே, யாரும் இங்கு எதுவும் செய்வதாய்த் தெரியவில்லையே! உன் தாய் பெரிய கோமகளைப்போல் நடைபோடுவதைத் தவிர எதுவும் செய்யக் காணோம், பாட்டியும் ஒன்றுமே செய்வதில்லை, நீயும் அப்படித்தான். நீ மணம் புரிந்துகொள்ளப் போகும் இந்த ஆந்திரேய் ஆந்திரேயிச்சும் ஒன்றும் செய்யாமலேதான் காலமோட்டுகிறான்.”

இதெல்லாம் சென்ற ஆண்டிலேயே நாதியா கேட்டிருந்ததுதான், அதற்கு முந்திய ஆண்டிலேயே கேட்டிருந்ததாய் அவளுக்கு ஞாபகம். சாஷாவின் சிந்தனை இந்த ஒரே வழியில்தான் செல்லக் கூடியது என்பது அவளுக்குத் தெரியும். இதை அவள் ஒரு வேடிக்கையாய் நினைத்து மகிழ்ந்த காலம் ஒன்று உண்டு, ஆனால் ஏனோ இப்பொழுது இது அவளுக்கு எரிச்சல் உண்டாக்கிற்று.

“இதெல்லாம் பழஞ் சரக்கு, கேட்டுக் கேட்டுக் காது புளித்துப் போய் விட்டது” என்று சொல்லி எழுந்தாள் அவள். “புதிதாய் எதுவும் சிந்திக்க முடியாதா உன்னால்?”

அவன் சிரித்தான், பிறகு அவனும் எழுந்தான். இருவருமாய் வீட்டுக்குத் திரும்பினர். கண்ணுக்கு இனியவளாய், நெட்டையாய், மெல்லுருவினளாய் இருந்தாள் அவள். அவன் பக்கத்தில் நடந்தபோது,

காண்போர் மனதை உறுத்தும்படி எடுப்பான ஆடையலங்காரத்தோடு ஆரோக்கியம் மிக்கவளாய்த் தோன்றினாள் அவள். இது அவளுடைய மனதுக்கே தெரிந்தது; அவனை நினைக்கையில் அவளுக்குப் பாவமாய் இருந்தது, மன்னிப்பு கேட்க வேண்டும் போலிருந்தது.

"நீ என்னென்னமோ பேசுகிறாய்" என்றாள் அவள். "எனது ஆந்திரேயைப் பற்றிச் சொன்னாயே - உனக்கு அவனைப் பற்றி ஒன்றும் தெரியாது."

"எனது ஆந்திரேய்... உனது ஆந்திரேய் எப்படியாவது இருக்கட்டும் போ! என் கவலை எல்லாம் உனது இளமைப் பருவம் வீணாகிறதே என்பதுதான்."

இருவரும் சாப்பாட்டு அறைக்குள் சென்றபோது எல்லோரும் இரவு சாப்பாட்டுக்காக மேஜையைச் சுற்றிலும் உட்காரப் போயினர். பாட்டி - வீட்டில் எல்லோரும் அவரை பாட்டி என்றே கூப்பிட்டார்கள் - குண்டாய்ப் பருத்து, அடர்ந்த புருவங்களோடும் மெல்லிய மீசையோடும் அவலட்சணமாய் இருந்தார். உரக்கப் பேசிக் கொண்டிருந்தார் அவர். இந்த வீட்டுக்கு அவரே அதிபர் என்பது அவருடைய குரலிலும், அவர் பேசிய முறையிலுமிருந்தே நன்றாய்த் தெரிந்தது. சந்தையில் பெட்டிக் கடைகளின் வரிசை ஒன்று அவருக்குச் சொந்தமாயிருந்தது, தூண்களையும் தோட்டத்தையும் கொண்ட இந்தப் பழைய வீடும் அவருடையதுதான். ஆயினும் தினமும் காலையில் கண்களில் கண்ணீர் தளும்பத் தம்மை நாசத்திலிருந்து காத்தருளும்படித் தேவனிடம் பிரார்த்தனை செய்வார். இவரது மருமகளும் நாதியாவின் தாயுமான நீனா இவானவ்னா வெண்ணிறக் கேசமுடையவள், இறுக்கிப் பிடிக்கும் கச்சு அணிந்து வில் பிடிப்பு மூக்குக் கண்ணாடியும் எல்லா விரல்களிலும் வைர மோதிரமும் போட்டிருப்பவள்; திருத்தந்தை ஆந்திரேய் பல்லில்லாத கிழவர், ஒல்லியானவர், எந்நேரமும் ஏதோ வேடிக்கையாய்ச் சொல்லப் போகிறவரைப் போன்ற முகபாவமுடையவர்; அவரது மகனும் நாதியாவை மணந்துகொள்ளப் போகிறவனுமான ஆந்திரேய் ஆந்திரேயிச் தசைப்பற்றுள்ளவன், சுருட்டை முடிகளுடன் ஓரளவு நடிகன் அல்லது கலைஞன் போல் கண்ணுக்கினிய இளைஞன் - இவர்கள் மூவரும் சேர்ந்து மனோவசியம் குறித்துப் பேசிக் கொண்டிருந்தார்கள்.

"இங்கு ஒரே வாரத்தில் உனக்கு உடம்பு தேறிவிடும், பாரேன்" என்று சாஷாவிடம் கூறினார் பாட்டி. "ஆனால் நீ நிறையச் சாப்பிட வேண்டும். எவ்வளவு மோசமாய் இருக்கிறது உன் உடம்பு!" என்று

பெருமூச்செறிந்து கொண்டார். "பார்க்கச் சகிக்கவில்லை! அசல் தெருச் சுற்றித் தறுதலைப் பிள்ளை போலல்லவா இருக்கிறாய்?"

"அடாபிடியாய் வாழ்ந்து மரபு வழி வந்தது அனைத்தையும் விரயமாக்கினான்" என்று இடையில் புகுந்து கண்கள் பளிச்சிட மெதுவாய்க் கூறினார், திருத்தந்தை ஆந்திரேய். "முடிவில் மாடு மேய்ப்பதைத் தவிர வேறு வழி இல்லை."

"முதுபெரும் என் தந்தை என் உயிருக்கு உயிரானவர்" என்று சொல்லி ஆந்திரேய் ஆந்திரேயிச் தன் தந்தையின் தோளில் தட்டினான். "ஒப்பற்றவர், அருமையானவர்!"

எல்லோரும் மௌனமாயிருந்தனர். திடுமென சாஷா சப்தமாய்ச் சிரித்துவிட்டுக் கைத்துணியை உதடுகளில் வைத்து அழுத்திக் கொண்டான்.

"அப்படியானால் மனோவசியத்தில் உனக்கு நம்பிக்கை உண்டென்றா சொல்கிறாய்?" என்று நீனா இவானவ்னாவைக் கேட்டார் திருத்தந்தை ஆந்திரேய்.

"நம்பிக்கை உண்டென்று நிச்சயமாய்ச் சொல்ல முடியவில்லை என்னால்" என்று நீனா இவானவ்னா கண்டிப்பும், ஏன் கடுமையுங்கூடக் கொண்ட முகபாவத்துடன் பதிலளித்தாள். "ஆனால் விந்தைக்குரியவை, விளங்காத புதிராய் இருப்பவை இயற்கையில் பலவும் இருப்பதை நான் ஏற்றுக்கொள்ளவே வேண்டும்."

"நீ சொல்வது சரிதான், ஒத்துக்கொள்கிறேன். ஆயினும் எங்களைப் பொறுத்தவரை நம்பிக்கையானது எங்களுக்கு விந்தைக்குரியவற்றின் வரம்பை வெகுவாய்க் குறுகச் செய்து விடுவதையும் நான் குறிப்பிட்டாக வேண்டும்."

கொழுத்த ஒரு பெரிய வான்கோழி மேஜையின் மீது கொண்டுவந்து வைக்கப்பட்டது. திருத்தந்தை ஆந்திரேயும் நீனா இவானவ்னாவும் தொடர்ந்து உரையாடிச் சென்றனர். நீனா இவானவ்னாவின் விரல்களிலிருந்து வைரங்கள் ஜொலித்தன, அவள் கண்களில் கண்ணீர் பளிச்சிட்டது, அவள் உணர்ச்சி வயப்பட்டுவிட்டாள்.

"உங்களுடன் என்னால் வாதாட முடியுமெனக் கருதவில்லை நான்" என்றாள் அவள். "என்றாலும் விளங்காத புதிர்கள் வாழ்க்கையில் பலவும் உண்டென்பதை நீங்களும் ஒத்துக்கொள்வீர்கள், இல்லையா?"

“இல்லை, அப்படி ஒன்றும் இல்லையெனத் தீர்மானமாய்ச் சொல்வேன்.”

இரவு சாப்பாடு முடிந்ததும் ஆந்திரேய் ஆந்திரேயிச் பிடில் வாசித்தான், நீனா இவானவ்னா பியானோவில் இணைவாய் இசைத்தாள். பத்து ஆண்டுகளுக்கு முன்பு அவன் பல்கலைக்கழகத்தில் மொழியியல் துறையில் பட்டம் பெற்று வெளிவந்தவன், ஆனால் வேலையோ குறிப்பிட்ட தொழிலோ எதுவுமில்லாதவனாகவே வாழ்ந்தான். எப்போதாவது தரும் நிதிக்கான கச்சேரிகளில் அவன் வாசிப்பான். நகரில் அவன் ஓர் இசைஞனாய் அழைக்கப்பட்டு வந்தான்.

ஆந்திரேய் ஆந்திரேயிச் வாசித்தான், எல்லோரும் மௌனமாய்க் கேட்டுக் கொண்டிருந்தார்கள். மேஜை மீதிருந்த சமொவாரிலிருந்து அமைதியாய் ஆவி வெளிவந்தது, சாஷா ஒருவன் மட்டும்தான் தேநீர் அருந்தினான். பன்னிரண்டு மணியானதும் பிடிலின் கம்பிகளில் ஒன்று படீரெனத் தெறித்தது. எல்லோரும் சிரித்தார்கள், பிறகு சந்தடிக்கும் சலசலப்புக்குமிடையே விடைபெற்றுக் கொண்டார்கள்.

தன்னை மணந்துகொள்ளப் போகிறவனிடம் விடைபெற்றுக் கொண்டபின் நாதியா தன் தாய்க்கும் தனக்கும் உரிய மாடிப் பகுதிக்குச் சென்றாள் (கீழ் வீட்டில் பாட்டியார் இருந்து வந்தார்). கீழ் வீட்டில் சாப்பாட்டு அறையில் விளக்குகள் நிறுத்தப்பட்டு வந்தன, சாஷா இன்னும் தேநீர் அருந்தியவாறு அங்கே உட்கார்ந்திருந்தான். மாஸ்கோ பாணியில் அவன் நெடுநேரம் தேநீர் அருந்திக் கொண்டு உட்கார்ந்திருப்பது வழக்கம், ஒன்றன்பின் ஒன்றாய் ஆறு ஏழு கிளாஸ் குடிப்பான். நாதியா ஆடைகளைக் களைந்துவிட்டுப் படுக்கையில் படுத்தபிறகும், நீண்ட நேரம் கழித்து கீழே வேலையாட்கள் வேலை செய்யும் சப்தமும் பாட்டி அவர்களைத் திட்டுவதும் அவள் காதில் விழுந்தன. முடிவில் வீடெங்கும் அமைதியாகிவிட்டது, கீழே சாஷாவின் அறையிலிருந்து மட்டும் எப்போதாவது நீட்டி இழுத்து ஒலிக்கும் இருமலின் சப்தம் கேட்டது.

2

நாதியா விழித்துக் கொண்டபோது மணி இரண்டடித்திருக்க வேண்டும், பொழுது புலர ஆரம்பித்திருந்தது. இரவு நேரக் காவற்காரன் தனது கட்டையைத் தட்டும் சப்தம் எங்கோ தொலைவிலிருந்து ஒலித்தது. நாதியாவால் தூங்க முடியவில்லை, அவளுடைய படுக்கை படுத்துறங்கச் சங்கடமாய் அளவு மீறி மிருதுவாய் இருப்பதாய்

நினைத்தாள். மே மாதத்தில் இதற்கு முந்திய இரவுகளில் செய்தது போலவே இப்போதும் அவள் படுக்கையில் உட்கார்ந்து கொண்டு சிந்திக்க முற்பட்டாள். அவளுடைய சிந்தனைகள் முந்திய இரவுகளில் எப்படியோ அதேபோலத்தான் அலுப்பூட்டுவனவாய், ஓயாமல் நச்சரிப்பனவாய் இருந்தன - ஆந்திரேய் ஆந்திரேயிச் அவளை அணுகி எப்படி ஊடாடினான், மணம் முடித்துக்கொள்ளுமாறு வேண்டினான், எப்படி அவனை அவள் ஏற்றுக் கொண்டாள், நற்குணமும் நல்லறிவுமுடைய இவனது சிறப்புகளை எப்படி அவள் சிறிது சிறிதாய்த் தெரிந்து கொண்டு பாராட்ட முற்பட்டாள் என்ற அதே சிந்தனைகள்தான் அவள் மனத்தில் எழுந்தன. ஆனால் ஏனோ தெரியவில்லை, மண விழாவுக்கு இன்னும் ஒரேயொரு மாதமே எஞ்சியிருந்த இந்தச் சந்தர்ப்பத்தில், இனமறியாத துயரமூட்டும் ஏதோ ஒன்று தனக்காகக் காத்திருப்பது போன்ற அச்சம், அல்லது அமைதியின்மை அவளை வருத்த முற்பட்டது.

“டிக் - டாக், டிக் - டாக்” என்று சோர்வுடன் ஒலித்தது காவற்காரன் எழுப்பிய சப்தம். “டிக் - டாக்...”

அந்தப் பழங்காலத்திய பெரிய சன்னலின் வழியே தோட்டத்தையும், அதற்கப்பால் செழிப்பாய்ப் பூத்துக் குளுமையால் மயங்கிச் சொக்கிப்போன செந்நீல மலர்ப் புதர்களையும் காண முடிந்தது. அடர்த்தியான வெண்ணிற மூடுபனி முக்காடிட்டு இம்மலர்களை மூட விரும்புவது போல் இவற்றை நோக்கிப் படர்ந்து வந்தது. இன்னும் தூக்கம் கலையாத காகங்கள் தொலைவில் மரங்களிலிருந்து கரைந்தன.

“தெய்வமே, நான் ஏன் இப்படிச் சோகமாய் இருக்கிறேன்?”

மணவிழாவுக்கு முன்பு மணப்பெண்கள் எல்லோருக்கும் இப்படித்தான் இருக்குமோ? யார் கண்டார்? அல்லது சாஷா கூறியதைக் கேட்டுக் கொண்டிருந்ததன் விளைவாய் இருக்குமோ? ஆனால் மனப்பாடம் செய்து ஒப்பிக்கிறவனைப் போல் மீண்டும் மீண்டும் அதையேதானே சாஷா ஆண்டாண்டுதோறும் கூறி வந்தான். அவன் கூறியது எப்போதுமே அறியாப் பிள்ளையினது அதிவினோதப் பேச்சு போலத்தானே ஒலித்தது. அப்படியிருந்தும் சாஷாவைப் பற்றிய நினைவை ஏன் அவளால் தன் மனத்திலிருந்து விரட்ட முடியவில்லை? என்ன காரணம்?

காவற்காரனது சப்தம் நின்று போய் நெடுநேரமாகிவிட்டது. சன்னலுக்கு அடியிலும் தோட்டத்திலும் புள்ளினங்கள் கூச்சலிட்டன,

தோட்டத்திலிருந்து மூடுபனி அகன்றுவிட்டது, வசந்த சூரியனது ஒளி யாவற்றைச் சுற்றிலும் பிரகாசித்தது, யாவும் புன்னகை புரிந்தன. மொத்தத்தில் அந்தத் தோட்டம் அனைத்துமே கதிரவனது அரவணைப்பில் கதகதப்புற்றுப் புத்துயிர் பெற்றெழுந்துவிட்டது, மரங்களின் இலைகளில் பனித்துளிகள் வைரங்களாய் ஜொலித்தன. கவனியாது விடப்பட்டிருந்த அந்தப் பழைய தோட்டம் அன்று காலை இளமைத் துடிப்பும் குதூகலமும் கொண்டு விட்டதாய் விளங்கிற்று.

பாட்டி முன்பே விழித்தெழுந்துவிட்டார். ஆழ்ந்து அதிர்ந்து கரகரப்பாய் இருமினான் சாஷா. கீழ்வீட்டில் வேலையாட்கள் சமொவாரைக் கொண்டுவந்து வைத்து, நாற்காலிகளை நகர்த்திப் போடும் சப்தம் கேட்டது.

நேரம் மெல்ல கழிந்து சென்றது. முன்பே எழுந்து வந்துவிட்ட நாதியா நெடுநேரமாய்த் தோட்டத்தில் நடந்து கொண்டிருந்தாள். அப்படியும் காலைப்பொழுது கழிவதாயில்லை.

அந்நேரத்தில் நீனா இவானவ்னா கண் கலங்கியவளாய் ஒரு கிளாஸ் கனிம ஊற்று நீருடன் இங்கே வந்தாள். ஆன்மீயத்திலும் ஹோமியோபதியிலும் அவள் ஈடுபட்டு வந்தாள், நிறைய படித்தாள், சமயத் துறையிலான தனது ஐயப்பாடுகள் குறித்துப் பேசுவதில் விருப்பம் கொண்டவளாய் இருந்தாள். இவற்றுக்கெல்லாம் தனக்குப் புரியாத விந்தையான, ஆழமான உட்பொருள் இருக்க வேண்டுமென நாதியா நினைத்துக் கொண்டாள். தாயை முத்தமிட்டுவிட்டு அவள் பக்கத்தில் நடந்தாள் நாதியா.

“அம்மா, எதற்காக அழுதே நீ?” என்று கேட்டாள்.

“நேற்று இரவு நான் ஒரு கிழவரையும் அவர் மகளையும் பற்றிய கதை படித்தேன். கிழவர் ஏதோ ஓர் அலுவலகத்தில் வேலை செய்து வந்தார். என்ன ஆயிற்று தெரியுமா? அந்த அலுவலக அதிபர் இந்தக் கிழவருடைய மகளிடம் காதல் கொண்டு விடுகிறார்! இன்னும் நான் பூராவும் படித்து முடிக்கவில்லை, ஆனால் மிகவும் உருக்கமான ஓர் இடத்துக்கு வந்தேன், என்னால் அழாமல் இருக்க முடியவில்லை” என்று சொல்லி நீனா இவானவ்னா தனது கிளாசிலிருந்து ஒரு வாய்குடித்தாள். “இன்று காலை இது நினைவுக்கு வந்தது, மீண்டும் அழுதேன்.”

“கடந்த பல நாட்களாய் எனக்கு மனம் சரியாகவே இல்லை” என்றாள் நாதியா. சற்று நேரம் மௌனமாய் இருந்தபின் “என்னால் தூங்க முடியவில்லையே, ஏன்?” என்று கேட்டாள்.

"மகளே, ஏனென்று தெரியவில்லையே எனக்கு. என்னால் தூங்க முடியாவிட்டால், கண்களை - இதோ பார், இப்படி-கெட்டியாய் மூடிக்கொள்வேன்; ஆன்னா கரேனினா எப்படி இருப்பாள், எப்படிப் பேசுவாள் என்று கற்பனை செய்து பார்ப்பேன், அல்லது வரலாற்றிலிருந்து, பழங்காலத்திலிருந்து எதையாவது கற்பனை செய்துகொள்வேன்…"

தன் தாய் தன்னைப் புரிந்துகொள்ளவில்லை, அவளால் தன்னைப் புரிந்துகொள்ளவும் முடியாது என்பதாய் ஓர் உணர்வு நாதியாவுக்கு உண்டாயிற்று. இம்மாதிரி ஓர் உணர்வு இதன் முன் என்றுமே அவளுக்கு ஏற்பட்டதில்லை. இது அவளுக்கு அச்சம் தருவதாய் இருந்தது. ஒளிந்துகொள்ள விரும்பினாள் அவள், தனது அறைக்குத் திரும்பிவிட்டாள்.

இரண்டு மணியானதும் எல்லோரும் மதிய உணவுக்காக உட்கார்ந்தனர். அன்று புதன்கிழமை, விரத நாள். பாட்டிக்கு இறைச்சியில்லாத போர்ஷ் சூப்பும், பிறகு மீனும் கூழும் பரிமாறினர்.

பாட்டியைக் கலாட்டா செய்ய விரும்பிய சாஷா இறைச்சியில்லாத போர்ஷ் சூப்பு, இறைச்சி சூப்பு இரண்டையும் சாப்பிட்டான். முழு நேரமும் அவன் வேடிக்கையாய்ப் பேசிச் சிரிப்பு மூட்ட முயன்றான். ஆனால் அவனுடைய விகடங்கள் எளிதில் முடிவுறாமல் நீண்டுச் சென்றன, யாவும் நீதி போதிப்பவையாய் இருந்தன. விகடத்தைக் கூறும் முன்பு வற்றிப்போய் உயிரற்றவையாய்த் தோன்றிய நீளமான தனது எலும்பு விரல்களை அவன் உயர்த்திக் காட்டியதைக் கண்ணுற்ற போது, யாருக்கும் சிரிப்பு வரவில்லை; நோய் வாய்ப்பட்டவன், அதிக காலம் இவனால் வாழ முடியாது என்ற எண்ணம்தான் மனத்துள் எழுந்து எல்லோரையும் இவனுக்காகப் பரிதாப்பட்டு அழ வேண்டுமென நினைக்கச் செய்தது.

சாப்பாடு முடிந்ததும் பாட்டியார் களைப்பாறுவதற்காகத் தமது அறைக்குச் சென்றார். நீனா இவானவ்னா சிறிது நேரம் பியானோ வசித்தாள், பிறகு அவளும் சாப்பாட்டு அறையிலிருந்து போய்ச் சேர்ந்தாள்.

"ஓ, நாதியா" என்றான் சாஷா; மதிய உணவுக்குப் பிற்பாடு அவனுக்கு வழக்கமான அந்தப் பேச்சை ஆரம்பித்தான். "நான் சொல்வதைக் கேட்க மாட்டேன்கிறாயே நீ! கேட்டால் எவ்வளவு நன்றாயிருக்கும் தெரியுமா?"

பழங்காலத்து நாற்காலியில் சுருட்டி மடக்கிக் கொண்டு உட்கார்ந்திருந்த நாதியா கண்களை மூடிக் கொண்டாள். அவன் சாவதானமாய் அறையில் மேலும் கீழுமாய் நடந்தான்.

"இங்கிருந்து விலகி நீ வெளியே போய்ப் படிப்பாயானால் எவ்வளவு நன்றாயிருக்கும்" என்றான் அவன். "அறிவொளி பெற்றுப் புனித ஆத்மாக்களாவோர்தான் மனதுக்கு இனியவராவர், இவர்கள் மட்டும்தான் நமக்கு வேண்டும். இப்படிப்பட்டவர்கள் எவ்வளவுக்கு எவ்வளவு அதிகமாய் இருக்கிறார்களோ, அவ்வளவுக்கு அவ்வளவு சீக்கிரமாய்ச் சொர்க்கலோக அரசு பூவுலகில் உதிக்கும். அப்போது உனது இந்த நகரில் எந்த ஒரு கல்லும் விட்டுவைக்கப்படாமல் யாவும் தலைகீழாய்ப் புரட்டப்படும், மந்திர ஜாலமாய்த் தோன்றும்படி யாவும் மாறிவிடும். பிறகு இங்கே அற்புதமான பெரும் பெரும் கட்டடங்களும், கண்கவர்ப் பூங்காக்களும், அதிசயப் பூநீர்ச் சுனைகளும் தோன்றிவிடும்; நேர்த்தியான மக்கள் உதித்தெழுவர்... ஆனால் இதுவல்ல பிரதான விவகாரம். பிரதான விவகாரம் என்னவெனில் அப்பொழுது கும்பல் என்பதே இருக்காது; இன்று இச்சொல் நமக்கு உணர்த்தும் பொருளில் எதுவும் இல்லாதொழிந்துவிடும்; இந்த இழிவு இதன் தற்போதைய அம்சத்தில் இல்லாதொழிந்து போகும். ஏனெனில் ஒவ்வொரு தனி மனிதனும் நம்பிக்கை கொண்டவனாகி விடுவான், தான் வாழ்வது எதற்காக என்பதை உணர்ந்து கொண்டு விடுவான், கும்பலிலிருந்து யாரும் ஆதரவு தேடிக்கொள்ள முனையமாட்டார்கள். எனது அருமை நாதியா, என் தங்கமே, இங்கிருந்து போய்விடு நீ! சலனமற்றுத் தேங்கிக் கிடக்கும், சலிப்பூட்டும் இந்தக் கேடுகெட்ட வாழ்க்கையை இனியும் உன்னால் சகித்துக் கொண்டிருக்க முடியாதென்பதை இவர்கள் எல்லோருக்கும் தெரியப்படுத்து நீ! ஏனையோருக்கு இல்லாவிட்டாலும் உனக்காவது தெரியப்படுத்திக்கொள்!"

"சாஷா, முடியாதே என்னால்! நான் திருமணம் அல்லவா புரிந்துகொள்ளப் போகிறேன்."

"இருக்கட்டுமே! அதனால் என்னவாம்?"

இருவரும் வெளியே தோட்டத்துக்குச் சென்று நடந்தனர்.

"எப்படியும் நீ இவை எல்லாம் குறித்து சிந்தித்தாக வேண்டும், வீணில் உண்டு வாழும் உனது வெற்று வாழ்க்கை வெறுக்கத்தக்கது, நீதி நேர்மையற்றது என்பதை நீ புரிந்துகொள்ள வேண்டும்" என்று தொடர்ந்து கூறிச் சென்றான் சாஷா. "நீயும் உன் அம்மாவும் உன்

பாட்டியும் வீணில் உண்டு வாழ்வதற்காக ஏனையோர் அல்லவா வேலை செய்ய வேண்டியிருக்கிறது? ஏனையோரது வாழ்வை அல்லவா நீங்கள் விழுங்கி நாசமாக்குகிறீர்கள்? இது நல்லதா, சிந்தித்துப் பார்! அசிங்கமல்லவா இது?"

"ஆம், நீ சொல்வது சரிதான்" என்றே கூற விரும்பினாள் நாதியா. தனக்குப் புரிகிறது என்று அவனிடம் சொல்ல விரும்பினாள். ஆனால் அவள் கண்கள் பனித்துவிட்டன, அவளால் பேச முடியவில்லை, அவளுடைய உள்ளம் குமைந்து போய் ஒடுங்கிக் கொண்டு விட்டது போலிருந்தது. அவள் தனது அறைக்குப் போய்ச் சேர்ந்தாள்.

அந்திப்பொழுதில் ஆந்திரேய் ஆந்திரேயிச் வந்திருந்தான், வழக்கம்போல் நெடுநேரம் பிடில் வாசித்தான். இயற்கையாகவே அவன் ஒரு பேசாமடந்தை, பிடில் வாசித்தால் பேச வேண்டியதில்லை என்பதாலேயே பிடிலில் அப்படி அவன் மோகம் கொண்டிருந்தானோ, என்னமோ? பத்து மணியானபின் வீட்டுக்குப் புறப்படுவதற்காக அவன் கோட்டைப் போட்டுக் கொண்டதும், நாதியாவைக் கட்டித் தழுவிக் கொண்டு அவள் முகத்திலும் தோள்களிலும் கைகளிலும் முத்தங்கள் பொழிந்தான்.

"என் மனத்துக்குரியவளே, என் அன்பே, என் அழகியே" என்று முணுமுணுத்தான். "ஆகா, எப்படி நான் இன்புறுகிறேன், தெரியுமா உனக்கு? இன்பம் தாங்காமல் எனக்குப் பித்து பிடித்து விடும் போலிருக்கிறது!"

இதுவுங்கூட அவள் நெடுங்காலத்துக்கு முன்பு, மிக நெடுங்காலத்துக்கு முன்பு கேட்டிருந்தது போல், ஏதோ ஒரு நாவலில், இப்போது யாரும் படிக்காத, கிழிந்துபோன பழைய புத்தகம் ஒன்றில் படித்திருந்தது போல் பட்டது அவளுக்கு.

சாப்பாட்டு அறையில் சாஷா மேஜையின் பக்கத்தில் அமர்ந்து தனது நீளமான ஐந்து விரல்களின் நுனி மேல் சாசரை வைத்து அதிலிருந்து தேனீர் அருந்திக் கொண்டிருந்தான். பாட்டி தனியார் சீட்டு ஆடிக் கொண்டிருந்தார். நீனா இவானவ்னா படித்துக் கொண்டிருந்தாள். சாமிப்படத்தின் விளக்கில் தீபம் படபடத்தது, யாவும் அமைதி வாய்ந்தனவாய், நிலைத்து நீடிப்பனவாய்த் தோன்றின. நாதியா விடை பெற்றுக்கொண்டு தனது மாடி அறைக்குச் சென்றாள், படுக்கையில் படுத்த அதே கணத்தில் தூங்கிவிட்டாள். ஆனால் முந்திய இரவில் விழித்துக் கொண்டது போலவே, பொழுது புலர ஆரம்பித்ததும் விழித்துக் கொண்டு விட்டாள். அவளால்

தூங்க முடியவில்லை, கலக்கம் தரும் கனமான ஏதோ ஒன்று அவள் இதயத்தை அழுத்திற்று. எழுந்து உட்கார்ந்து முழங்கால்களில் தலையைச் சாய்த்துக் கொண்டு சிந்தனை செய்தாள், தன்னை மணந்துகொள்ளப் போகிறவனைப் பற்றி, தனது திருமணத்தைப் பற்றி... எக்காரணத்தாலோ அப்பொழுது அவளுக்கு நினைவு வந்தது, தனது தாய் அவரது கணவரைக் காதலிக்கவில்லை என்பது, சொந்தத்தில் தாயிடம் தற்போது எதுவுமில்லை, பாட்டியை, அதாவது அவரது மாமியாரையே முற்றிலும் சார்ந்தவராய் வாழ வேண்டியிருந்தது என்பது நினைவு வந்தது. நாதியா எவ்வளவோ முயன்றுங்கூட அவளால் புரிந்துகொள்ள முடியவில்லை, எப்படி அவளால் தன் தாயை விசேஷமானவராய், அற்புதமானவராய்க் கருதிக்கொள்ள முடிந்தது, அவர் சர்வசாதாரணமான, சோகமுறும் பெண்ணாய் இருப்பதை எப்படிக் கண்டுகொள்ள முடியாமற்போயிற்று என்பதை அவளால் புரிந்துகொள்ள முடியவில்லை.

கீழ் வீட்டில் சாஷாவும் விழித்துக் கொண்டு விட்டான் - அவன் இருமியது அவளுக்குக் காதில் விழுந்தது. சூதறியாதவன், வினோதப்பிறவி என்பதாய் நினைத்தாள் நாதியா. அவன் காணும் கனவுகளில், அந்த உன்னதப் பூங்காக்களிலும் போற்றத்தக்க பூநீர்ச் சுனைகளிலும் அபத்தமான ஏதோ ஒன்று இருப்பதாய் நினைத்தாள். ஆனால் அவனுடைய சூதறியா நிலையில், அவனுடைய அந்த அபத்தத்திலுங்கூட எழிலார்ந்தவை நிறைய இருந்தன; ஆகவேதான் இங்கிருந்து விலகிச் சென்று படித்தால் என்ன என்று அவள் நினைத்து வியந்து கொண்ட அத்தருணத்தில் அவளது இதயத்திலும், அவளது ஆன்மாவிலும் புத்தார்வமிக்க குளுமை நிரம்பி வழிந்தது, அவள் பேரானந்தத்தில் மூழ்கித் திளைத்தாள்.

"சிந்திக்காமலிருப்பதுதான் நல்லது..." என்று அவள் தன்னுள் கூறிக் கொண்டாள். "இதெல்லாம் குறித்து சிந்திக்காமலிருப்பதுதான் நல்லது."

"டிக் - டாக்" என்று கேட்டது, தொலைவில் இரவு நேரக் காவற்காரன் எழுப்பிய சப்தம். "டிக் - டாக்... டிக் - டாக்..."

3

ஜூன் மாதத்தின் நடுவில் சாஷா திடுமெனத் தாங்க முடியாதபடிச் சலிப்புற்றவனாகி, மாஸ்கோவுக்குத் திரும்பிவிட வேண்டும் என்பதாய்ப் பேசத் தொடங்கினான்.

"இந்த நகரில் என்னால் இருக்க முடியாது" என்று அலுத்துக் கொண்டான். "குழாய்த் தண்ணீர் இல்லை, வடிகால் வசதி இல்லை! சாப்பிட உட்கார்ந்தால் சகிக்க முடியவில்லை - சமையலறை சொல்ல முடியாதபடி அப்படி அசிங்கமாய் இருக்கிறது..."

"இன்னும் அதிக நாட்கள் இல்லை, தறுதலைப் பிள்ளையாண்டானே, பொறுத்திரு நீ" என்று முணுமுணுக்கும் குரலில் சொன்னார் பாட்டி. "ஏழாம் தேதிதான் மணவிழா."

"பொறுத்திருக்க முடியவில்லையே என்னால்!"

"செப்டம்பர் வரையில் எங்களுடன் இருக்கப் போவதாய்ச் சொன்னாயே."

"ஆனால் இப்பொழுது நான் இருக்க விரும்பவில்லை, நான் போய் வேலை செய்தாக வேண்டும்."

கோடைப்பருவம் மழையும் குளிருமாயிருந்தது. மரங்கள் எந்நேரமும் நனைந்து போய்ச் சொட்டிக் கொண்டிருந்தன, தோட்டம் துயரக் கோலம் பூண்டு நேசமற்றதாய்த் தோன்றிற்று. இங்கிருந்து போய்ச் சேர்ந்து வேலையில் இறங்கிவிட வேண்டுமென்ற ஆவல் இயல்பாகவே உண்டாயிற்று. இதன் முன் கேட்டிராத புதிய பெண் குரல்கள் எல்லா அறைகளிலும் மாடியிலும் கீழ் வீட்டிலும் கேட்டன, பாட்டியின் அறையில் தையல் இயந்திரம் சடசடத்து இரைந்தது - எல்லாம் சீதனத்துக்கான களேபரம். குளிர்காலக் கோட்டுகளில் மட்டும் நாதியாவுக்கு ஆறுக்குக் குறையாமல் தயாராகி வந்தன. இவற்றில் மிகவும் மலிவானதற்கே முன்னூறு ரூபிள் செலவாகியதாய்ப் பாட்டி பெருமையாய்க் கூறிக் கொண்டார். இந்த அமளியும் பரபரப்பும் சாஷாவுக்கு எரிச்சல் உண்டாக்கின. அவன் தனது அறையில் உட்கார்ந்து ஆத்திரப்பட்டுக் கொண்டிருந்தான். ஆயினும் அவர்கள் அவனிடம் ஏதேதோ சொல்லி அவனைப் போகாமல் இருக்கும்படி வைத்து விட்டனர், ஜூலை முதல் தேதிக்கு முன்னால் போவதில்லை என்று அவன் வாக்களிக்க வேண்டியதாயிற்று.

நாட்கள் பறந்தோடின. புனித பீட்டர் விழா நாளன்று ஆந்திரேய் ஆந்திரேயிச் மதிய உணவுக்குப் பிற்பாடு நாதியாவை மாஸ்கோ தெருவுக்கு அழைத்துச் சென்றான், இளந்தம்பதியருக்காக நெடுநாட்களுக்கு முன்பே அங்கு வாடகைக்கு எடுக்கப்பட்டு ஏற்பாடாகியிருந்த வீட்டை இன்னொரு தரம் அவளுக்குக் காட்டுவதற்காக அழைத்துச் சென்றான். அது மாடிவீடு, ஆனால் மாடிப் பகுதியில் மட்டும்தான் சாமான்கள் வாங்கிப் போடப்பட்டு

வேலைகள் யாவும் முடிவுற்றிருந்தன. நடனக் கூடத்தில் மரக் கட்டைகள் வேய்ந்தது போல் தோன்றும்படி வர்ணம் பூசப்பட்டு பளபளப்பாயிருந்த தரையில் வளைவு மரநாற்காலிகளும் பியானோவும் பிடில் வாசிப்பவருக்கான இசையேடு தாங்கியும் இருந்தன. வர்ணத்தின் நெடி மூக்கில் ஏறிற்று. சுவரில் தங்கநிறச் சட்டமிடப்பட்ட ஒரு பெரிய ஓவியம் காணப்பட்டது - உடைந்த பிடியுடன் கூடிய கருநீலக் குடுவையையும் அதன் அருகே அம்மண உருவில் நிற்கும் மாதுவையும் காட்டிய சித்திரம் அது.

"பிரமாதமான ஓவியம்" என்று பரவசப் பெருமூச்சுவிட்டவாறு கூறினான் ஆந்திரேய் ஆந்திரேயிச். "ஷிஷ்மச்சேவ்ஸ்கி தீட்டிய சித்திரம்."

அடுத்தாற்போல் இருந்தது வரவேற்பறை, இங்கு ஒரு வட்ட மேஜையும் நீலத்துகிலில் ஒப்பனை செய்யப்பட்ட ஒரு சோபாவும் சில நாற்காலிகளும் இருந்தன. சோபாவுக்கு மேல் சுவரில் திருத்தந்தை ஆந்திரேயின் பெரிய புகைப்பட உருவம் தொங்கிற்று - எல்லாப் பதக்கங்களும் உயரமான திருநாள் தொப்பியும் அணிந்திருந்தார் அவர். பிறகு இருவரும் உணவு அலமாரியுடன் கூடிய சாப்பாட்டு அறைக்குச் சென்றனர், அங்கிருந்து படுக்கை அறைக்கு வந்து சேர்ந்தனர். இங்கே மங்கலான வெளிச்சத்தில் அருகருகே இரு படுக்கைகள் இருப்பது தெரிந்தது, இந்தப் படுக்கை அறையை ஏற்பாடு செய்தவர்கள் வாழ்க்கை இங்கே எப்போதுமே இனிமையாய் இருக்கும், வேறு எவ்விதமாகவும் இருக்க முடியாதெனக் கருதியதாய்த் தெரிந்தது. ஆந்திரேய் ஆந்திரேயிச் கணமும் தன் கரத்தை நாதியாவின் இடையைவிட்டு எடுக்கவில்லை, எல்லா அறைகளுக்கும் அவளை அழைத்துச் சென்று காட்டினான். பலமெல்லாம் இழந்து விட்டது போல் அவள் பதற்றமடைந்தாள், குற்றமிழைத்தவளைப் போல் கலங்கினாள். இந்த அறைகள், படுக்கைகள், நாற்காலிகள் யாவற்றின் மீதும் அவளுக்கு வெறுப்புதான் உண்டாயிற்று, ஆடைகளின்றி அம்மணமாய் நின்ற அந்த மாதை நினைத்தபோது அவளுக்கு வயிற்றைப் புரட்டிற்று. ஆந்திரேய் ஆந்திரேயிச்சைத் தான் இனி காதலிக்க முடியாது என்பது அவளுக்குத் தெளிவாய்ப் புலப்பட்டது, என்றுமே அவன் மீது தனக்குக் காதல் இருந்ததில்லையோ என்பதாய் நினைத்தாள். இதை எப்படிச் சொல்வது, யாரிடம் சொல்வது, எதற்காகச் சொல்வது என்று அவளுக்குத் தெரியவில்லை. இராப் பகலாய் இதைப் பற்றிச் சிந்தனை செய்துங்கூட அவளுக்கு இது புரிவதாயில்லை... அவன் தனது கரத்தால் அவளது இடையை அணைத்துப்

பிடித்திருந்தான், அளவிலா அன்பும் பணிவும் கொண்டவனாய் அவளுடன் பேசினான், தனது வீட்டைச் சுற்றிப் பார்த்துக் கொண்டு நடந்த அவன் இன்பத்திலே தான் திளைத்திருந்தான். ஆனால் அவளுடைய கண்ணுக்கு யாவும் கொச்சையாய், அசட்டுத்தனமாய், அறியாத்தனமாய், சகிக்க முடியாத கேவலமாய்த் தெரிந்தன, அவளது இடையை அணைத்திருந்த அவனுடைய கரம் உணர்வற்று விறைத்துப் போய் இரும்பு வளையமாகி விட்டது போல் அவளுக்குத் தோன்றிற்று. ஓடிச் சென்றுவிட, அழுது புலம்ப, சன்னல் வழியே குதிக்க எக்கணமும் தயாராயிருந்தாள் அவள். ஆந்திரேய் ஆந்திரேயிச் அவளைக் குளிப்பு அறைக்கு அழைத்துச் சென்றான், அங்கே சுவரில் பொருத்தப்பட்டிருந்த குழாயைத் தொட்டான், உடனே நீர் பீறிட்டது.

"எப்படி இருக்கிறது, பார்த்தாயா?" என்று கேட்டு வாய்விட்டுச் சிரித்தான் அவன். "நமது குளிப்பு அறையில் குழாய்த் தண்ணீர் வேண்டுமென்று நான் அவர்களிடம் நூறு வாளி பிடிக்கும்படியான தண்ணீர்த் தொட்டியை வைத்தமைக்கச் சொன்னேன்."

சற்றுநேரம் முற்றத்தில் நடந்தபின் இருவரும் தெருவுக்குச் சென்றனர், அங்கே வாடகைக் குதிரை வண்டியில் ஏறிக் கொண்டனர். கனத்த மேகங்களாய்ப் புழுதி எழுந்தது, மழை பெய்யும் போலிருந்தது.

"உனக்குக் குளிராகவா இருக்கிறது?" என்று புழுதியில் கண்களைச் சுளித்துக் கொண்டு கேட்டான் ஆந்திரேய் ஆந்திரேயிச்.

அவள் பதில் சொல்லவில்லை.

"நான் வேலையற்றவனாய்ச் சும்மாயிருக்கிறேனென நேற்று சாஷா என்னைக் கடிந்து கொண்டானே, நினைவிருக்கிறதா உனக்கு?" என்று சற்று நேரத்துக்கெல்லாம் கேட்டான் அவன். "ஆம், அவன் சொன்னது சரிதான். முழுக்க முழுக்க உண்மைதான். நான் ஒன்றும் செய்யாமல் தான் இருக்கிறேன், எனக்குச் செய்யத் தெரிந்த வேலை எதுவும் இல்லை. என் அன்புக்குரியவளே, ஏன் இப்படி? ஒரு நாள் நான் சின்னம் பதித்த தொப்பி வைத்துக்கொண்டு அலுவலகத்துக்குச் செல்வதாய் நினைத்ததுமே எனக்கு வேதனையாய் இருக்கிறதே ஏன்? வழக்கறிஞர், லத்தின் மொழி ஆசிரியர், நகராண்மைக் கழக உறுப்பினர் போன்றோரை எனக்குப் பார்க்கவே சகிக்கவில்லையே ஏன்? ருஷ்யத் தாயகமே! ஓ, ருஷ்யத் தாயகமே! எத்தனைச் சோம்பேறிகளை, உதவாக்கரைகளை நீ பேணிக்காக்கின்றாய்! என் போன்ற எண்ணற்றோரைப் பேணிக் காக்கின்றாயே எத்தனையோ காலமாய், உன் பொறுமையை என்னென்பது!"

தனது சோம்பேறி வாழ்க்கையைக் காலத்தின் கோலத்தைக் காட்டும் குறியாய்க் கொண்டு, இவ்வாழ்க்கை குறித்துத் தத்துவார்த்தம் பேசினான் அவன்.

"என் அன்புக்குரியவளே, மணம்முடித்துக் கொண்டதும் நாம் கிராமத்துக்குச் சென்று வாழ்வோம், நாம் வேலை செய்வோம்" என்று தொடர்ந்து கூறிச் சென்றான். "தோட்டமும் ஓடையும் கொண்ட நிலம் கொஞ்சம் வாங்கிக்கொள்வோம், பாடுபட்டு உழைப்போம், வாழ்க்கையைக் கண்டறிந்துகொள்வோம்... ஓ, எவ்வளவு இனிமையாய் இருக்கும்!"

தலையிலிருந்து தொப்பியை எடுத்தான், காற்றிலே அவன் முடிகள் அலைவுற்று ஆடின. "கடவுளே, நான் வீட்டுக்குப் போக விரும்புகிறேன்! கடவுளே!" என்று முழு நேரமும் நினைத்தவாறு அவனுடைய பேச்சைக் கேட்டுக் கொண்டிருந்தாள் அவள். நாதியாவின் வீட்டை அடைவதற்குச் சற்றே முன்பு இருவரும் திருத்தந்தை ஆந்திரேயைத் தாண்டிச் சென்றனர்.

"இதோ பார், என் தந்தையை!" என்று ஆனந்தமாய்க் கூவித் தொப்பியை ஆட்டினான் ஆந்திரேய் ஆந்திரேயிச். "முதுபெரும் என் தந்தை என் உயிருக்கு உயிரானவர்" என்று சொல்லியவாறு வண்டிக்காரனிடம் அவனுக்குரிய சத்தத்தைத் தந்தான். "ஒப்பற்றவர்! அருமையானவர்!"

நாதியா அமைதியில்லாதவளாய், நலமிழந்தவளாய் வீட்டுக்குள் சென்றாள்; அந்திப்பொழுது முழுதும் வீட்டில் விருந்தினர்கள் கூடியிருப்பார்கள், இவர்களுடன் நல்லபடியாய்ப் பேசிப் புன்னகை புரிந்தாக வேண்டும், பிடில் இசை கேட்டாக வேண்டும், எல்லா அபத்தங்களையும் ஓயாமல் திருமணத்தைப் பற்றிய பேச்சையும் காது கொடுத்துக் கேட்டாக வேண்டும் என்பதை மறக்க முடியாதவளாய்க் கலங்கினாள். பாட்டி அவரது பட்டு ஆடையில் தடபுடலாய், சமொவாருக்குப் பக்கத்தில் விரைப்பாகவும் அமத்தலாகவும் அமர்ந்திருந்தார். திருத்தந்தை ஆந்திரேய் நுட்பநயம் வாய்ந்த அவரது புன்சிரிப்பு முகத்திலே தவழ அறைக்குள் வந்தார்.

"நீங்கள் முழு நலத்துடன் இருப்பதைப் பார்க்கும் பாக்கியமும் தூய மனநிறைவும் பெற்றவன் நான்" என்று பாட்டியிடம் சொன்னார் அவர். மெய்தானா, அல்லது வேடிக்கைக்காகச் சொல்லியதா என்பது விளங்கவில்லை.

4

சன்னல் கண்ணாடிகளிலும் கூரையிலும் காற்று மோதித் தடதடத்தது. சீட்டியடிக்கும் சப்தம் கேட்டது. அடுப்படிப் புகைபோக்கியிலிருந்து கூளிச் சாத்தானுடைய சோகம் தோய்ந்த முரளி தொணதொணத்தது. இரவு ஒரு மணி இருக்கும். வீட்டில் எல்லோரும் படுத்திருந்தனர், ஆனால் யாரும் தூங்கவில்லை. கீழ் வீட்டில் பிடில் வாசிக்கப்படுவது காதுக்கு எட்டுவதாய் நாதியாவுக்குத் தோன்றிற்று. வெளியிலிருந்து பலத்த சப்தம் காதைத் துளைத்தது, சாளரக் கதவு ஒன்று பிய்த்தெறியப்பட்டிருக்க வேண்டும். ஒரு நிமிடத்துக்கெல்லாம், கையில் ஒரு மெழுகு வத்தியைப் பிடித்துக் கொண்டு நீனா இவானவ்னா உட்சட்டையிலே அறைக்குள் வந்தாள்.

"நாதியா, என்ன சப்தம் அது?" என்று கேட்டாள்.

நாதியாவின் தாய் தலைமுடிகளை ஒற்றைச் சடையாய்ப் பின்னியிருந்தாள், மிரட்சியோடு கூடிய புன்னகை அவள் முகத்தில் தெரிந்தது. புயல் வீசிய இந்த இரவில் என்றும் இல்லாதபடி வயதானவளாய், அழகில்லாதவளாய், குட்டையாய்த் தோன்றினாள். நாதியா அண்மையில் தன் தாயை அதியற்புதமானவராய்க் கருதியதையும், தாய் கூறிய சொற்களைக் கேட்டுப் பெருமிதமடைந்ததையும் நினைத்துக் கொண்டாள். ஆனால் நாதியா எவ்வளவோ முயன்றும் தாய் கூறிய அந்தச் சொற்கள் என்னவென்று அவள் நினைவுக்கு வரவில்லை - அவள் நினைவுக்கு வந்தவை எல்லாம் நலிந்து போனவையாகவும் பகட்டாகவுமே இருந்தன.

அடுப்படிப் புகைபோக்கியினுள் அடிக்கட்டைக் குரல்கள் பாட்டு பாடுவது போல் அவளுக்குத் தோன்றிற்று, "அட கடவுளே!" என்று அவை கூவியது தெளிவாய்க் கேட்டது. நாதியா உடனே படுக்கையில் எழுந்து உட்கார்ந்து கொண்டு செறுமினாள், ஆவேசமாய்த் தலைமுடிகளைப் பிடித்து இழுத்தாள்.

"அம்மா, அம்மா!" என்று அவள் கூச்சலிட்டாள், "அம்மா, நான் எப்படித் தவியாய்த் தவிக்கிறேன், தெரியுமா உனக்கு? உன்னை வேண்டுகிறேன், மன்றாடிக் கேட்டுக்கொள்கிறேன் - நான் இங்கிருந்து போய்விட அனுமதி நீ!"

"எங்கே?" என்று கேட்டாள், திடுக்குற்றுவிட்ட நீனா இவானவ்னா. படுக்கையின் ஓரத்தில் உட்கார்ந்து கொண்டு, "நீ எங்கே போக விரும்புகிறாய்?" என்று கேட்டாள்.

நாதியா மேற்கொண்டு பேச முடியாமல் கதறி அழுதாள்.

“இந்த நகரிலிருந்து நான் போய்விட விரும்புகிறேன்” என்றாள் முடிவில் அவள். “மணவிழா வேண்டாம், நடக்கப் போவதில்லை அது! நான் சொல்வதை நம்ப வேண்டும் நீ. அந்த ஆள் எனக்குப் பிடிக்கவில்லை... அவனைப் பற்றிப் பேசவே சகிக்கவில்லை எனக்கு.”

“அருமை மகளே, நீ அப்படியெல்லாம் சொல்லக் கூடாது” என்று, கதிகலங்கிப்போன நீனா இவானவ்னா அவசர அவசரமாய்ப் பேசினாள். “உன் மனதை அமைதிப்படுத்திக்கொள். உனக்கு மனது சரியாய் இல்லை. சற்று நேரத்தில் சரியாகிவிடும். அடிக்கடி இம்மாதிரி நேர்வது உண்டு. ஆந்திரேயுடன் நீ சண்டை போட்டிருப்பாய், ஆனால் காதலர்களது பிணக்குகள் முத்தங்களிலே முடிவுறுகிறவை.”

“போ அம்மா, நீ போ!” என்று விக்கியவாறு கூறினாள் சாதியா.

“ஆமாம்” என்றாள் நீனா இவானவ்னா, சற்று நேரம் மௌனமாயிருந்தபின். “சில நாட்களுக்கு முன்பு வரை நீ ஒரு சிறுமியாய் இருந்தாய், இப்போது நீ மணமகளாகிவிட்டாய். இயற்கையானது வளர்சிதை மாற்றமடைந்த வண்ணமுள்ளது. உன்னை அறியாமலே தாயாகி விடுவாய், பிறகு என்னைப் போல் நீயும், தொல்லை தரும் மகளையுடைய கிழவியாகிவிடுவாய்.”

“அம்மா, எனது அருமை அம்மா, நீ அன்பும் சாமர்த்தியமும் மிக்கவள், நீ துன்புறுகிறாய்” என்றாள் நாதியா. “தாங்கவொண்ணாதபடித் துன்புறுகிறாய் - எதற்காக இப்படி நீ இந்த வழக்கமான வெற்றுரைகளை என்னிடம் சொல்கிறாய்? எதற்காக இதெல்லாம்?”

நீனா இவானவ்னா பேச முயன்றாள், ஆனால் வாய் திறந்து ஒரு வார்த்தை பேச முடியாதவளாய் விக்கிவிக்கி அழுதபடித் தனது அறைக்குத் திரும்பிச் சென்றாள். மீண்டும் அடுப்படிப் புகைபோக்கியில் அடிக்கட்டைக் குரல்கள் முனகின; நாதியா திடுமெனப் பீதியுற்றுப் படுக்கையிலிருந்து துள்ளிக் குதித்துத் தன் தாயின் அறைக்குள் ஓடினாள். நீனா இவானவ்னா அழுகையால் கண்கள் சுரந்து போய், நீலப் போர்வையை இழுத்துப் போர்த்திக் கொண்டு கையில் ஒரு புத்தகத்துடன் படுக்கையில் படுத்திருந்தாள்.

"அம்மா, நான் சொல்வதைக் கேள்" என்றாள் நாதியா. "ஆலோசித்துப் பார், நான் சொல்வதைப் புரிந்துகொள்ள முயற்சி செய் - உன்னை மன்றாடிக் கேட்டுக்கொள்கிறேன்! நம்முடைய வாழ்க்கை எவ்வளவு வீணானது, அவமானகரமானது, சிந்தித்துப் பார் நீ! என் கண்கள் திறக்கப்பட்டுவிட்டன, யாவற்றையும் இப்போது நான் தெளிவாய்க் காண்கிறேன். உன்னுடைய அந்த ஆந்திரேய் ஆந்திரேயிச் எப்படிப்பட்ட ஆள்? அம்மா, கொஞ்சமாவது புத்தியுடைய ஆளா? அட தெய்வமே! ஆலோசித்துப் பார் அம்மா நீ! அவன் ஒரு மூடன்!"

நீனா இவானவ்னா வெடுக்கென எழுந்து உட்கார்ந்தாள்.

"நீயும் உன் பாட்டியுமாய்ச் சேர்ந்து என்னைச் சித்திரவதை அல்லவா செய்கிறீர்கள்" என்று விக்கித் திணறியவாறு அவள் கூறினாள். "நான் வாழ விரும்புகிறேன்! ஆம், வாழ விரும்புகிறேன்" என்று மறுமுறையும் சொல்லித் திரும்பத் திரும்ப நெஞ்சில் மொத்திக் கொண்டாள். "நீங்கள் என்னைச் சுதந்திரமாய் வாழ விட மாட்டாய்!" என்று ஆர்வத்துடன் கூறினான் சாஷா. "இங்கிருந்து சென்று நீ படிக்க வேண்டும், அதன் பிறகு யாவும் அவற்றுக்குரிய வழியில் நடந்தேறும். நீ உன் வாழ்க்கையைத் தலைகீழாய் மாற்றிக் கொண்டதும் யாவும் மாற்றமடைந்துவிடும். முக்கியமானது என்னவென்றால் நீ உன் வாழ்க்கையைத் தலைகீழாய் மாற்றிக் கொண்டுவிட வேண்டும், வேறு எதைப் பற்றியும் நீ கவலைப்பட வேண்டியதில்லை. சரி, நாளைக்கு இருவரும் புறப்படுகிறோம் அல்லவா?"

"ஆமாம்! நிச்சயம் புறப்படுகிறோம்!"

உள்ளுக்குள் தான் வெகுவாய்க் கலக்கமடைந்திருப்பதாய், தன் நெஞ்சு என்றும் இல்லாதபடிப் படபடத்துக்கொள்வதாய் நாதியா கற்பனை செய்து கொண்டாள்; வீட்டைவிட்டுச் செல்லப் போகும் தறுவாயில் இப்போது நிச்சமாய் தனக்கு நெஞ்சு உறுத்தவே செய்யும், வேதனை தரும் எண்ணங்களால் தான் அலைக்கழிக்கப்படவே நேரும் என்று நினைத்துக் கொண்டாள். ஆனால் மாடியில் அவளது அறைக்குச் சென்று படுக்கையில் படுத்தது தான் தாமதம், உடனே அவளுக்குத் தூக்கம் வந்துவிட்டது. கண்ணீர் காய்ந்து கறைபட்ட முகத்தோடும், புன்னகை பூத்த உதட்டோடும், அந்திப்பொழுது வரை அசங்காது நிம்மதியாய்த் தூங்கினாள்.

ரா. கிருஷ்ணய்யா

5

குதிரை வண்டிக்குச் சொல்லியனுப்பியாகிவிட்டது. கோட்டு அணிந்து தலையில் தொப்பியும் வைத்துக் கொண்டு விட்ட நாதியா, கடைசியாய் ஒரு தரம் தன் தாயையும் இவ்வளவு காலமாய்த் தன்னுடையதாய் இருந்தவை யாவற்றையும் பார்த்துவிட்டு வருவதற்காக மாடிக்குச் சென்றாள். தனது அறையில் படுக்கைக்கு அருகே போய் நின்றாள், படுக்கை இன்னும் கதகதப்போடுதான் இருந்தது. பிறகு சப்தமின்றி மெல்ல தன் தாயின் அறைக்குள் சென்றாள். நீனா இவானவ்னா தூங்கிக் கொண்டிருந்தாள், அவளது அறையில் அமைதி குடிகொண்டிருந்தது. தாயை முத்தமிட்டுவிட்டு அவள் முடிகளைத் தடவிச் சரிசெய்த பின் இரண்டொரு நிமிடம் நாதியா அப்படியே நின்றாள்... பிறகு அவசரமின்றி அடி மேல் அடி வைத்து கீழ் வீட்டுக்கு வந்தாள்.

மழை தாரையாய் ஊற்றிக் கொண்டிருந்தது. மழையில் நனைந்து போய் வாயில் முகப்புக்கு முன்னால் குதிரை வண்டி ஒன்று உயர்த்தி விரிக்கப்பட்ட கூண்டுடன் நின்றிருந்தது.

வேலையாள் சாமான்களை எடுத்துச் சென்று வண்டியில் வைத்தான். "நாதியா, வண்டியில் உனக்கு இடம் இல்லை" என்றார் பாட்டி அந்நேரத்தில். "இந்த மழையில் ஏன்தான் நீ அவனுடன் சென்று வழியனுப்பி வைக்க விரும்புகிறாயோ, தெரியவில்லை! நீ வீட்டிலே இருப்பதுதான் நல்லது. மழை எப்படிக் கொட்டுகிறது பார்!"

நாதியா ஏதோ சொல்லுவதற்காக வாயெடுத்தாள், ஆனால் பேச முடியவில்லை அவளால். குதிரை வண்டிக்குள் அவள் ஏறி உட்காருவதற்குச் சாஷா உதவினான், கம்பளியால் அவளது முழங்கால்களை மூடினான். பிறகு அவனும் ஏறி அவள் பக்கத்தில் அமர்ந்து கொண்டான்.

"சாஷா, நல்லபடியாய்ப் போய் வா! கடவுள் அருள் புரிவாராக!" என்று வாயில் முகப்பிலிருந்து கத்தினார் பாட்டி. "மாஸ்கோ போய்ச் சேர்ந்ததும் தவறாமல் கடிதம் எழுது!"

"எழுதுகிறேன். போய் வருகிறேன், பாட்டி."

"தேவலோக அரசியின் அருள் உன்னைக் காப்பாற்றுவதாக!"

"மழை விடாமல் கொட்டுகிறதே" என்றான் சாஷா.

இப்போதுதான் நாதியாவுக்கு அழுகை வந்தது. மெய்யாகவே தான் வீட்டை விட்டுச் செல்வதை இப்போது தான் உணர்ந்து கொண்டாள் அவள் - பாட்டியிடம் விடை பெற்றுக்கொண்ட போதோ, அதற்கு முன் தன் தாய்க்கு அருகே நின்றிருந்தபோதோ பிரிந்து செல்கிறோம் என்பதை முழு அளவில் அவள் நம்பவில்லை. நகரே, போய் வருகிறேன் நான்! யாவும் அடித்து மோதிக் கொண்டு அவள் மனத்துள் எழுந்தன - ஆந்திரேய், அவனது தந்தை, புதிய வீடு, குடுவைக்கு அருகே அம்மண உருவில் நின்ற அந்த மாது முதலான நினைப்புகள் அவளுள் அலைமோதின. ஆனால் இவை முன்பு போல் அவளைப் பீதிகொள்ளச் செய்யவுமில்லை, சுமையாய் இருந்தி அவளை வருத்தவுமில்லை; யாவும் சிறு விவகாரங்களாய், அற்பமானவையாய் மாறிவிட்டன, கடந்த காலத்தினுள் மேலும் மேலும் தொலைவில் விலகிச் சென்றன. ரயில் வண்டியினுள் அவர்கள் ஏறி உட்கார்ந்து ரயில் புறப்பட்டதும், இதுகாறும் பெரிதாகவும் முக்கியமானதாகவும் இருந்த இந்தக் கடந்த காலம் முழுதும் ஒரு சிறு கட்டியாய்ச் சுருங்கிவிட்டது, இதுகாறும் கண்ணுக்குப் பெரும்பாலும் புலப்படாமலே இருந்த பிரமாண்டமான எதிர்காலம் இப்போது தெளிவாய் அவள் கண்ணெதிரே தோற்றமளித்தது. மழைத் துளிகள் சன்னல் கண்ணாடிகளில் தாளம் போட்டன, எங்கும் பசும் பயிர் நிலங்களையும் பறந்தோடும் தந்தி மரங்களையும் கம்பிகளில் அமர்ந்த புள்ளினங்களையும் தவிர கண்ணில் வேறு எவையும் படவில்லை. திடுமென ஆனந்தம் அவளைத் திக்குமுக்காடச் செய்தது. சுதந்திரமாய் வாழப் போகிறோம், படிக்கப் போகிறோம் என்று அவள் நினைத்துக் கொண்டாள். அவள் சிரித்தாள், அழுதாள், பிரார்த்தனை செய்தாள்.

“சரி, சும்மாயிரு” என்று சொல்லிக் குறுநகை புரிந்துகொண்டான் சாஷா. “சும்மாயிரு நீ!”

6

இலையுதிர்காலம் சென்றது, பிறகு குளிர்காலமும் சென்றது. நாதியாவுக்கு இப்போது வீட்டு நினைப்பு வந்துவிட்டது, தினம்தோறும் தன் தாயைப் பற்றியும் பாட்டியைப் பற்றியும் நினைத்துக் கொண்டாள், சாஷாவையும் பற்றி நினைத்துக் கொண்டாள். வீட்டிலிருந்து வந்த கடிதங்கள் இனி ஒன்றும் செய்வதற்கில்லை என்று சாந்த மனப்பான்மை கொண்டவையாகவும் அன்பு மிக்கவையாகவும் இருந்தன; யாவும் மறக்கப்பட்டு

மன்னிக்கப்பட்டு விட்டாற்போல் தோன்றிற்று. மே மாதத் தேர்வுகள் முடிவுற்றபின் அவள் முழு நலமுடையவளாய், குதூகலம் வாய்ந்தவளாய் வீட்டுக்குப் புறப்பட்டுச் சென்றாள், வழியில் சாஷாவைப் பார்ப்பதற்காக மாஸ்கோவில் இறங்கினாள். அவன் இதற்கு முந்திய ஆண்டில் எப்படி இருந்தானோ அப்படியேதான் இருந்தான் - தாடியோடும் பரட்டைத் தலையோடும் முன்பு போட்டிருந்த அதே பழங்காலத்து நீள் கோட்டோடும் கான்வஸ் கால்சட்டையோடும் இருந்தான், அவனுடைய கண்கள் எப்போதும் போல் பெரிதாகவும் அழகாகவும் இருந்தன. ஆனால் நோயால் நலிவுற்றுத் துன்புறுகிறவனாய்த் தோன்றினான், முன்னிலும் வயதாகித் தளர்ந்து மெலிந்து போயிருந்தான், ஓயாமல் இருமினான். அவன் மங்கிப்போய் நாட்டுப்புறத்து ஆள் மாதிரி இருப்பதாய் நினைத்தாள் நாதியா.

“ஓ, நாதியா அல்லவா வந்திருக்கிறாள்!” என்று கூவி ஆனந்தமாய்ச் சிரித்துக் கொண்டான் அவன். “என் அன்புக்குரியவளே, என் தங்கமே!”

அச்சகக் கூடத்தில் புகையிலைப் புகைப் படலத்துக்கும், மூக்கில் ஏறிய மசியின், வண்ணத்தின் நெடிக்கும் மத்தியில் இருவரும் உட்கார்ந்து கொண்டனர்; பிறகு அவனுடைய அறைக்குச் சென்றனர். அங்கும் புகை மண்டியிருந்தது, ஒரே குப்பையும் அழுக்குமாய் இருந்தது. மேஜை மீது குளிர்ந்து ஜில்லிட்ட சமொவாருக்குப் பக்கத்தில் உடைந்த தட்டு ஒன்று இருந்தது, அதில் கறுப்புக் காகிதத் துண்டு கிடந்தது. செத்துப்போன ஈக்கள் தரையிலும் மேஜையிலும் சிதறிக் கிடந்தன. சாஷா தனது சொந்த வாழ்க்கை குறித்துச் சிறிதும் கவலைப்படாமல் எந்நேரமும் அலங்கோலத்துக்கு மத்தியில் வசித்து வந்தான், வாழ்க்கை வசதியைச் சிறிதும் மதியாதவனாய் இருந்தான் என்பதை இங்கிருந்தவை யாவும் புலப்படுத்தின. அவனுடைய சொந்த இன்பம் குறித்து, சொந்த வாழ்க்கை குறித்து யாராவது அவனுடன் பேசியிருந்தால், அவனிடம் ஆசையும் நேசமும் கொண்டவர் யாராவது உண்டா என்று கேட்டிருந்தால், கேள்வியின் பொருள் விளங்காமல் சிரித்துவிட்டு அவன் சும்மாயிருந்திருப்பான்.

“யாவும் நல்லபடியாகவே நடைபெற்றுவிட்டன” என்று அவசர அவசரமாய்க் கூறினாள் நாதியா. “இலையுதிர் காலத்தில் அம்மா என்னைப் பார்ப்பதற்காகப் பீட்டர்ஸ்பர்கிற்கு வந்திருந்தார். பாட்டி கோபமாயில்லை, ஆனால் அடிக்கடி என் அறைக்குள் சென்று

சுவர்களின் மேல் சிலுவைக் குறி போட்டுக் காட்டுகிறார் என்று அம்மா சொன்னார்."

சாஷா மகிழ்ச்சி மிக்கவனாகவே காணப்பட்டான், ஆனால் இருமிக் கொண்டிருந்தான், கம்மிக் கரகரத்த குரலில் பேசினான். மெய்யாகவே கடுமையாய் நோய் வாய்ப்பட்டிருக்கிறானோ, அல்லது எல்லாம் தனது கற்பனைதானா என்று வியந்தவாறு நாதியா அவனை நோட்டமிட்டுக் கொண்டிருந்தாள்.

"சாஷா, எனது அருமை சாஷா! நீ நோயால் நலிவுற்றிருக்கிறாய்!" என்றாள் அவள்.

"அதெல்லாம் இல்லை. கொஞ்சம் நலக்குறைவு - கடுமையாய் ஒன்றுமில்லை..."

"அட கடவுளே" என்று கிளர்ச்சியுற்ற குரலில் சொன்னாள் நாதியா. "ஏன் டாக்டரிடம் போகாமல் இருக்கிறாய்? உடம்பைக் கவனித்துக்கொள்ளாமலே இருக்கிறாயே ஏன்? எனது அருமை சாஷாவே, என் அன்புக்குரியவனே" என்று முணுமுணுத்தாள், அவள் கண்களில் கண்ணீர் பனித்துவிட்டது. ஏனோ ஆந்திரேய் ஆந்திரேயிச்சும் குடுவைக்கு அருகே அம்மண உருவில் நின்ற அந்த மாதும், நாதியாவின் கடந்த காலம் முழுதுமே - அவளது பிள்ளைப் பருவத்தைப் போல் அவ்வளவு நெடுங்காலத்துக்கு முற்பட்டதாய் இப்போது அவளுக்குத் தோன்றிய இவை யாவும் - அவள் மனக் கண் எதிரே எழுந்தன. சாஷா கடந்த ஆண்டில் இருந்ததுபோல் இப்போது சுயச்சிறப்பு வாய்ந்தவனாய், கூர்மதி கொண்டவனாய், சுவையானவனாய்த் தெரியவில்லையே என்று அவள் அழுதாய். "எனது அருமை சாஷா, நீ மிகவும் கடுமையாய் நோயுற்றிருக்கிறாய். இப்படி வெளிறிட்டுப் போய் ஒல்லியாய் மெலிந்த இந்நிலையிலிருந்து உன்னை மீட்பதற்கு நான் எதை வேண்டுமானாலும் கொடுக்கத் தயங்க மாட்டேன்! அந்த அளவுக்கு உனக்கு நான் கடமைப்பட்டிருக்கிறேன். எனது அருமை சாஷா, நீ எனக்கு எவ்வளவு பெரிய காரியம் செய்திருக்கிறாய் என்பது தெரியாது உனக்கு! இப்போது என் வாழ்விலே நீதான் எனக்கு மிகவும் நெருங்கியவன், உயிருக்கு உயிரானவன், தெரியுமா?"

இருவரும் உட்கார்ந்து பேசிக் கொண்டிருந்தார்கள். பீட்டர்ஸ்பர்கில் ஒரு குளிர்காலத்தைக் கழித்தபின் அவளுக்கு இப்போது, அவன் கூறிய ஒவ்வொன்றிலும், அவனது புன்சிரிப்பிலும், அவனது தோற்றம் அனைத்திலுமே காலங் கடந்துவிட்ட, பழம்

பாணியாகிவிட்ட, முற்றுப் பெற்று விட்ட ஏதோ ஒன்று, ஏற்கெனவே பாதியளவு கல்லறையில் அடக்கம் பெற்றுவிட்ட ஏதோ ஒன்று இருப்பதாய்த் தோன்றிற்று.

“நாளை மறுநாள் நான் வோல்கா ஆற்றில் பயணம் போகப் போகிறேன்” என்றான் சாஷா. “பிறகு வேறு எங்கோ போகப் போகிறேன், குமிஸ் சாப்பிடப் போகிறேன். குமிஸ் [குமிஸ் - குதிரைப் பால்.] சாப்பிட்டுப் பார்க்க விரும்புகிறேன் நான். என்னுடன் என் நண்பன் ஒருவனும் அவன் மனைவியும் வருகிறார்கள். மனைவி அதியற்புதமான பிறவி. போய்ப் படிக்கும்படி அவளிடம் நான் வற்புறுத்தி வருகிறேன். அவளுடைய வாழ்க்கையைத் தலைகீழாய் மாற்ற விரும்புகிறேன்.”

இருவரும் வேண்டிய மட்டும் பேசியபின் ரயில் நிலையத்துக்குச் சென்றார்கள். சாஷா அவளுக்குத் தேநீர் வாங்கிக் கொடுத்து உபசரித்தான், ஆப்பிள் வாங்கித் தந்தான். ரயில் புறப்பட்டது, அவன் சிரித்துக் கொண்டு கைக் குட்டையை ஆட்டியவாறு நின்றான். அவனுடைய கால்களிலிருந்தே எவ்வளவு கடுமையாய் அவன் நோயுற்றிருந்தான் என்பதையும், இனி அதிக காலம் உயிருடன் இருக்கக் கூடியவனல்ல என்பதையும் அவள் காண முடிந்தது.

நண்பகலில் நாதியா தனது சொந்த நகரை வந்தடைந்தாள். ரயில் நிலையத்திலிருந்து வீட்டுக்குக் குதிரை வண்டியில் சென்றபோது தெருக்கள் பொருத்தமின்றி அகலமாகவும், வீடுகள் மிகச் சிறிதாகவும் குறளியாகவும் இருப்பதாய்த் தெரிந்தன. யாரையும் காண்பது அரிதாய் இருந்தது.

பியானோ சுதி சரிசெய்பவரான அழுக்கேறிய மேல் கோட்டு அணிந்த ஜெர்மானியர்தான் அவள் கண்ணுற்ற ஒரேயொரு ஆள். வீடுகள் புழுதி படிந்திருந்ததாய்த் தோன்றின. பாட்டி இப்போது மெய்யாகவே வயது முதிர்ந்த கிழவியாகிவிட்டார், எப்போதும் போல் பருத்துக் குண்டாய் அவலட்சணமாய் இருந்தார். கரங்களை விரித்து நாதியாவைக் கட்டிப் பிடித்து அவளது தோள்களில் முகத்தைப் புதைத்துக் கொண்டு, அவளிடமிருந்து தம்மை விலக்கிப் பிரிக்க முடியாதது போல், நெடுநேரம் அழுதார். நீனா இவானவ்னாவும் வெகுவாய் வயதானவளாகி விட்டாள், அழகெல்லாம் குன்றிச் சிறுத்து ஒடுங்கி விட்டாற் போல் தோன்றினாள். ஆயினும் எப்போதும் போல் இறுக்கிப் பிடிக்கும் கச்சுதான் இன்னும் அணிந்திருந்தாள், எல்லா விரல்களிலும் இன்னும் வைரங்கள் ஜொலித்தன.

“என் மகளே” என்று அங்கமெல்லாம் அதிர்ந்து ஆடியவாறு கூறினாள் அவள். “எனது அருமை மகளே!”

பிறகு அவர்கள் உட்கார்ந்து கொண்டு மௌனமாய்க் கண்ணீர் வடித்தனர். கடந்த காலம் மீள முடியாதபடி மறைந்து விட்டதைப் பாட்டியும் அம்மாவும் உணர்ந்து கொண்டு விட்டார்கள் என்பதை எளிதில் காண முடிந்தது. சமுதாயத்தில் அவர்களுடைய அந்தஸ்து, முன்பு அவர்களுக்கு இருந்த சிறப்பு, தமது வீட்டுக்கு விருந்தினர்களை அழைப்பதற்கு அவர்களுக்கு இருந்த உரிமை இவை எல்லாம் போய்ச் சேர்ந்துவிட்டன. சிரமமில்லாமல் எந்தக் கவலையுமின்றி நடந்தேறி வரும் வாழ்க்கையின் நடுவில், போலீசார் இரவிலே நுழைந்து வீட்டைச் சோதனை செய்து, வீட்டின் அதிபர் ஏதோ மோசடியிலோ பொய்க் கையெழுத்திட்டு ஏமாற்றியதிலோ ஈடுபட்டது கண்டு பிடிக்கப்படும்போது, சிரமமோ கவலையோ இல்லாத வாழ்க்கையிடமிருந்து விடை பெற்றுக்கொள்ள வேண்டியதாகும் போது, எப்படி இருக்கும் - அப்படித்தான் இருந்தது பாட்டிக்கும் அம்மாவுக்கும்!

நாதியா மாடிக்கு சென்றாள். அதே படுக்கையை, வெண்ணிறத் திரைச் சீலைகளோடு கூடிய அதே சன்னலை, அந்தச் சன்னலிலிருந்து பார்க்கையில் கதிரவன் ஒளியிலே மூழ்கிக் குதூகலமாய், வாழ்க்கையின் ஆட்டமும் பாட்டமும் மிக்கதாய்த் தெரிந்த தோட்டத்தின் அதே காட்சியைக் கண்ணுற்றாள். தனது மேஜையைத் தொட்டுப் பார்த்தாள், அங்கே அமர்ந்து சிந்தனையில் மூழ்கிப் போனாள். அருமையான மதிய உணவு அருந்தியிருந்தாள், அதற்குப் பின் தளதளப்பான தீஞ்சுவைப்பாலேடு இட்ட தேநீரும் குடித்திருந்தாள், ஆயினும் அவளுக்கு ஏதோ ஒன்று இல்லாமல் குறையாய் இருந்தது, அறைகளில் ஒருவித வெறுமை இருப்பது தெரிந்தது, கூரை தணிந்து தாழ்ந்து விட்டதாய்ப்பட்டது. அந்தியில் அவள் படுத்துக்கொண்டு போர்வையை இழுத்து மூடிக் கொண்ட போது, இந்தக் கதகதப்பான, அளவுக்கு மீறி மிருதுவாயிருந்த படுக்கையில் படுத்திருப்பதில் நகைப்புக்குரியது ஏதோ ஒன்று இருப்பதாய் நினைத்தாள்.

நீனா இவானவ்னா நிமிட நேரத்துக்கு அறைக்குள் வந்தாள், ஏதோ குற்றமிழைத்தவளைப் போல் தயங்கியவாறு, திருட்டு முழி முழித்துக் கொண்டு உட்கார்ந்தாள்.

“சரி, நாதியா! நீ எப்படி இருக்கிறாய்?” என்று கேட்டாள், “மகிழ்ச்சியாய் இருக்கிறாயா? மெய்யான மகிழ்ச்சிதானா?”

“ஆமாம், அம்மா.”

நீனா இவானவ்னா எழுந்து நின்று நாதியாவின் மீதும் சன்னலின் மீதும் சிலுவைக் குறியிட்டுக் காட்டினாள்.

“சமயப் பற்று மிக்கவளாகிவிட்டேன், தெரிகிறதல்லவா உனக்கு?” என்றாள் அவள். “ஆம், நான் தத்துவவியல் படித்து வருகிறேன், ஓயாமல் சிந்தனை செய்கிறேன்... எனக்கு மிகப் பலவும் இப்போது தெள்ளத் தெளிவாய்த் தெரிகிறது. வாழ்க்கையை நாம் பட்டகத்தின் மூலம் பார்வையிட வேண்டும், இதுதான் மிகவும் முக்கியமானதாய்த் தோன்றுகிறது எனக்கு.”

“அம்மா, இதைச் சொல்லேன்: பாட்டி நல்லபடியாய் இருந்து வருகிறாரா?”

“நல்லபடியாய் இருப்பதாய்த்தான் தெரிகிறது. நீ சாஷாவுடன் போனதும் உன்னுடைய தந்தியைப் படித்துப் பார்த்தபோது பாட்டி அதே இடத்தில் அப்படியே விழுந்துவிட்டார். மூன்று நாட்களுக்குப் படுத்த படுக்கையாய்க் கிடந்தார், அசையவே இல்லை. அதன் பிறகு எந்நேரமும் பிரார்த்தனை செய்து கொண்டும் அழுது கொண்டும் இருந்தார். ஆனால் இப்பொழுது நல்லபடியாகவே இருந்து வருகிறார்.”

அவள் எழுந்து அறையில் மேலும் கீழுமாய் நடக்கலானாள்.

“டிக் - டாக், டிக் - டாக்...” என்று இரவு நேரக் காவற்காரன் தட்டினான்.

“வாழ்க்கையைப் பட்டகத்தின் மூலம் பார்க்க வேண்டும், இதுதான் பிரதானமானது” என்றாள் அவள். “அதாவது வாழ்க்கையை அதன் மிக எளிய மூலக் கூறுகளாய் நமது உணர்வில் பகுத்துக்கொள்ள வேண்டும், ஒளியை அதன் ஏழு அடிப்படை வண்ணங்களாய்ப் பகுக்கின்றோமே, அதுபோல. ஒவ்வொரு கூறையும் தனித்தனியே ஆய்ந்தறிய வேண்டும்.”

நீனா இவானவ்னா இதற்கு மேல் என்ன சொன்னாள், எப்போது அங்கிருந்து போய்ச் சேர்ந்தாள் என்பதெல்லாம் நாதியாவுக்குத் தெரியாது, அவ்வளவு சீக்கிரம் தூங்கி விட்டாள் அவள்.

மே மாதம் கழிந்தது, ஜூன் பிறந்தது. வீட்டில் யாவும் நாதியாவுக்கு மீண்டும் பழக்கப்பட்டுப் போயின. பாட்டி சமொவாருக்குப் பக்கத்தில் உட்கார்ந்து கொண்டு தேநீரை ஊற்றிக்

கொடுத்ததும் ஆழ்ந்த பெருமூச்சு விட்டுக் கொண்டார். நீனா இவானவ்னா அந்திப்பொழுதில் தனது தத்துவவியலைப் பற்றிப் பேசினாள். இன்னமும் அவள் பாட்டியின் தயவை எதிர்பார்த்து வாழும் சார்பு நிலையில்தான் இருந்து வந்தாள், சல்லிக் காசு வேண்டுமானாலும் அவள் பாட்டியிடம்தான் கேட்டு வாங்க வேண்டியிருந்தது. வீடு நிறைய ஈயாய் இருந்தது, வீட்டின் கூரை மேலும் மேலும் தணிந்து செல்வது போலிருந்தது. பாட்டியும் நீனா இவானவ்னாவும் வீட்டைவிட்டு வெளியே போவதே இல்லை, திருத்தந்தை ஆந்திரேயையும் ஆந்திரேய் ஆந்திரேயிச்சையும் சந்திக்க நேர்ந்து விடுமோ என்று அஞ்சினர். நாதியா தோட்டத்திலும் தெருக்களிலும் நடந்து வீடுகளையும் திராபையான வேலிகளையும் பார்த்தபடிச் செல்வாள். நெடுங்காலத்துக்கு முன்பே இந்த நகர் மிகப் பழையதாகிக் காலங் கடந்ததாகிவிட்டதாகவும், தற்போது அது தனது இறுதி முடிவையோ, புதியதும் இளமையானதுமான ஏதோ ஒன்றையோ எதிர்பார்த்துக் காத்திருப்பதாகவும் அவளுக்குத் தோன்றியது. இந்தப் புதிய, தூய வாழ்க்கை ஆரம்பமானதும், ஒவ்வொருவரும் அச்சமின்றி அவரது தலைவிதியை நேர் எதிரே பார்த்தவாறு, தாம் செல்லும் பாதை சரியானதே என்ற திட நம்பிக்கையோடு, நேரே முன்னோக்கிச் செல்லக் கூடியதான, ஒவ்வொருவரும் குதூகலமாகவும் சுதந்திரமாகவும் இருக்கக் கூடியதான இந்த வாழ்க்கை ஆரம்பமானதும், எவ்வளவு நன்றாய் இருக்கும்! இந்த வாழ்க்கை சீக்கிரமாகவோ மெதுவாகவோ நிச்சயம் வரவே செய்யும்! பாட்டியின் வீட்டில், நான்கு வேலையாட்களும் வசிப்பதற்குச் சுற்றிலும் குப்பையும் அழுக்குமாயுள்ள நிலவறை ஒன்றைத்தவிர வேறு இடமில்லாத இந்த வீட்டில் ஏதும் எஞ்சாது அடியோடு மறைந்துபோகும் காலம் வரவே செய்யும். ஆம், இப்படிப்பட்ட ஒரு வீடு தடமற்றுப் போய், எல்லோரும் இதை அறவே மறந்துவிடும் காலம், இதை நினைவில் வைத்திருப்பவர் யாரும் இல்லாத காலம் வரவே செய்யும். ஒன்றே ஒன்றுதான் நாதியாவுக்கு மகிழ்ச்சி தருவதாய் இருந்தது: தோட்டத்தில் அவள் நடந்து கொண்டிருக்கையில் பக்கத்து வீட்டுச் சிறுவர்கள் வேலியிலே தடதடவெனத் தட்டி "இதோ பார், மணமகள், மணமகள்!" என்று கூச்சலிட்டு அவளைப் பார்த்துச் சிரித்தனர்.

சராத்தவிலிருந்து சாஷாவிடமிருந்து ஒரு கடிதம் வந்தது. எதையும் பொருட்படுத்தாமல் ஆடிக் குதிக்கும் அவனது கையெழுத்தில் எழுதியிருந்தான் அவன். வோல்கா ஆற்றில் மேற்கொண்ட பயணத்துக்கு முழு வெற்றி கிட்டிற்று, ஆனால்

தனக்குத்தான் சராத்தவில் உடல் நலம் சற்றுக் கேடுற்றுத் தான் தனது குரலை இழக்க நேர்ந்ததென்றும், கடந்த இரு வாரங்களாய் மருத்துவமனையில் இருந்து வருவதாகவும் எழுதியிருந்தான். இதன் பொருளை அவள் புரிந்து கொண்டு விட்டாள். அனேகமாய்த் திட முடிவு என்பதாகவே கூறத்தக்கதான ஒரு முன்னுணர்வு அவளுக்கு உண்டாயிற்று. இந்த முன்னுணர்வும், சாஷாவைப் பற்றிய நினைவு முன்பு போல் இப்போது தன்னை ஈர்ப்பதாயில்லை என்பதும் அவள் மனத்துள் உறுத்தின. அவள் வாழ வேண்டுமென்று, பீட்டர்ஸ்பர்கில் இருக்க வேண்டுமென்று ஏங்கினாள். சாஷாவுடனான தனது நட்பு அவளுக்குக் கடந்த காலத்துக்குரிய ஒன்றாய்ப் பட்டது. இது உயிரனையதாயினுங்கூடத் தற்போது மிகவும் தொலைவிலே இருந்த ஒன்றாகும். இரவில் அவளால் நன்றாய்த் தூங்க முடியவில்லை. காலையில் அவள் எதையோ கேட்க முயலுவதைப் போல் சன்னலுக்குப் பக்கத்தில் உட்கார்ந்திருந்தாள். கீழ்வீட்டிலிருந்து மெய்யாகவே பேச்சுக் குரல்கள் கேட்டன - நடுங்கியதிரும் அவசரக் குரலில் பாட்டி ஏதோ சொல்லிக் கொண்டிருந்தார். பிறகு யாரோ அழுவது கேட்டது... நாதியா கீழ்வீட்டுக்குச் சென்றபோது பாட்டி அங்கே அறையின் மூலையில் நின்று பிரார்த்தனை செய்து கொண்டிருந்தார், அவரது முகத்தில் கண்ணீரின் கறை படிந்திருந்தது. மேஜையின் மேல் ஒரு தந்தி இருந்தது.

பாட்டி அழுவதைக் கேட்டுக் கொண்டு நாதியா நெடுநேரம் அறையில் மேலும் கீழுமாய் நடந்தாள். முடிவில்தான் அவள் தந்தியை எடுத்துப் படித்தாள். அலெக்சாண்டர் திமஃபேயிச், சுருக்கமாய்ச் சொன்னால் சாஷா, நேற்று காலையில் சராத்தவில் காச நோயின் காரணமாய் இறந்து போனதாய் அது கூறிற்று.

நீத்தாருக்கான ஆராதனைக்கு ஏற்பாடு செய்வதற்காகப் பாட்டியும் நீனா இவானவ்னாவும் கோயிலுக்குச் சென்றனர். நாதியா சிந்தனை செய்தவாறு நெடுநேரம் அறைகளில் அங்குமிங்கும் நடந்தாள். சாஷா விரும்பியதுபோலவே தனது வாழ்க்கை தலைகீழாய் மாற்றப்பட்டுவிட்டதை அவள் தெளிவாகவே உணர்ந்து கொண்டாள். இங்கு அவள் தன்னந்தனியளாய், அந்நியமானவளாய், வேண்டாதவளாய் இருந்தாள்; இங்கே அவளுக்கு வேண்டியது ஒன்றுமில்லை: கடந்த காலம் பிய்த்தெடுக்கப்பட்டுத் தீயில் எரிக்கப்பட்டுச் சாம்பல் எல்லாம் காற்றிலே தூவப்பட்டது போல் மறைந்தொழிந்துவிட்டது - இவை யாவற்றையும் அவள் உணர்ந்து கொண்டாள். சாஷாவின் அறைக்குச் சென்று அங்கே நின்றாள்.

"எனது அருமை சாஷா, விடை பெறுகின்றேன்" என்றாள் அவள். வாழ்க்கை அவள் முன்னால் விரிந்து பரந்திருந்தது - விசாலமான, பிரமாண்ட விரிவுடையதான, புதிய வாழ்க்கை அது. இந்த வாழ்க்கை இன்னமும் தெளிவற்றதாகவே, விளங்காத விந்தையாகவே இருப்பினும், அவளை அது வா, வா என்று அழைத்தது, முன்னோக்கி அவளை ஈர்த்திட்டது.

பெட்டியில் யாவற்றையும் எடுத்து வைத்துப் பணத்துக்குத் தயார் செய்வதற்காக மாடிக்குச் சென்றாள். மறுநாள் காலையில் தன் குடும்பத்தாரிடம் விடை பெற்றுக்கொண்டு குதூகலமாய், அளவிலா ஆர்வத்தோடு நகரை விட்டுச் சென்றாள் - எந்நாளும் திரும்பி வருவதில்லை என்ற உறுதியோடு சென்றாள்.

1903